D1680616

சந்தியா
பதிப்பகம்

பாஸ்கரன் என்கிற பாவண்ணன் விழுப்புரம் மாவட்டத்தைச் சேர்ந்த வளவனூர் என்னும் கிராமத்தில் 20.10.1958 அன்று பிறந்தவர். 1982 முதல் இன்றுவரை சிறுகதை, நாவல், கவிதை, கட்டுரை, சிறுவர் இலக்கியம், மொழிபெயர்ப்பு என பல தளங்களிலும் தொடர்ந்து ஆர்வமுடன் இயங்கி வருபவர். இதுவரை சொந்தப்படைப்புகளும் மொழிபெயர்ப்புப் படைப்புகளுமாக 101 புத்தகங்கள் வெளிவந்துள்ளன.

பயணம் என்னும் சிறுகதைக்காக கதா விருதும் பாய்மரக்கப்பல் என்னும் நாவலுக்காக இலக்கியச்சிந்தனை விருதும் பெற்றிருக்கிறார். மகாபாரதப் பின்னணியைக் கொண்ட பருவம் என்னும் கன்னட நாவலின் தமிழ் மொழிபெயர்ப்புக்காக, சாகித்ய அகாதெமியின் மொழிபெயர்ப்புக்கான விருதைப் பெற்றார். 2015ஆம் ஆண்டுக்குரிய சுஜாதா நினைவு விருது இவருடைய பச்சைக்கிளிகள் சிறுகதைத்தொகுதிக்கு வழங்கப்பட்டது. இவருடைய படைப்பிலக்கியப் பங்களிப்புக்காக புதுமைப்பித்தன் நினைவு விளக்கு விருது, எம்.வி.வெங்கட்ராம் நூற்றாண்டு நினைவு விருது, எழுத்துக்களம் விருது, இயல் விருது உள்ளிட்ட பல விருதுகள் வழங்கப்பட்டுள்ளன.

இவருடைய மனைவி அமுதா. மகன் மயன்.

மின்னஞ்சல் முகவரி: writerpaavannan2015@gmail.com

விட்டல்ராவின் உரையாடல்கள்
சில நினைவுப்பதிவுகள்

பாவண்ணன்

சந்தியா பதிப்பகம்
சென்னை - 83

விட்டல்ராவின் உரையாடல்கள்
சில நினைவுப்பதிவுகள்
© பாவண்ணன்

முதற்பதிப்பு: 2023

அளவு: டெமி ● தாள்: 60gms ● பக்கம்: 252
அச்சு அளவு: 11 புள்ளி ● விலை: ரூ.300/-
அச்சாக்கம்: அருணா எண்டர்பிரைஸஸ்
சென்னை - 40

சந்தியா பதிப்பகம்
புதிய எண்: 77, 53வது தெரு, 9வது அவென்யூ,
அசோக் நகர், சென்னை - 600 083.
தொலைபேசி: 044-24896979

ISBN: 978-93-95442-84-8

Vittalraavin Uraiyaadalgal
Sila ninaivuppathivugal

© Paavannan

Printed at A S X Pvt. Ltd.,
Chennai - 40.

Published by
Sandhya Publications
New No. 77, 53rd Street, 9th Avenue,
Ashok Nagar, Chennai - 600 083.
Ph: 044-24896979

Price Rs.300/-

sandhyapublications@yahoo.com
sandhyapathippagam@gmail.com
www.sandhyapublications.com
SAN-1081

இயற்கையோடு கலந்துவிட்ட
எழுத்தாளுமை *சா.கந்தசாமி* அவர்களுக்கு
வணக்கத்துடன்
சமர்ப்பணம்

முன்னுரை

ஒவ்வொரு வாரமும் ஞாயிறு அன்று காலையில் ஓர் இசைக்கலைஞர் எங்கள் வீட்டுக்கு அருகில் உள்ள வாதாமரத்துக்கு அருகில் வந்து நின்றுகொண்டு 'அலை பாயுதே' பாடலை தன் குழல்வழியாக பாடியபடி சிறிது நேரம் நிற்பார். அதை முடித்ததும் 'ஆயிரம் கண் போதாது வண்ணக்கிளியே' பாடலை இசைக்கத் தொடங்குவார். அப்படியே நடந்துபோய் அடுத்த மரத்தடியில் நின்றுகொண்டு நலம்தானா, உடலும் உள்ளமும் 'நலம்தானா' பாடலில் லயித்துவிடுவார். அவருடைய குழலிசை ஒரு மெல்லிய காற்றைப்போல அங்கேயே சுழலும். அவர் எங்கள் தெருவைக் கடந்து சென்ற பிறகும் கூட அவருடைய இசை அந்த வாதாமரத்தடியிலேயே மிதந்துகொண்டிருப்பதுபோலத் தோன்றும். கனவிலிருந்து அந்த இசை கேட்பதுபோல இருக்கும்.

ஒரு குறிப்பிட்ட வாரத்தில் அவர் வரவில்லை. வழக்கமாக அவர் வந்து செல்லும் நேரம் கடந்துவிட்டது. இனி அவர் வருவதற்கான வாய்ப்பில்லை என்று தெளிவாகவே புரிந்துவிட்டது. இருப்பினும் ஒரு நப்பாசையுடன் வாதாமரத்தின் பக்கம் திரும்பிப் பார்த்தபோது, அவர் அங்கே நின்றுகொண்டு இசைப்பதுபோலவே ஒரு காட்சி தோன்றியது. அந்தக் குழலிசையும் எனக்காக ஒலிப்பதுபோலவே இருந்தது. இசையைக் கேட்டுக் கேட்டு மனத்துக்கு இசை பழகிவிடுகிறது. பிறகு வெட்டவெளியிலிருந்து இசை எழுந்துவரத் தொடங்குகிறது.

விட்டல்ராவின் உரையாடல்களும் ஒருவகையில் இசைக்கு நிகரானவை. நினைவிலிருந்து மீண்டும் மீண்டும் மீட்டி சுவைக்கத்தக்கவை. காலம் கடந்த பிறகும் நெஞ்சில் நிலைத்திருப்பவை.

மாதத்தில் இரண்டு மூன்று முறை எழுத்தாளர் விட்டல்ராவ் அவர்களுடைய வீட்டுக்குச் சென்று உரையாடிக்கொண்டிருப்பது வழக்கம். பல நேரங்களில் நானும் நண்பர் திருஞானசம்பந்தமும் சேர்ந்து செல்வோம். அவர் இணைந்துகொள்ளமுடியாத நேரங்களில் நான் மட்டும் சென்று பேசிக்கொண்டிருந்துவிட்டுத் திரும்புவேன். செல்லமுடியாத நாட்களில் தொலைபேசி வழியாக உரையாடிக்கொள்வோம். கொரானா காலத்துக்குப் பிறகு தொலைபேசி உரையாடல்கள் அதிகரித்துவிட்டன.

பொதுவாக ஒரு பத்திரிகைச்செய்தியிலிருந்தோ அல்லது ஒரு பழைய புத்தகத்திலிருந்தோதான் எங்கள் உரையாடல் தொடங்கும். பிறகு எப்படி எப்படியோ வளர்ந்து சென்று நீண்டு செல்லும்போது, சட்டென பழைய நினைவுகளின் அனுபவத்தோடு கொண்டிருக்கும் ஒரு தொடர்பை அவருடைய ஆழ்மனம் கண்டுபிடித்துவிடும். மறுகணமே அந்த அனுபவத்தை விவரிக்கத் தொடங்கிவிடுவார். அது யாராவது ஒரு மனிதரைப்பற்றியும் இருக்கலாம். அல்லது ஏதாவது ஒரு பழைய புத்தகம் அல்லது பழைய சிறுகதையைப்பற்றியதாகவும் இருக்கலாம். அல்லது ஏதேனும் ஓர் இலக்கியக்கூட்டம் அல்லது ஒரு பயணம் தொடர்பானதாகவும் இருக்கலாம். ஆலாபனையைப்போல அது மெல்ல மெல்ல விரிவடைந்தபடியே செல்லும். அவ்வளவு விரிவான பின்னணியும் கொஞ்சம்கொஞ்சமாக யாராவது ஒரு மனிதரைச் சித்தரிக்கும் தகவல்களாக உருமாற்றம் பெற்றுவிடும். எதிர்பாராத கணத்தில் அந்தத் தகவல்களிலிருந்து அந்த மனிதர் ஒரு சொல்லோவியமாக எழுந்துவந்து நிற்பார்.

பழகிய மனிதர்களைப்பற்றியும் சூழல்கள் பற்றியும் பயணம் செய்த ஊர்களைப்பற்றியும் பல மூத்த நண்பர்களும் இளைய நண்பர்களும் சொன்னதையெல்லாம் கேட்ட அனுபவம் எனக்கு உண்டு. பெரும்பாலும் பிறரைப்பற்றிய புகார்களையும் கசப்புகளையும் மட்டுமே அவர்கள் அழுத்தி அழுத்திச் சொல்வதையே கேட்டிருக்கிறேன். இனிய நினைவு என்பதையே அத்தகு உரையாடல்களில் பார்க்கமுடியாது.

விட்டல்ராவின் உரையாடல்கள் இவற்றுக்கு நேர்மாறானவை. அவர் தன் இளமைக்காலத்தைக் கழித்த சேலத்தை ஒட்டிய கிராமப்பகுதி வாழ்க்கையும் வேலை காரணமாக இடம்பெயர்ந்து வாழ்ந்த சென்னை நகர வாழ்க்கையும் பலவிதமான மனிதர்களைப் பார்க்கும் வாய்ப்பை அவருக்கு வழங்கியிருக்கின்றன. அவர்கள் அத்தனை பேரைப் பற்றியும் நல்லவிதமாக நினைவுகூர்ந்து சொல்லும்

அளவுக்கு அவருக்கு நல்ல மனமிருக்கிறது. அவருக்கு உதவியாக அவர் அடைந்த அனுபவங்கள் இருக்கின்றன.

சரியான கோணத்திலும் சரியான வெளிச்சத்திலும் எடுக்கப்பட்ட நிழற்படத்தைப் போல, ஒரு மனிதரை காலமெல்லாம் நினைவில் நிறுத்திக்கொள்ளத்தக்க போதுமானதாக இருக்கும் வகையில் மிகச்சிறந்ததொரு அனுபவப்பதிவை அவர் மனம் தக்கவைத்திருக்கும் விதம் ஒவ்வொரு முறையும் என்னை வியப்பிலாழ்த்தும். அந்த அனுபவத்தை ஓர் இசைக்கலைஞனுக்கே உரிய லாவகத்துடன் தொட்டு விரிவாக்குவதில் அவர் தேர்ச்சிபெற்ற கலைஞர் என்றே சொல்லவேண்டும். அவருடைய ஒவ்வொரு உரையாடலிலும் நான் அந்த அபூர்வத்தன்மையைத்தான் காண்கிறேன்.

நகரத்தில் வாழும் ஒவ்வொருவரிடமும் ஆட்டோக்காரர்கள் பற்றிய கதைகள் ஏராளமாக இருக்கும். பெரும்பாலும் கசப்பான அனுபவங்களையே நினைவில் வைத்திருப்பார்கள். அவற்றை முன்வைத்துப் பேசிப்பேசி, ஆட்டோக்காரர்கள் பற்றிய ஒரு பொதுச்சித்திரத்தை உருவாக்க முனைவார்கள். ஆனால் விட்டல்ராவ் பகிர்ந்துகொண்ட ஓர் ஆட்டோக்காரர் சித்திரம் வேறு விதமானது. புதுமையானதாகவும் இருந்தது.

ஒருமுறை ஒரு திரைப்படத்தைப் பார்க்க அவரை வெகுதொலைவு அழைத்துச் செல்கிறார் ஓர் ஆட்டோக்காரர். அந்த நெடுந்தொலைவு அவருக்கே மலைப்பாக இருக்கிறது. படம் முடிந்து வெளியே வரும் சமயத்தில் இந்த இடத்திலிருந்து ஆட்டோ பிடித்து ஊருக்குத் திரும்புவது அவ்வளவு எளிதான செயலல்ல என்று அவருக்குத் தோன்றுகிறது. அதை விட்டல்ராவிடம் எடுத்துச்சொல்கிறார். மனம் முழுக்க பார்க்கவிருக்கும் திரைப்படத்திலேயே மூழ்கிக் கிடந்ததால் அதைப்பற்றி பிறகு யோசிக்கலாம் என்பது விட்டல்ராவின் எண்ணமாக இருக்கிறது. அதையே தன் பதிலாக ஆட்டோக்காரரிடம் தெரிவிக்கிறார். ஆனால் ஆட்டோக்காரருக்கு அவ்விதமான ஒரு நெருக்கடியில் வாடிக்கையாளரைத் தள்ளிவிட்டுச் செல்ல மனமில்லை. திரைப்படம் முடியும் வரைக்கும் காத்திருந்து, தானே நகரத்துக்கு அழைத்துச் செல்வதாக நம்பிக்கையூட்டி படம் பார்க்க அனுப்பிவைக்கிறார். சொன்னதுபோலவே திரையரங்குக்கு வெளியே இரண்டரை மணி நேரம் காத்திருந்து நகரத்துக்கு அழைத்து வருகிறார். ஆளரவமே இல்லாத சாலைகளைப் பார்த்த பிறகே, ஆட்டோக்காரரின் முன்யோசனை அவரை நெகிழவைக்கிறது. மனிதர்களுடைய

தனித்தன்மையோடு அவர்களை நினைவில் வைத்திருக்கிறார் என்பதுதான் விட்டல்ராவின் சிறப்பு.

இன்னொரு உரையாடலில் வேறொரு இளைஞரைப்பற்றி விட்டல்ராவ் குறிப்பிட்டார். அவரோடு சேர்ந்து ஓவியப்பயிற்சியில் ஈடுபட்டவர் அவ்விளைஞர். எதிர்பாராத விதமாக அவர் தன் காதலில் தோல்வியடைந்தார். அத்தோல்வி அவரைச் சோர்வுற வைத்தது என்பது உண்மைதான். ஆனால் சில நாட்களிலேயே அதிலிருந்து மீண்டு வந்தார். வெளிநாடு சென்றார். தன் பணியில் உயர்ந்தார். ஓவிய ஈடுபாட்டையும் வளர்த்துக்கொண்டார். ஓர் ஓவியக்கண்காட்சியைப் பார்க்கச் சென்ற இடத்தில் வேறொரு பெண்ணுடன் காதல் அரும்பியது. அந்தக் காதல் வெற்றி பெற்றது. இல்லற வாழ்க்கையைத் தொடங்கி வெற்றிகரமாக வாழ்ந்தார்.

இப்படி ஒவ்வொரு மனிதரையும் அவரவருக்குரிய தனித்தன்மையோடு நினைவில் வைத்திருக்கிறார் விட்டல்ராவ். பள்ளி வாழ்க்கை, குடும்ப வாழ்க்கை, கிராமத்து வாழ்க்கை, நகர வாழ்க்கை, தொலைபேசி நிலைய வாழ்க்கை, பழைய திரைப்படம், பழைய திரைப்படப்பாடல்கள் என ஏதோ ஒன்றைப்பற்றியதாகவே விட்டல்ராவின் உரையாடல்கள் தொடங்கும். பிறகு மெல்ல மெல்ல வளர்ந்துகொண்டே செல்லும். ஏதோ ஒரு அபூர்வமான தருணத்தில் ஒரு பழைய அனுபவத்தை நினைவுகூர்ந்து சொல்லத் தொடங்குவார். அது ஒரு கோணத்தில் விசித்திரமாக இருந்தாலும், மற்றொரு கோணத்தில் தனித்தன்மை வாய்ந்ததாக இருக்கும்.

பொழுதெல்லாம் உரையாடிவிட்டு, வீட்டுக்குத் திரும்பும் வழியில் அவருடைய உரையாடல்களை மனத்துக்குள் அசைபோட்டபடி வருவேன். குழைத்த மண்ணிலிருந்து உருவாகி வரும் பொம்மையைப்போல, அந்த உரையாடல் செய்திகளிலிருந்து உரையாடலுடன் தொடர்புடைய மனித உருவம் என் மனத்துக்குள் திரண்டுவரும். அவர்களுடைய தனித்தன்மைக்காகவே அந்த உரையாடல் பதிவை எழுதித் தொகுக்கவேண்டும் என்று எனக்குத் தோன்றியது.

12.05.2023 அன்று, விட்டல்ராவின் வயது எண்பத்தொன்றை நிறைவுசெய்து எண்பத்திரண்டில் அடியெடுத்து வைக்கிறது. அவர்மீது நான் வைத்திருக்கும் அன்பின் அடையாளமாக அவருடைய உரையாடல்களைக் கொண்ட இத்தொகுதியை உருவாக்கினேன். கடந்த ஆண்டு 'விட்டல்ராவும் நானும் உரையாடிக்கொண்டிருந்தோம்' என்னும் தலைப்பில் முதல் தொகுதியை முடித்தேன். இது

இரண்டாவது தொகுதி. என் திட்டத்தை முழுமனத்துடன் ஏற்றுக்கொண்டு உடனுக்குடன் நூலாக வெளிக்கொண்டு வந்தவர் நண்பர் நடராஜன். அவரை இக்கணத்தில் நன்றியுடன் நினைத்துக்கொள்கிறேன். இப்புத்தகத்தின் பின்னட்டையில் வெளியிடுவதற்கு ஏற்ற வகையில் என்னை ஓவியமாகத் தீட்டியளித்த நண்பர் ராஜுவையும் நன்றியுடன் நினைத்துக்கொள்கிறேன்.

இத்தொகுதியில் உள்ள ஒவ்வொரு கட்டுரையையும் எழுதி முடித்ததுமே முதல் வாசகியாகப் படித்து வந்தவள் என் மனைவி அமுதா. ஒரு சிறுகதையைப்போல விரிவடையும் ஒவ்வொரு கட்டுரையின் அமைப்பும் அவளுக்கு மிகவும் பிடித்திருந்தது. ஒவ்வொருவரைப்பற்றிய தகவலும் அவளுக்கு வியப்பையளிப்பதாகவே இருந்தது. என்னுடைய எல்லா முயற்சிகளுக்கும் ஊக்கமளித்து என்னோடு எப்போதும் துணையாக இருக்கும் அமுதாவுக்கு என் இனிய அன்பு. என் மனைவியைப்போலவே எல்லாக் கட்டுரைகளையும் தொடர்ச்சியாக வாசித்தவன் என்னுடைய நண்பன் பழனி. இக்கட்டுரைகளின் தூண்டுதலால் நாங்கள் இருவரும் எங்கள் இளமைக்கால நினைவுகளை அசைபோட்டு, அக்காலத்து மனிதர்களையும் நிகழ்ச்சிகளையும் பற்றிய உரையாடல்களில் பொழுது போவது தெரியாமல் மூழ்கியிருப்போம். அவனுக்கும் என் அன்பு.

விட்டல்ராவை நினைத்துக்கொள்ளும்போதெல்லாம் நினைவுக்கு வரும் மற்றொரு எழுத்தாளுமை சா.கந்தசாமி. பெங்களூருக்கு வரும்போதெல்லாம் பூங்காக்களிலும் உணவு விடுதிகளிலும் வீட்டுக்கூடத்திலும் அமர்ந்தபடி அவர் உரையாடிய தருணங்கள் இனிமையானவை. ஓர் இலக்கிய நிகழ்ச்சியை பெங்களூரில் நடத்துவது தொடர்பாக நானும் அவரும் அடிக்கடி தொலைபேசியில் பேசிக்கொண்டிருந்தோம். தன் வெளிநாட்டுப்பயணத்தை முடித்துக்கொண்டு முதல் வேலையாக பெங்களூரு வருவதாகவும் வந்த பிறகு நிகழ்ச்சியைத் திட்டமிட்டு நடத்தலாம் என்றும் தெரிவித்திருந்தார். குறிப்பிட்ட காலத்தில் பயணத்தை முடித்துக்கொண்டு சென்னைக்குத் திரும்பிவிட்டாலும், துரதிருஷ்டவசமாக உடனடியாக இன்னொரு பயணத்துக்கு அவருடைய உடல்நிலை இடம்தரவில்லை. எண்ணற்ற சிக்கல்கள் அவரைச் சூழ்ந்துவிட்டன. குறுகிய இடைவெளியிலேயே அவர் இயற்கையோடு கலந்துவிட்டார். விட்டல்ராவ் போலவே அவரும் மிகச்சிறந்த உரையாடல்காரர். உயிருடன் இருந்திருந்தால், விட்டல்ராவின் உரையாடல்களைக்

கொண்ட இத்தொகுதியை அவர் மிகவும் ஆர்வத்துடன் சுவைத்திருக்கக்கூடும். விட்டல்ராவுடன் தொடர்புடைய மனிதர்கள் அனைவருமே பெரும்பாலும் அவரோடும் தொடர்புடையவர்களே. அதனால் அவரையும் இந்நினைவுப்பதிவுகள் ஈர்த்திருக்கும் என்றே நம்புகிறேன். மறைந்த சா.கந்தசாமி அவர்களுக்கு இப்புத்தகத்தைச் சமர்ப்பணம் செய்வதில் மிகவும் மனநிறைவடைகிறேன்.

28.06.2023
பெங்களூரு

மிக்க அன்புடன்
பாவண்ணன்

writerpaavannan2015@gmail.com

நினைவுகளின் வரிசை

முன்னுரை		6
1.	இனிப்பும் கசப்பும்	14
2.	எளிமையும் இனிமையும்	20
3.	பழைய நாணயமும் பழைய ஸ்டாம்ப்பும்	30
4.	தாமரை என்கிற தாமரியோ	37
5.	திருட்டுக்கனிகள்	43
6.	கைவிடப்பட்டவன்	51
7.	கறுப்பு மலர்கள்	61
8.	கோனாப்பட்டு கோமகன்	67
9.	உலகம் சுற்றிய தமிழன்	76
10.	ஒரே சாட்சி	86
11.	மேச்சேரி நினைவுகள்	92
12.	நட்புக்கு மரியாதை	100
13.	பீட்டர் ஓட்டோலும் ஏழுமுறை தவறிய விருதும்	112
14.	நீர்க்காகம்	121

15.	தஸ்தாவெஸ்கியின் முதலை	129
16.	சாளக்கிராமக்கல்	135
17.	ஸ்டாம்ப் ஆல்பம்	145
18.	கனவும் விலையும்	154
19.	சிங்கம்	163
20.	யாழ்ப்பாணத்தென்னை	171
21.	இருபத்தைந்து ஓவியங்கள்	182
22.	மழைக்கதைகளும் மழைப்பாடல்களும்	189
23.	கேத்துரெட்டிப்பட்டி சார்பாக 101 ரூபாய்	199
24.	இறுதிக்காலம்	206
25.	பயாஸ்கோப்காரன்	213
26.	கேள்வி நேரம்	223
27.	முட்டை	232
28.	கனடாவிலிருந்து வந்த கடிதங்கள்	241

இனிப்பும் கசப்பும்

'ரசிகமணி டி.கே.சி. கடிதங்கள்' என்றொரு புத்தகத்தைப் படித்தேன். ரசிகமணி அவர்கள் தன் காலத்தில் தன்னோடு நெருக்கமாக இருந்த 27 பேர்களுக்கு எழுதிய கடிதங்கள் இப்புத்தகத்தில் தொகுக்கப்பட்டிருந்தன. இராஜாஜி, கல்கி, தேசிய விநாயகம் பிள்ளை, மகராஜன் போன்ற பல ஆளுமைகளும் இப்பட்டியலில் அடங்குவர். ரசிகமணி அவர்களின் பேரனான தீப.நடராஜன் எல்லாக் கடிதங்களையும் தேடித் தொகுத்து வெளியிட்டிருக்கிறார். படிக்கப்படிக்க, வரலாறே இரண்டாகப் பிளந்து என்னை உள்ளே இழுத்துச் சென்றுவிட்டது போல இருந்தது. ஏராளமான பழங்காலத்துச் செய்திகள். ஒருவர் கேள்வி கேட்க, இன்னொருவர் பொறுமையாக விளக்கம் அளிக்கிறார். படிக்கப் படிக்க பொழுதுபோனதே தெரியவில்லை. அந்தக் காலத்து எழுத்தாளர்களின் ஆர்வங்களும் ஈடுபாடும் மலைக்கவைத்தன.

அந்த வார இறுதியில் விட்டல்ராவைச் சந்திக்கச் சென்றிருந்தேன். அவரிடம் அந்தப் புத்தகத்தைப்பற்றியும் டி.கே.சி. எழுதிய கடிதங்கள் பற்றியும் சொன்னேன்.

"அந்தக் காலத்துல டி.கே.சி.ன்னு சொன்னாவே கம்பராமாயணத்துல இடைச்செருகல் இருக்குதுன்னு சுட்டிக் காட்டியவர்னு ஒரு வார்த்தையில சுருக்கி சொல்லிட்டு போயிடுவாங்க. அது தப்பான அணுகுமுறை. தமிழ்ச்சூழல்ல ஒரு இலக்கியப்படைப்பை அணுகி மனசுக்கு நெருக்கமாக்கிக் கொள்கிற வழிமுறையை சொல்லிச் சொல்லி நிறுவியர் அவர்" என்றார் விட்டல்ராவ். தொடர்ந்து "ஒரு

பத்து நாள் அவரோடு பேசிப் பழகினாவே போதும், ரசனையை வளத்துக்கறதுக்கான பயிற்சி தானா வந்துடும்னு சொன்ன பல பேரப் பாத்திருக்கேன். பலருக்கும் எழுதி எழுதி, அவங்களயும் எழுத வச்சி, கடைசியா கடித இலக்கியம்னு ஒரு வகையையே அவர் உருவாக்கிட்டாரு" என்றார்.

"நீங்க எழுத்தாளர்களுக்கோ, வாசகர்களுக்கோ கடிதம் எழுதியிருக்கீங்களா சார்?" என்று கேட்டேன்.

"எழுதியிருக்கேன். ஆனால் அதெல்லாம் சின்னச்சின்ன கடிதங்கள். எல்லாமே சாதாரண தகவல் பரிமாற்றக் கடிதங்கள்தான். அதுல இலக்கிய விவாதம்லாம் கிடையாது."

சில கணங்கள் எதையோ யோசிப்பவர் போல அமைதியாக இருந்தார் விட்டல்ராவ். "நான் கடிதம் எழுதத் தொடங்கிய காலம் எழுத்தாளர்களுக்கும் வாசிக்கிறவர்களுக்கும் எழுதறதுக்கு முன்னாலயே தொடங்கிட்டுது. அப்பா, அம்மாவுக்கு கடிதம் எழுத ஆரம்பிக்கறதுக்கு முன்னாலயே என் கூடப் படிச்ச ஒரு நண்பனுக்கு ஸ்கூல் படிக்கிற காலத்துல ஒரு கடிதம் எழுதினேன். அதான் நான் எழுதிய முதல் கடிதம்" என்று சொல்லிவிட்டு புன்னகைத்தார்.

"நண்பனுக்கா?" என்று ஆச்சரியத்தோடு அவரைப் பார்த்தேன். பிறகு "அப்ப என்ன வயசு இருக்கும் சார் உங்களுக்கு. என்ன படிச்சிட்டிருந்தீங்க?" என்று கேட்டேன்.

"அப்ப நான் மூனாங்கிளாஸ் படிச்சிட்டிருந்தேன். தர்மபுரியில ஸ்ரீராம வித்யாசாலைன்னு ஒரு ஸ்கூல் இருந்தது. அதுலதான் படிச்சிட்டிருந்தேன். திடீர்னு எங்க அப்பா தர்மபுரியிலேருந்து ஓமலூருக்கு இடம் மாறி வந்துட்டார். அதனால நாங்களும் ஓமலூருக்கு வந்துட்டோம். வேற வழி இல்லாம, நானும் ஓமலூருல புதுசா ஒரு ஸ்கூல்ல சேர்ந்துட்டேன்"

நான் ஆர்வத்தோடு அவர் சொன்னதைக் கேட்கத் தொடங்கினேன்.

"தர்மபுரி ஸ்கூல்ல கரீம்னு ஒரு பையன் இருந்தான். எங்கூட நல்லா நெருக்கமா பழகுவான். என்னுடைய பெஸ்ட் ஃப்ரென்ட். அவுங்கப்பா குதிரை வண்டி ஓட்டறவரு. எங்க ரெண்டு பேருடைய வீடுகளும் அடுத்தடுத்த தெருவுலதான் இருந்தது. நாங்க அந்த ஊரை விட்டு கௌம்பற சமயத்துல நீ ஊருக்கு போன பிறகு எனக்கு அடிக்கடி ஸ்கூல் அட்ரஸ்க்கு லெட்டர் எழுதுடா விட்டல், நானும்

உனக்கு எழுதறேன்னு சொன்னான். நானும் பெரிய மனுஷனாட்டம் சரிடா கரீம்னு சொன்னேன். அப்புறமா ஒரு சந்தேகம் வந்து ஸ்கூல் அட்ரஸ்க்கு ஏன்டா எழுதச் சொல்றேன்னு கேட்டேன். அப்பதான்டா என் கைக்கு நேரிடையா கெடைக்கும்னு சொன்னான். சரி சரினு தலையாட்டிட்டு வந்துட்டேன்"

"ஓ, அதுதான் நீங்க எழுதிய முதல் கடிதமா?"

"ஆமாம்" என்று புன்னகைத்தார் விட்டல்ராவ். "ஓமலூருக்கு வந்ததுமே ஒரு புது ஸ்கூல்ல என்ன சேத்துட்டாரு எங்க அப்பா. ரெண்டு மூனு வாரத்துல ஸ்கூல் நல்லா பழகிடுச்சி. புது ஸ்கூல் பரபரப்புல கரீமுக்கு கடிதம் எழுதற விஷயம் மறந்தே போயிட்டுது. திடீர்னு ஒரு நாள் ஞாபகம் வந்துட்டுது. உடனே போஸ்ட் ஆபீஸ்க்கு போய் ஒரு தபால் கார்டு வாங்கியாந்தேன். அட்ரஸ்னு சொன்னா அத இங்கிலீஷ்லதான் எழுதணும்னு எனக்கு அந்தக் காலத்துல ஒரு நம்பிக்கை. அதனால அந்த போஸ்ட் கார்ட எங்க அக்காகிட்ட கொடுத்து அட்ரஸ் எழுதிக் குடுக்கான்னு சொன்னேன். யாருக்குடா கார்டுன்னு ரொம்ப அதிகாரமா கேட்டாங்க அக்கா. என் ஃப்ரெண்ட் கரீமுக்குன்னு நான் பெருமையா நெஞ்ச நிமுத்திகிட்டு சொன்னேன். ஓ, லெட்டர்லாம் போடற அளவுக்கு ஒனக்கு பெரிய ஃப்ரென்டா அவன்னு கிண்டல் பண்ணிகிட்டே கார்ட வாங்கிகிட்டாங்க. இங்கிலீஷ்ல, இங்கிலீஷ்ல எழுதணும்னு நான் அழுத்தம் கொடுத்து சொன்னேன். சரிடா, அட்ரஸ சொல்லுடானு அதட்டினாங்க அக்கா."

"ம்"

"கரீம், தர்ட் ஸ்டேண்டர்ட், ஏ செக்ஷன், ஸ்ரீராம வித்யாசாலை, தர்மபுரின்னு ஒரு ஒரு வரியா சொன்னேன். சொல்ல சொல்ல அவுங்களும் எழுதி முடிச்சாங்க. அப்புறம் எழுதறதுக்கு என்னடா விஷயம் வச்சிருக்கே, சொல்லு, அதையும் எழுதறேன்னு என்ன பார்த்தாங்க. அதெல்லாம் வேணாம், அதை நானே எழுதுவேன், எங்கிட்ட குடுத்துடுன்னு கேட்டேன். நீ எழுதினா தப்புதப்பா எழுதுவடா, நான் திருத்தமா எழுதறேன், சொல்லுடான்னு அதட்டல் போட்டாங்க. நானே என் கையால எழுதறேன், நீ வேணும்னா தப்பு இருக்கிற இடம் வந்தா சொல்லு, திருத்தறேன்னு சொல்லி கார்டயும் பென்சிலயும் கையில வாங்கிட்டேன்."

"அப்புறம்?"

"எடுத்ததுமே அன்புள்ள கரீமுக்குன்னு கொட்டை எழுத்துல வேகமா எழுதினேன். இவ்ளோ பெரிய எழுத்துல எழுதுனா நாலு

வரி கூட கார்டுல எழுதமுடியாது, சின்ன எழுத்துல எழுதுடான்னு தலையில குட்டினாங்க அக்கா. நான் முனகிகிட்டே எழுதனத ரப்பரால அழிச்சிட்டு மறுபடியும் எழுதினேன். எப்படியோ ஓமலூர் ஸ்கூல் பத்தி ஒரு நாலு வரி யோசிச்சி எழுதிமுடிச்சி கடைசியா இப்படிக்கு உன் அன்புள்ள நண்பன் விட்டல்னு கையெழுத்து போட்டு போஸ்ட் ஆபீஸ்க்கு எடுத்தும் போயி தபால் பெட்டியில போட்டுட்டு வந்துட்டேன்."

கடிதம் எழுதிய அனுபவத்தை ஒரு கதையைச் சொல்வதுபோல சொன்னார் விட்டல்ராவ். மொழியாலேயே ஒரு காட்சியைச் சித்தரித்துவிடும் அவருடைய ஆற்றலை அவரைத் தவிர வேறு எவரிடத்திலும் நான் கண்டதில்லை.

"கரீம் பதில் கடிதம் போட்டாரா?"

"பதில் வந்தது. ஆனா அதுக்கு முன்னால பெரிய பெரிய விஷயம்லாம் நடந்துட்டுது."

"என்ன சார்?"

"தர்மபுரிக்கு கார்ட் போனதும் முதல்ல ஸ்கூல் ஹெட்மாஸ்டர்கிட்ட போவும். அங்க இருக்கிற கிளார்க்குதான் எல்லாத்தயும் பிரிச்சி செக்‌ஷன் வாரியா எடுத்து வச்சிகிட்டு குடுப்பார். கரீமுக்குரிய கார்ட எடுத்துட்டு வந்த கிளார்க்கு மூனாங்கிளாஸ் ரூமுல உக்கார்ந்திட்டிருந்த கரீம பேர்சொல்லி அழச்சி இந்தாடான்னு குடுத்துட்டு போயிட்டார். என்னடா கார்டு, யாருடா போட்டாங்கன்னு கிளாஸ்ல இருந்த பசங்க எல்லாரும் கரீம மொச்சிகிட்டாங்க. என் ஃப்ரெண்ட் போட்ட லெட்டர்டான்னு எல்லார்கிட்டயும் பெருமை அடிச்சிகிட்டான். எல்லாருமே கூட்டமா உக்காந்து அந்த லெட்டர படிச்சாங்களாம். அந்த நேரத்துல அந்த வகுப்புக்கு வரவேண்டிய மிஸ் வந்துட்டாங்க."

"பெரிய திருப்புமுனை மாதிரி இருக்குதே சார்."

"ஆமாம். திருப்புமுனைதான். எல்லாரும் அவுங்கவுங்க இடத்துல உக்காராம எதுக்குடா இப்படி கூட்டமா உக்காந்திருக்கீங்கன்னு மிஸ் கேட்டாங்க. எல்லா பசங்களும் ஒன்னா சேர்ந்து ஒரே குரல்ல கரீமுக்கு லெட்டர் வந்திருக்குது மிஸ்னு சத்தமா சொல்லியிருக்காங்க. அந்த மிஸ் கரீம பக்கத்துல கூப்புட்டு என்னடா லெட்டர்னு கேட்டாங்க. அவனும் அந்த கார்ட மிஸ்கிட்ட காட்டினான். மிஸ் அத வாங்கிப் படிச்சிட்டு "குட், நண்பர்களுக்கு இப்படித்தான்

எழுதிப் பழகணும்"னு சொல்லி பாராட்டினாங்க. நீங்களும் கரீம பார்த்து கத்துக்கங்கடான்னு சொன்னாங்க. அதக் கேட்டு கரீமுக்கு ரொம்ப பெருமை. நீயும் பதில் கடிதம் போடு கரீம்னு அவனை உற்சாகப்படுத்தினாங்க. நானும் அவன உற்சாகப்படுத்த லெட்டர் எழுதறேன்டானு சொல்லிட்டு அந்த கார்டுல இருந்த என்னுடைய முகவரியை மட்டும் ஒரு தாள்ல எழுதி வச்சிகிட்டாங்க."

"நெஜமாவே மிஸ் கடிதம் போட்டாங்களா?"

"ஆமாம். ஒரு பத்து நாள் கழிச்சி மிஸ் போட்ட கடிதம், கரீம் எழுதிய கடிதம் ரெண்டும் ஒன்னா வந்தது. எனக்கு ஒரே சந்தோஷம். நானும் அக்காவும் அந்த கார்டுங்கள மாறிமாறி படிச்சோம். அக்காவுக்கு அத நம்பவே முடியலை. எங்கள பொறுத்தவரைக்கும் இப்படிலாம் லெட்டர் போட்டு லெட்டர் வர்ரது சினிமாவுல நடக்கிற கதைன்னு நெனச்சிட்டிருந்தோம். அதனாலயே அந்த லெட்டர்ங்கள எடுத்து எடுத்து படிச்சிட்டிருந்தோம்."

"மிஸ் என்ன எழுதியிருந்தாங்க?"

"மாணவர்களுக்கிடையில் இப்படி கடித வழியில் நட்பு வளர்வதைப் பார்க்க மகிழ்ச்சியளிக்கிறது. நீ நன்றாகப் படித்து முன்னேற கர்த்தர் உனக்குத் துணையாக இருப்பார்னு ஒரு நாலு வரி சுருக்கமா எழுதி பெஸ்ஸின்னு கையெழுத்து போட்டிருந்தாங்க."

"க்ரேட் சார்."

"அதப் படிச்சதும் எனக்கும் ஒரே பரவசமா இருந்தது. உடனே நானும் அவுங்களுக்கு பதில் கடிதம் எழுதணும்னு நெனச்சேன். மறுநாளே போஸ்ட் ஆபீஸ்க்கு போய் ரெண்டு கார்டுங்கள வாங்கி வந்துட்டேன். வழக்கம்போல அக்கா அட்ரஸ்ங்கள இங்கிலீஷ்ல எழுதி குடுத்தாங்க. பெஸ்ஸி மிஸ்க்கு ஒரு கடிதம். கரீமுக்கு ஒரு கடிதம். ஒவ்வொன்னுலயும் ஒரு பத்து வரி எழுதி பக்கத்த நிரப்பினேன். அப்புறம் கொண்டு போய் போஸ்ட் ஆபீஸ்ல போட்டுட்டு வந்துட்டேன்."

"பதில் வந்ததா?"

"ஒவ்வொரு நாளும் நான் பதிலுக்காக காத்திருந்தேன். ஆனா ஒன்னுமே வரலை. ஒரு பத்து நாள் கழிஞ்ச பிறகு கரீம் எழுதிய கடிதம் மட்டும் வந்தது. மிஸ் கடிதம் ஒன்னும் வரலை."

"அப்படியா? கரீம் ஒன்னும் எழுதலையா?"

“கரீம் கடிதத்துல மிஸ் பத்தி எந்தக் குறிப்புமே இல்லை. என்ன விஷயம்னு எனக்கு ஒன்னும் புரியலை. கொஞ்ச நாள் குழப்பமா இருந்தது. அப்புறம் படிப்பு, பரீட்சை, வீடுன்னு கவனம் மாறிட்டதால அந்த விஷயத்தையே மறந்துட்டேன்.”

“ஏன் மிஸ் கடிதம் போடலையாம்? கரீம் அத பத்தி ஒன்னுமே எழுதலையா?”

“அத பத்தி அவன் மூச்சே விடலை. ஆனா சில வருஷங்கள் கழிச்சி அவனை சந்திச்ச சமயத்துல அந்த மிஸ் பத்தி சொன்னான்.”

“என்ன சொன்னாரு?”

“நான் போட்ட லெட்டர் ஸ்கூல் அட்ரஸ்க்கு போய் சேந்ததுமே வழக்கம்போல ஆபீஸ் ரூமுக்கு போயிருக்குது. கார்டுங்கறதால அங்க இருந்த ரெண்டு மூனு ஸ்டாஃப்ங்க அத உடனடியா படிச்சிட்டாங்க. பெஸ்ஸி மிஸ்க்கு யாரோ ஒரு ஆளு லெட்டர்லாம் எழுதுறான்னு யாரோ கண்ணு காது மூகுல்லாம் வச்சி ஸ்டாஃப் ரூம்ல வதந்திய பரப்பிட்டாங்க. ஸ்டாஃப் ரூம் பேச்சு கொஞ்சம் கொஞ்சமா ஸ்கூல் முழுக்க பரவிடுச்சி. அந்தச் சம்பவம் மிஸ்க்கு ரொம்பவும் அவமானத்தை தேடி குடுத்துட்டுது. அந்த வருத்தத்துலதான் மிஸ் கடிதம் போடலைன்னு சொன்னான்.”

விட்டல்ராவ் சொல்லிமுடித்த கணத்தில் வருத்தமாக இருந்தது. மனிதர்களைப்போன்ற வக்கிரமான உயிரினங்களை உலகில் வேறெங்கும் பார்க்கமுடியாது என்று வெறுப்புடன் நினைத்துக்கொண்டேன். ”மனிதனைப்போல வக்கிரமான ஒரு பிறவியை உலகத்துல வேற எங்கயும் பார்க்கமுடியாது சார்” என்று சொன்னேன்.

விட்டல்ராவின் புன்னகையிலும் கொஞ்சம் கசப்பு படிந்திருப்பதை உணரமுடிந்தது. “என் முதல் கடித அனுபவம் பாதி இனிப்பும் பாதி கசப்பும் நிறைந்ததா மாறிப் போச்சு” என்று சொல்லிவிட்டு என்னைப் பார்த்தார்.

எளிமையும் இனிமையும்

25.09.2022 அன்று கு.அழகிரிசாமியின் நூற்றாண்டு விழா சென்னையில் நடைபெற்றது. 'கொலக்கால் திரிகை' என்னும் தலைப்பில் அவருடைய மகன் அ.சாரங்கராஜன் இயக்கிய ஆவணப்படம் வெளியிடப்பட்டது. அழகிரிசாமி எழுதி தற்சமயம் பதிப்பில் இல்லாத 'நான் கண்ட எழுத்தாளர்கள்' என்னும் புத்தகம் கூடுதலான சில கட்டுரைகளோடு புதிய பதிப்பாக வெளிவந்தது. நண்பர்கள் பெருமாள் முருகன், கல்யாணராமன், பழ.அதியமான், அம்ஷன்குமார் போன்றோர் உரையாற்றினர். எதிர்பாராத விதமாக அன்று காலையில் அழகிரிசாமியின் மூத்த மகன் ராமச்சந்திரன் மறைந்துபோனார்.

அடுத்தநாள் காலையில் நிகழ்ச்சியில் கலந்துகொண்ட என் நண்பரொருவர் எல்லாத் தகவல்களையும் அந்நிகழ்ச்சியில் கலந்துகொள்ள முடியாமல் போன என்னிடம் தொலைபேசியில் பகிர்ந்துகொண்டார். நாலைந்து நாட்கள் கழித்து ஆவணப்படத்தின் இணைப்பையும் அனுப்பிவைத்தார். ஏறத்தாழ ஒன்றரை மணி நேர அளவுக்கு நீண்டிருந்த அந்தப் படத்தில் பல எழுத்தாளர்கள் கு.அழகிரிசாமி தொடர்பான நினைவுகளைப் பகிர்ந்திருந்தனர். நிறைவான ஒரு நினைவுப்பதிவு.

ஒரு வாரத்துக்குப் பிறகு விட்டல்ராவைச் சந்திக்கச் சென்றிருந்தபோது அந்த ஆவணப்படத்தைப்பற்றிச் சொன்னேன். உடனே அவர் "சாரங்கன் எடுத்த படமா? வந்துட்டுதா?" என்று ஆவலோடு கேட்டார். "ஆமாமாம். அவர் இயக்கிய படம்தான். அவரை உங்களுக்குத்

தெரியுமா?" என்று கேட்டேன். "நல்லாவே தெரியும். அவரையும் தெரியும். அவருக்கு ராமச்சந்திரன்னு ஒரு அண்ணன் உண்டு. அவரையும் தெரியும்" என்றார். விழா நடைபெற்ற அதே நாளில் அவர் மறைந்துவிட்ட செய்தியை அவரிடம் மெல்ல தெரிவித்தேன். அதைக் கேட்டு அவர் சில கணங்கள் அமைதியில் மூழ்கிவிட்டார். "த்ச். பாவம்" என்று தனக்குள்ளாகவே சொல்லிக்கொண்டார். "இலக்கிய கூட்டங்களுக்கெல்லாம் வருவார். என்கிட்ட நல்லா பேசுவார்" என்று சில பழைய தருணங்களை நினைவுகூர்ந்தார்.

துயரத்தின் அலையிலிருந்து உரையாடலை திசைதிருப்பும் விதமாக ஆவணப்படத்தையொட்டி மெதுவாக பேச்சைத் தொடங்கினேன். "பத்து வருஷத்துக்கும் மேல இந்தப் படத்துக்காக சாரங்கன் தொடர்ந்து முயற்சி செஞ்சிட்டே இருந்தார் சார். இப்பதான் முடிச்சி வெளியிட்டிருக்காரு. ஒருமுறை என்கிட்ட அவர் போன்ல பேசியிருக்கார். அழகிரிசாமிய பத்தி நானும் பேசணும்னு அவருக்கு ஒரு ஆசை. என்னை பேச வச்சி படம் புடிக்கறதுக்காக ஒருமுறை பெங்களூருக்கு வரேன்னு சொன்னார். நான்தான் ஒரு ஆளுக்காக கேமிரா சாமானுங்களயெல்லாம் தூக்கிகிட்டு இவ்ளோ தூரம் செலவு பண்ணி வரவேணாம்னு சொல்லி தடுத்துட்டேன். வாட்சப் வராத காலம் அது. இருந்திருந்தா வாட்சப்லயே பேசி பதிவு செஞ்சி அனுப்பி வச்சிருக்கலாம்" என்றேன். ஏதோ ஓர் ஆற்றாமையில் என் போக்கில் பேசிக்கொண்டே சென்றேன்.

"படம் எப்படி இருக்குது?" என்ற விட்டல்ராவின் கேள்விதான் என்னை மீண்டும் தரைக்கு இழுத்துவந்தார்.

"நல்ல பதிவு. நல்ல முயற்சி சார். அழகிரிசாமிய பத்திய நினைவுகளைச் சொல்ற கி.ரா., ந.முத்துசாமி, சா.கந்தசாமி மாதிரியான எழுத்தாளர்கள் யாருமே இன்னைக்கு உயிரோட இல்லை. படத்தை பார்க்கிற சமயத்துல ஒரு நொடி மனசு திகைச்சி நின்னுட்டுது"

"அந்த இணைப்பு இருந்தா அனுப்புங்க பாவண்ணன். எனக்கும் பார்க்கணும் போல இருக்குது"

"இப்பவே அனுப்பறேன் சார்" என்று பையிலிருந்த கைப்பேசியை எடுத்து அவருடைய எண்ணுக்கு, ஆவணப்படத்தின் இணைப்பை அனுப்பிவைத்தேன். "ஓய்வா இருக்கற சமயத்துல பாருங்க சார்" என்றேன். தொடர்ந்து தன்னிச்சையாக ஒரு கேள்வி எழுந்தது. அக்கணமே "நீங்க அழகிரிசாமியை பார்த்து பேசியிருக்கீங்களா?"

என்று கேட்டேன். "எனக்கு நல்லாவே தெரியும் பாவண்ணன். எழுத்து மேல ஒரு நம்பிக்கையை நான் வளர்த்துக்கறதுக்கு அவரும் ஒரு முக்கியமான காரணம்" என்றார் விட்டல்ராவ். அவருடைய வழக்கமான உற்சாகமான மனநிலைக்கு அவரை இனிமேல் திருப்பிவிடமுடியும் என்று நம்பிக்கை பிறந்தது.

"அப்படியா? எனக்கும் ரொம்ப புடிச்ச எழுத்தாளர் சார் அவர். இதுவரைக்கும் அவர பத்தி பேசித் தெரிஞ்சிக்கறதுக்கான சந்தர்ப்பமே அமையாம போயிட்டுது. சொல்லுங்க சார்? அவர எங்க முதல்ல பார்த்தீங்க? எப்படிப் பார்த்தீங்க?" என்று ஆர்வத்தில் கேள்விகளை அடுக்கினேன்.

"சொல்றேன். சொல்றேன். ஒவ்வொன்னா சொல்றேன்" என்றார் விட்டல்ராவ். "ஒருபக்கம் டெலிபோன்ஸ் வேலை. இன்னொரு பக்கம் ஓவியப்பயிற்சின்னு ரெண்டு திசையிலும் மாறிமாறி ஓடிட்டிருந்த காலம். எனக்கு அப்ப இருபத்திமூனு இருபத்திநாலு வயசுதான் இருக்கும். ஹாரீஸ் ரோட்ல ரூம் எடுத்து தங்கியிருந்தேன். அப்ப ஒருநாள் என் அறைக்கு சேலத்துலேர்ந்து எழுத்தாளர் மகரிஷி வந்தார். வழக்கமா அவர் சென்னைக்கு வரும்போதெல்லாம் ரூம் வரைக்கும் வந்து என்னை பார்த்து பேசிட்டுதான் போவாரு"

"தெரியும் சார். அவரைப்பற்றி ஏற்கனவே பலமுறை சொல்லி யிருக்கீங்க."

"அறுபத்தியாறாவது வருஷம்னு ஞாபகம். தமிழ் எழுத்தாளர் சங்கத்துடைய ஆண்டுவிழாக்கூட்டம் ஒன்னு அப்ப சென்னை யில நடந்தது. அவுங்க கூட்டம்லாம் வழக்கமா மூனு நாலு நாள் தொடர்ச்சியா நடக்கும். சிறுகதை, நாவல், கவிதைன்னு பல அமர்வுகள் நடக்கும். தமிழ்நாட்டுல பல ஊருலேர்ந்து பேச்சாளர்கள், பார்வையாளர்கள்னு பல பேரு வந்து கலந்துக்குவாங்க. சாப்பாடு, தங்கற ஏற்பாடு எல்லாம் உண்டு. கடைசி நாள் தேர்தல் நடக்கும். புது தலைவர், புது செயலாளர், புது பொருளாளர் எல்லாரயும் தேர்ந்தெடுப்பாங்க. அதுல கலந்துக்கறதுக்காக மகரிஷி சேலத்துலேர்ந்து வந்திருந்தார். விழா விஷயத்தை அவருதான் சொன்னார். ரெண்டு பேரும் சேர்ந்து போகலாம் வாங்கன்னு என்னையும் அழச்சிகிட்டு போனார். எனக்கு கொஞ்சம் தயக்கம்தான். பெரிய பெரிய எழுத்தாளர்லாம் இருக்கிற இடத்துல நாம எப்படி போய் நிக்கறதுன்னு நினைச்சி கொஞ்சம் சங்கடமா இருந்தது. அதெல்லாம் ஒரு விஷயமே இல்லை விட்டல். நூறு கதை எழுதனவரும் எழுத்தாளர்தான். ஒரே ஒரு கதை எழுதனவரும் எழுத்தாளர்தான்.

புரிஞ்சிதா, கௌம்புங்க போவலாம்னு மகரிஷி சொன்னதும் என்னால தட்டமுடியலை. அவரோடு கௌம்பிட்டேன்."

"எந்த இடத்துல விழா?"

"ராஜேஸ்வரி கல்யாண மண்டபத்துல. இலக்கிய சிந்தனை கூட்டம்லாம் நடக்குமே, அங்கதான். ஆனா, அது இலக்கியச் சிந்தனை அமைப்பு உருவாகாத நேரம்."

"சரி"

"வாசலத் தாண்டி உள்ள போகிற நேரத்துல, திடீர்னு என் முன்னால ஒருத்தர் வந்து நின்னார். அமுதசுரபியில கதை எழுதன விட்டல்ராவ்தான நீங்கன்னு கேட்டார். எனக்கு ஆச்சரியம் தாங்கமுடியலை. நான் ஆமாம்னு சொன்னதும் நாலு வார்த்தை நின்னு பேசிட்டு போனார். எனக்கு ஒரு பக்கம் மகிழ்ச்சி. ஒரு பக்கம் கூச்சம். அதுக்குள்ள உங்களுக்கு வாசகர்கள் உருவாகிட்டாங்களே, பார்த்தீங்களா? நல்லது நல்லதுன்னு சிரிச்சிகிட்டே முதுகுல தட்டினார் மகரிஷி. அப்படியே பேசி சிரிச்சிகிட்டே நாங்க உள்ள போய் சிற்றுண்டி, காப்பி முடிச்சிட்டு ஹாலுக்கு வந்தோம். நான் ஓரமா உக்காரப் போனேன். வாப்பா, முன்னால போவோம்னு முன்வரிசைக்கு அழைச்சிட்டு போனாரு மகரிஷி. அங்க கு.அழகிரிசாமி, லா.ச.ரா. ரெண்டு பேரும் உக்காந்து பேசிட்டிருந்தாங்க. அதுதான் நான் அவரை முதமுதலா பார்த்த சந்தர்ப்பம். அழகிரிசாமிக்கு நல்ல சிரிச்ச களையான முகம். முன்பக்கம் கொஞ்சம் தலை வழுக்கையா இருக்கும். யாரா இருந்தாலும், பார்த்ததுமே உடனே பேசத் தோணும். அப்படி ஒரு முக அமைப்பு அவருக்கு."

"அவருகிட்ட பேசனீங்களா?"

"மகரிஷிதான் அவருக்கு பக்கத்துல்ல போய் வணக்கம் சார்னு சொன்னார். அவுங்க ரெண்டு பேருக்கும் ஏற்கனவே அறிமுகம் உண்டு. உடனே அவர் சிரிச்சிகிட்டே கையை நீட்டி வாங்க வாங்க வணக்கம்னு மகரிஷி கைய புடிச்சிகிட்டாரு. பரஸ்பரம் நலம் விசாரிச்சிகிட்ட பிறகு மகரிஷி என்னை அழகிரிசாமிக்கு அறிமுகப்படுத்தி வச்சாரு. பேரு விட்டல்ராவ், எங்க ஊரு. வளரும் எழுத்தாளர். அமுதசுரபியில இவரு எழுதின கதை ஒன்னு வந்திருக்குதுன்னு சொன்னாரு. ரொம்ப ரொம்ப சந்தோஷம் தம்பி, நல்லா வகைவகையா எழுதுங்க, ஊக்கம் இருக்கிற காலத்துலயே நிறைய எழுதுங்கன்னு சொன்னாரு அழகிரிசாமி. எனக்கு சந்தோஷத்துல அப்படியே வானத்துல பறக்குறமாதிரி இருந்தது"

"நாம மதிக்கக்கூடிய ஒரு ஆளுமை நமக்கு பக்கத்துல நின்னு வாழ்த்தும்போது அப்படித்தான சார் இருக்கும்? அப்புறம் என்ன சொன்னார்?"

"அவர் குரல் கொஞ்சம் கீச்சுக்குரலா இருக்கும். என்ன பார்த்து என்னென்ன படிச்சிருக்கீங்கன்னு கேட்டார். நான் அப்பவே அழகிரிசாமி எழுதிய சிரிக்கவில்லை, அழகிரிசாமி கதைகள், தவப்பயன் தொகுப்புலாம் வாசிச்சிருந்தேன். ராஜா வந்திருக்கிறார், அன்பளிப்பு, அழகம்மாள் எல்லாம் எனக்கு ரொம்ப ரொம்ப புடிச்ச கதைகள். அதையெல்லாம் அவருகிட்ட சொன்னேன். அவரு உடனே இல்லை இல்லைங்கற மாதிரி ஒரு கையை அசைச்சிகிட்டே நான் எழுதிய கதைகளை படிச்சிருக்கீங்களான்னு கேக்கலை தம்பி. பொதுவா இலக்கியத்துல்ல என்னென்ன படிச்சிருக்கீங்கன்னு கேட்டேன்னு சொன்னார். அவரு கேட்ட கேள்விய தப்பா புரிஞ்சிகிட்டு வேகமா பதில் சொல்லிட்டமேன்னு ஒரு நொடி கூச்சமா இருந்தது. அதுக்கப்புறம் நான் படிச்ச புத்தகங்கள பத்தி சொன்னேன். ஓ, பெரிய படிப்பாளிதான். நல்ல நல்ல புத்தகங்களைத்தான் தேர்ந்தெடுத்து படிச்சிருக்கீங்க. உங்களுக்கு நல்ல எதிர்காலம் இருக்குதுன்னு சொன்னார். ஏதோ சொல்லணும்ங்கறதுக்காக அவரு அந்த வார்த்தைகளை சொல்லலை. மனசார சொன்னமாதிரிதான் இருந்தது. அப்படியே ஒரு கணம் மெய்சிலிர்த்து நின்னுட்டேன்."

"முதல் சந்திப்பே உங்களுக்கு நல்ல அனுபவம்."

"ஆமாம். மகிழ்ச்சியில நானும் திக்குமுக்காடிட்டேன். இதுவரைக்கும் எத்தனை கதைகள் எழுதியிருக்கீங்கன்னு அழகிரிசாமி ஒரு கேள்வி கேட்டார். நானும் பதில் சொன்னேன். நல்லது, அப்ப நல்ல அனுபவம் இருக்குது. அடுத்தது என்ன எழுத நினைக்கிறீங்கன்னு கேட்டார். சிறுகதையைவிட நாவல் எழுதத்தான் எனக்கு விருப்பமா இருக்குது சார்னு சொன்னேன். அவருக்கு அதைக் கேட்டு ரொம்ப சந்தோஷம். அப்படியா, எழுதுங்க எழுதுங்க. சிறுகதை எழுதற ஆட்கள் நிறைய பேரு இருக்காங்க. நாவல் எழுதத்தான் ஆளில்லை. புதுசுபுதுசான பின்னணியில ரஷ்ய நாவல் மாதிரி எழுதுங்க. நாவலுக்குத்தான் நல்ல எதிர்காலம் இருக்குதுன்னு சொன்னாரு. சரி சார், அப்படியே செய்றேன்னு நான் அவருகிட்ட சொன்னேன். சிறுகதைக்குத்தான் மதிப்பு அதிகம்னு நெறய பேர் உங்க கவனத்தை திசைதிருப்ப பார்ப்பாங்க. அந்த பேச்சையெல்லாம் கேட்டு நாவல் முயற்சியை விட்டுடாதீங்க. நல்ல விதத்துல திட்டமிட்டு நாவலெழுத ஆரம்பிச்சிடுங்க. அந்த முயற்சியில

நீங்க தீவிரமா இருந்தீங்கன்னா, நாவல் தானாவே தன் போக்குல வளர ஆரம்பிச்சிடும். உங்க கவனத்தை மட்டும் திசைதிருப்பாம இருக்கணும். புரியுதுங்களா, மனமார்ந்த வாழ்த்துகள்னு சொல்லி என் கையப் புடிச்சி குலுக்கனாரு."

"கேக்கறதுக்கே ரொம்ப சந்தோஷமா இருக்குது சார். அது ஒரு பெரிய ஆசீர்வாதம்தான் சார்."

"அவர் என்னை ஆசீர்வதிக்கிறார்னுதான் மனசுக்குள்ள எனக்கும் தோணிச்சி. அழகிரிசாமி என்கிட்ட சொன்னதோட நிக்கலை. பக்கத்துல இருந்த மகரிஷி பக்கம் திரும்பி தம்பிக்கு இன்னும் அழுத்தமா எடுத்து சொல்லுங்க. நாவல் பக்கம் கவனம் திரும்பறமாதிரி நீங்கதான் செய்யணும்னு சொன்னாரு. அப்படியெல்லாம் சொல்றதுக்கு ஒரு பெரிய மனசு வேணும். அழகிரிசாமிக்கு அந்த அளவுக்கு பரந்த மனசு இருந்தது."

"ஆமாம் சார்"

"அதுக்கப்புறம் இன்னும் என்னென்னமோ சொன்னார். அவரும் மகரிஷியும் ஏதோ நாவல்கள் பத்தியும் தொடர்கதைகள் பத்தியும் கொஞ்ச நேரம் பேசிகிட்டாங்க. கடைசியில சரி, செஷன் ஆரம்பிச்சிடுவாங்க. இடம் பார்த்து உக்காருங்க. மதியம் எங்கயும் போயிடாதீங்க. எல்லாரும் சேர்ந்து சாப்புடலாம்னு சொன்னாரு. அடுத்த வரிசையிலயே எங்களுக்கு இடம் கிடைச்சிது. நாங்க அங்க போய் உக்காந்துட்டோம். நாலஞ்சி பேரு கட்டுரை படிச்சாங்க. எனக்கு அதுல மனசு போகவே இல்லை. கடலலைகள் வந்து வந்து கரையில மோதிட்டு போறமாதிரி அழகிரிசாமி சொன்ன சொற்கள்தான் மனசுக்குள்ள மோதிட்டே இருந்தது. நேரம் போனதே தெரியலை. அதுக்குள்ள சாப்பாட்டு நேரம் வந்திட்டுது. எல்லாரும் எழுந்தாங்க. அழகிரிசாமி எழுந்து நின்னு எங்கள தேடனாரு. நாங்க கையை உயர்த்தி அசைச்சதும் வாங்க வாங்கன்னு பக்கத்துல கூப்பிட்டாரு. எல்லாரும் ஒன்னாவே பந்திக்கு போய், பக்கத்துல பக்கத்துல உக்காந்து சாப்பிட்டோம். என் வாழ்க்கையில மறக்கமுடியாத நாள் அது."

"அந்த முதல் சந்திப்புக்குப் பிறகு அவரை பார்த்தீங்களா?"

"ரெண்டுமூனு தரம் பார்த்திருக்கேன். அந்த காலத்துல வை.கோவிந்தன்ங்கறவரு சக்தின்னு ஒரு பத்திரிகை நடத்திட்டிருந்தாரு. அதப் பார்த்து நான் ஒரு குறிப்பை தேடி எடுக்கவேண்டி இருந்தது. அதுக்காக ஒருமுறை நான் மறைமலையடிகள் நூலகத்துக்குப்

போயிருந்தேன். அங்க எனக்கு முன்னால அழகிரிசாமி உட்கார்ந்திருந்தாரு. உடனே நான் அவருகிட்ட போய் வணக்கம் சார், அன்னைக்கு எழுத்தாளர் சங்க கூட்டத்துல மகரிஷி கூட வந்த சமயத்துல உங்கள சந்திச்சிருக்கேன் சார்னு அவர் ஞாபகப்படுத்திக்கறதுக்காக ஒரு தகவலை சொன்னேன். தெரியுது தம்பி தெரியுதுன்னு அவர் சிரிச்சார். நல்லா இருக்கீங்களான்னு கேட்டாரு. நல்லா இருக்கேன் சார்னு பதில் சொன்னேன். பக்கத்துல இருந்த நாற்காலியை இழுத்து போட்டு உக்காருங்க தம்பின்னு சொன்னாரு."

"தனக்கு சமமாவே உங்கள நடத்தியிருக்காரு"

"ஆமாமாம். அதுல சந்தேகமே இல்லை. ஒரே ஒரு விழுக்காடு கூட நீ சின்னவன், நான் பெரியவன்ங்கற எண்ணமே அவருகிட்ட இல்லை. தனக்கு சமமான ஒரு நபர்கிட்ட பேசறமாதிரிதான் பேசி பழகினாரு. உண்மையிலேயே மகத்தான மனிதர் அவர். அதுல சந்தேகமே இல்லை."

"என்ன பேசினாரு?"

"இலக்கியம் தொடர்பானதைத்தான் அவர் பேசினாரு. அதைத்தவிர வேற பேச்சே அவருகிட்ட கிடையாது. கொஞ்ச நேரம் பேசிட்டிருந்தோம். அப்புறம் எங்க இந்த பக்கம்னு கேட்டாரு. இந்த மாதிரி சக்தி பத்திரிகையை பாக்கிறதுக்காக வந்தேன் சார்னு சொன்னேன். அவருக்கு அதைக் கேட்டு ரொம்ப சந்தோஷம். நானும் அதுக்காகத்தான் வந்திருக்கேன். எடுத்துட்டு வரதுக்காக உள்ள ஆள் போயிருக்காரு. நானும் ஒரு பழைய கட்டுரையை தேடணும். வந்ததும் நீங்க ஒரு வால்யூம்ல்ல தேடுங்க. நான் ஒரு வால்யூம்ல தேடறேன்னு சொல்லிட்டு சிரிச்சார். ஒரு காலத்துல அந்த பத்திரிகையில நான் வேலை செஞ்சிருக்கேன், தெரியுமான்னு கேட்டாரு. நல்லாவே தெரியும் சார்னு சொன்னேன். அப்படியான்னு கேட்டு தலையசைச்சிகிட்டாரு."

"சரி"

"அதுக்குள்ள பழைய வால்யூம்கள் வந்துட்டுது. ஆளுக்கு ஒன்ன எடுத்து தேட ஆரம்பிச்சோம். ரெண்டுமூனு மணி நேரம் தேடினதுல எனக்கும் கொஞ்சம் விஷயங்கள் கிடைச்சிது. அவருக்கும் அவர் தேடியது கிடைச்சது. என் பைக்குள்ள ஒரு நோட்டு இருந்தது. அத எடுத்து குறிப்புகளை பார்த்து எழுதிக்கலாமான்னு நெனச்சேன். அழகிரிசாமி வேணாம் வேணாம், எழுதியெடுக்க நேரமாவும். எங்கெங்க எது எது வேணுமோ, அந்தந்த இடத்துல அடையாள

சீட்டுங்க வச்சிடுங்க. இங்க பக்கத்துலதான் ஒரு டைப்பிஸ்ட் இருக்காரு. அவருகிட்ட கொடுத்தோம்ன்னா, அழகா டைப் பண்ணி கொடுத்துடுவாரு. செலவு ஒன்னும் அதிகமாகாதுன்னு சொன்னாரு. எனக்கும் அது நல்ல ஐடியாவா தோணிச்சி. உடனே அவர மாதிரியே துண்டுத்தாள கிழிச்சி அடையாளம் வச்சி டைப்பிஸ்ட்கிட்ட குடுத்துட்டேன்."

"நூலகத்திலயே டைப்பிஸ்ட் இருந்தாங்களா?"

"இல்லை, இல்லை. பக்கத்துல வேற ஒரு இடத்துல ஒரு ஜாப் டைப்பிஸ்ட் இருந்தாரு. அவருகிட்ட கொடுத்தோம். கடையில உக்காந்திருக்கறதுக்கு பதிலா திரும்பவும் நூலகத்துக்குள்ள வந்து உக்காந்துகிட்டோம்."

"மறுபடியும் பேச்சா?"

"ஆமாம். வேற என்ன? பேச்சு. பேச்சு. ஒரே பேச்சுதான். கம்பராமாயணத்த பத்தி சொல்ல ஆரம்பிச்சாருன்னா, அவருக்கு நேரம் போறதே தெரியாது. உடனே தேடி போய் கம்பராமாயணத்த எடுத்து படிக்கணும்ன்னு நமக்கு தோணும். அந்த அளவுக்கு சுவாரசியமா பேசுவார். இத்தனைக்கும் அவர் புலவரோ பண்டிதரோ இல்லை. என்னை மாதிரியே ஸ்கூல் ஃபைனல்தான் அவர் படிப்பு. ஆனா சொந்த முயற்சியால எல்லாத்தயும் தேடித்தேடி தானா படிச்சி தெரிஞ்சிகிட்டாரு. அற்புதமான மனுஷன். நாங்க பேசிட்டிருந்த சமயத்துலயே டைப் செஞ்ச பேப்பர்கள் வந்துட்டுது. ரெண்டு பேரும் வாங்கிட்டு பணம் கொடுத்துட்டோம். நான் இங்கோர்ந்து சி.எல்.எஸ்.வரைக்கும் போகப் போறேன். நடந்துதான் போகப் போறேன். நீங்க ஃப்ரீயா இருந்தா என் கூட வரலாம்னு சொன்னாரு அழகிரிசாமி. எனக்கும் அவர்கூட நடந்து போகணும்னு ஆசைதான். ஆனா எனக்கு மதிய ஷிப்ட் வேலை இருந்தது. போகமுடியாத சூழல். கொஞ்சம் சங்கடத்தோடேயே என் நிலைமையை அவருக்கு எடுத்துச் சொன்னேன். சரி சரி, நீங்க கௌம்புங்கன்னு என்னை அனுப்பி வச்சிட்டாரு."

"நல்ல சந்திப்பு"

"நண்பர் தனுஷ்கோடி பத்தி உங்ககிட்ட சொல்லியிருக்கேன் இல்லையா? அவருக்கு ஆங்கிலம், பிரெஞ்சு, ஜெர்மனி எல்லாமே தெரியும். பெரிய அசகாயசூரன். மொழிபெயர்ப்புலாம் அற்புதமா இருக்கும். அவசரமே படமாட்டாரு. நிதானமாத்தான் செய்வாரு. ஆனா ஒவ்வொன்னயும் பேர் சொல்றமாதிரி செய்வாரு. அதான்

அவர் ஸ்பெஷாலிட்டி. அவர் ஒருமுறை இன்டியன் ஷார்ட் ஸ்டோரிஸ்னு பதினஞ்சி கதைகள் கொண்ட ஒரு தொகுப்பு இங்லீஷ்ல கொண்டுவந்தாரு. அதுக்கு நல்ல வரவேற்பு கிடைச்சிது. உடனே அந்த கதைகளை பிரெஞ்ச்லயும் ஜெர்மனியிலயும் மொழிபெயர்த்து அனுப்பி வச்சாரு. ரெண்டு மூனு மாசத்துலயே எல்லாமே அச்சாகி புத்தகமா வந்துட்டுது. புத்தகம் வந்ததும் தனுஷ்கோடி இலக்கிய வட்டாரத்துல பிரபலமாயிட்டாரு."

"அவர் ஓவியர்தான?"

"ஓவியர் மட்டுமில்லை. நாடக இயக்குநர். நடிகர். ஜெர்மன், ஆங்கிலம், பிரெஞ்சுன்னு பல மொழிகள் தெரிஞ்சவர். நல்ல மொழிபெயர்ப்பாளர். இப்படி பல பரிமாணங்கள் உள்ளவரு. இன்டியன் ஸ்டோரிஸ் கலெக்‌ஷனுக்கு ஒரு வரவேற்பு கிடைச்சதுமே, அவர் தனக்கு பிடிச்சமான இருபத்தஞ்சி சிறுகதைகளை தமிழ்லேர்ந்து தேர்ந்தெடுத்து மொழிபெயர்த்து வெளியிடனும்னு ஆசைப்பட்டாரு. தமிழ்க்கதைகளை நான் தேர்ந்தெடுத்துக் கொடுக்கணும்னு கேட்டுகிட்டாரு. நான் பல கதைகளை எடுத்துக் கொடுத்தேன். அப்ப அழகிரிசாமியுடைய ராஜா வந்திருக்கிறார் கதையை எடுத்து கொடுத்தேன். தனுஷ்கோடி அத படிச்சி பார்த்துட்டு ரொம்ப மார்வலஸா இருக்குது விட்டல். ரியல் க்ளாஸிக் ஸ்டோரின்னு ரொம்ப பாராட்டினாரு. அதுக்கப்புறம் அழகிரிசாமியை பார்த்து மொழிபெயர்ப்பு விஷயத்தை சொல்லி அனுமதிக்கடிதம் வாங்கிவந்து கொடுத்தேன். ஆறு மாசம் டைம் எடுத்துகிட்டு இருபத்தஞ்சி கதைகளையும் ஜெர்மனியில மொழிபெயர்த்து ஃப்ரான்ங்பர்ட்டுக்கு அனுப்பவச்சாரு. துரதிருஷ்டவசமா ஆறேழு மாசம் வரைக்கும் அங்கேர்ந்து பதிலே இல்லை. நாலஞ்சி ரிமைண்டர் போட்டு பார்த்துட்டு தனுஷ்கோடியும் விட்டுட்டாரு. அழகிரிசாமிகிட்ட எப்படி சொல்றதுன்னு எனக்கும் சங்கடமா இருந்தது. அதனால நாளைக்கு சொல்லலாம், நாளைக்கு சொல்லலாம்னு தள்ளி போட்டுட்டு வந்தேன். அப்புறம் ஒரு நாள் நேரிடையாவே சொல்லிட்டேன். அட, விட்டு தள்ளுங்க தம்பி, இதெல்லாம் எழுத்தாளர்கள் வாழ்க்கையில ரொம்ப இயற்கைன்னு சிரிச்சிகிட்டே சொல்லிட்டு போயிட்டாரு. ஆனா தனுஷ்கோடியால அந்த ஏமாற்றத்தை தாங்கமுடியலை. இப்படி செஞ்சிட்டாங்களே இப்படி செஞ்சிட்டாங்களேன்னு சொல்லிசொல்லி வருத்தப்படுவாரு..."

"அந்த ஸ்க்ரிப்ட்ட ஏன் வெளியிடமுடியலைன்னு ஏதாவது ஒரு காரணம் சொல்லியிருந்தாலாவது, அவருக்கு ஒரு ஆறுதலா

இருந்திருக்கும். எல்லாமே கெணத்துல போட்ட கல்லுமாதிரி போயிடுச்சி. அதுதான் அவருக்கு வருத்தம்."

"அவர் மொழிபெயர்ப்பு மேல அவுங்க அதிருப்தியடைய எந்தக் காரணமும் இல்லைன்னுதான் நினைக்கிறேன். அதுக்கு முன்னாலதான் அவரு மொழிபெயர்த்த ஒரு கலெக்ஷன அவுங்களே வெளியிட்டிருக்காங்க. அதனால வேற ஏதோ ஒரு விஷயம்தான் காரணம் இருக்கும்."

"ஆல் இண்டியா ஸ்டோரிஸ் கலெக்ஷன்ங்கறது ஜெர்மனியுடைய ப்ராஜெக்ட். ஸ்டோரிஸ் கலெக்ட் பண்ணினதெல்லாம் அவுங்கதான். அவுங்களுக்கு இவர் ஒரு மொழிபெயர்ப்பாளரா இருந்தார். ஆனால் தமிழ்க்கதைகளின் தொகுப்பு அப்படியில்லை. அது தனுஷ்கோடியே உருவாக்கின தொகுப்பு. அவருடைய ப்ராஜெக்ட். ஒருவேளை அது அவுங்களுக்கு பிடிக்காம போயிருக்கலாம்ங்கறது என்னுடைய ஊகம். ஆனா தனுஷ்கோடி அந்த வருத்தத்தை ரொம்ப சுலபமா தாண்டி போயிட்டாரு."

"அதுக்கப்புறம் அழகிரிசாமியை சந்திக்கலையா?"

"இல்லை. அதுக்கான வாய்ப்பு வரலை. அவருடைய மரணச்செய்தி கூட எனக்கு ரொம்ப தாமதமாத்தான் தெரிஞ்சிது. அடுத்தநாள் பத்திரிகைய பார்த்துத்தான் தெரிஞ்சிகிட்டேன். அந்த காலத்துல வீட்டுல ஃபோன் வசதியெல்லாம் கெடையாது. அவசரமான செய்திப்பரிமாற்றத்துக்கு எந்த வழியும் இல்லை. மனசுக்கு பிடிச்ச ஒருத்தருக்கு கடைசி அஞ்சலி செலுத்தக்கூட போகமுடியாத நிலையை நினைச்சி வேதனையா இருந்தது. ரெண்டு நாள் கழிச்சி பாண்டி பஜார் பக்கம் போயிருந்த சமயத்துல கலைஞன் பதிப்பகம் மாசிலாமணியை பார்க்கப் போயிருந்தேன். அழகிரிசாமியுடைய இறுதி ஊர்வலத்துல கலந்துக்கறதுக்கு அவரு போயிருந்திருக்காரு. அதைப்பத்தி ரொம்ப நேரம் பேசிட்டிருந்தாரு. எங்களுக்கு ரொம்ப புடிச்ச அழகம்மாள், அன்பளிப்பு, ராஜா வந்திருக்கிறார், திரிபுரம், குமாரபுரம் ஸ்டேஷன் கதைகளைப் பத்தி மாத்தி மாத்தி பேசிட்டிருந்தோம். அதான் நாங்க அன்னைக்கு அவருக்கு செலுத்தின அஞ்சலி."

பொழுது சாயும் நேரமாகிவிட்டது. வீட்டைப் பூட்டிக்கொண்டு கடைக்குச் சென்று இருவரும் காப்பி அருந்தினோம். அழகிரிசாமியைப்பற்றிய உரையாடல் அங்கும் சிறிது நேரம் தொடர்ந்தது. பிறகு அவரை வீட்டுக்கு அனுப்பிவிட்டு நான் ஆட்டோவுக்காகக் காத்திருந்தேன்.

பழைய நாணயமும் பழைய ஸ்டாம்ப்பும்

ஒருநாள் நானும் மொழிபெயர்ப்பாளர் நல்லதம்பியும் கப்பன் பூங்காவில் சந்தித்தோம். சிறிது நேரம் எங்காவது ஒரு சிமெண்ட் பெஞ்ச்சில் உட்கார்ந்து உரையாடிக்கொண்டிருக்கலாம் என்ற எண்ணத்தில்தான் சந்திக்கும் இடமாக அந்த இடத்தைத் தேர்ந்தெடுத்திருந்தேன். ஆனால் நாங்கள் சென்ற நேரத்தில் பூங்காவின் நுழைவாயில் கதவுகள் பூட்டப்பட்டிருந்தன. பூங்காவுக்குள் ஏதோ செப்பனிடும் வேலை நடந்துகொண்டிருந்தது. யாருக்கும் அனுமதி இல்லை என்று வாயிற்காவலர் சொல்லிவிட்டார். அதை நாங்கள் எதிர்பார்த்திருக்கவில்லை. சற்றே ஏமாற்றமாக இருந்தது.

மறுபடியும் ஒரு இடத்தைத் தேர்ந்தெடுத்து பயணம் செய்து செல்லும் அளவுக்கு நேரம் இல்லை. அதனால் பூங்காவின் சுற்றுவேலியை ஒட்டி எழுப்பப்பட்டிருந்த சின்னஞ்சிறு சிமெண்ட் கட்டுமானத்திலேயே உட்கார்ந்து உரையாடினோம். பேசி முடித்த பிறகு காப்பி அருந்துவதற்காக மகாத்மா காந்தி சாலைக்கு இணையாக உள்ள சர்ச் தெருவில் உள்ள இந்தியன் காப்பி ஹவுஸை நோக்கி நடந்தோம்.

சர்ச் சாலை நெடுக பாதையோரத்தில் அகலமான பிளாஸ்டிக் விரிப்பை விரித்து அதன்மீது சோப்புப்பெட்டி, சீப்பு, புத்தகங்கள், மலிவுவிலை சூட்கேஸ் என சில்லறைச்சாமான்களை வைத்து விற்பனை செய்யும் சில்லறை வணிகர்கள் நின்றிருந்தார்கள்.

அவர்களுக்கு நடுவில் ஒருவர் பழைய காலத்து நாணயங்களை ஒரு சின்ன விரிப்பில் பரப்பி வைத்துக்கொண்டு உட்கார்ந்திருந்தார். எல்லாமே பித்தளை நாணயங்கள். வெண்கல நாணயங்கள். ஒருசில மட்டும் வெள்ளி நாணயங்கள். சூரிய ஒளி பட்டு பளிச்சென மின்னிக்கொண்டிருந்தன.

பேசிக்கொண்டே வந்த நல்லதம்பி அந்த நாணயக்கடையைப் பார்த்ததும் சட்டென நின்றுவிட்டார். "ஒரு நிமிஷம், நமக்குத் தேவைப்படற மாதிரி ஏதாவது இருக்குதான்னு பார்க்கறேன்" என்று என்னிடம் சொல்லிவிட்டு குனிந்து ஒவ்வொன்றாக நாணயங்களை எடுத்துப் பார்த்தார்.

எல்லாமே ராஜா காலத்து நாணயங்கள். விக்டோரிய மகாராணி, ஆறாம் ஜார்ஜ் படங்களைத் தாங்கிய பிரிட்டன் நாணயங்கள். இந்தியா சுதந்திரம் அடைந்த காலத்தையொட்டி புழக்கத்தில் இருந்த நாணயங்கள்.

அந்தக் கடைக்காரர் நாணய விரிப்புக்கு அருகில் ஸ்டூல் மீது அமர்ந்திருந்தார். நாணயங்களைத் தொட்டுத்தொட்டு பார்க்கும் நல்லதம்பியை அவர் ஏதேனும் சொல்லிவிடுவாரோ என எனக்கு சற்றே அச்சமாக இருந்தது. ஆனால் அவரோ அமைதியாக கையிலிருந்த செய்தித்தாளைப் படித்தபடி இருந்தார்.

நீண்ட தேடலுக்குப் பிறகு நல்லதம்பி மைசூர் அரசர்களின் ஆட்சிக்காலத்தில் வெளியிட்ட ஒரு நாணயத்தை எடுத்து கையில் வைத்துக்கொண்டு முன்னும் பின்னும் பார்த்தார். பிறகு கடைக்காரரின் பக்கம் நீட்டி "என்ன விலை சொல்லுங்க?" என்றார். கடைக்காரர் அந்த நாணயத்தை வாங்கி தன்னிச்சையாக தன் தோளில் இருந்த துண்டில் வைத்து அழுத்தமாகத் தேய்த்து பளிச்சென்றாக்கினார். பிறகு "மைசூர் ராஜா காலத்து நாணயம் சார். அந்தக் காலத்து ரெண்டணா. எங்க தேடினாலும் கெடைக்காது. எடுத்துக்குங்க சார்" என்றார்.

"என்ன விலை, சொல்லுங்க. அதுக்கப்புறம் எடுத்துக்கறேன்" என்றார் நல்லதம்பி.

"ரெண்டாயிரத்து ஐநூறு கொடுங்க" என்றார் கடைக்காரர்.

"நானும் கலெக்‌ஷன் வச்சிருக்கிற ஆளுதான். இதனுடைய மதிப்பெல்லாம் எனக்கும் தெரியும். வாங்கிக்கற மாதிரி ஒரு விலை சொல்லுங்க."

“சரி, ஒரு நூறு ரூபா குறைச்சிக்குங்க. ரெண்டாயிரத்துக்கு நானூறு குடுங்க.”

இப்படியே பொதுவாக சில நிமிடங்கள் நாணயங்கள் பற்றிப் பேசுவதும் அப்புறம் பேச்சு திசைமாறி விற்பனைவிலை பற்றிப் பேசுவதுமாக நேரம் நீண்டது. கடைக்காரர் இரண்டாயிரம் ரூபாய் வரைக்கும் இறங்கி வந்தார்.

நல்லதம்பிக்கு அந்த விலை ஏற்புடையதாக இல்லை. நாணயத்தை திருப்பி வைத்துவிட்டு எழுந்துவிட்டார்.

அந்தப் பேரமே எனக்கு புதுசாகவும் விசித்திரமாகவும் இருந்தது. செலாவணியில் இல்லாத நாணயங்களுக்கு இவ்வளவு கூடுதலான விலை சொல்வதையே நான் நம்பமுடியாமல் பார்த்தபடி இருந்தேன். “பார்த்தா அந்தக் காலத்து காலணா மாதிரி இருக்குது. அதுக்கு ஏன் இந்த விலை சொல்றாரு அவர்?” என்று புரியாமல் கேட்டேன்.

நாணயங்களைச் சேகரித்துப் பாதுகாப்பது என்பது அஞ்சல் தலைகளைப் பாதுகாப்பதுபோல அந்தக் காலத்திலிருந்து தொடர்ந்து வரும் பழக்கம் என்றும் எல்லாமே விலைமதிக்கமுடியாத செல்வங்கள் என்றும் பரவசத்தோடு சொன்னார் நல்லதம்பி. நாட்கள் கடக்கக் கடக்க, அதன் மதிப்பு பெருகிக்கொண்டே போகும் என்றும் மேலை நாடுகளில் இவையெல்லாம் முதலீடு செய்யும் துறையாக தற்போது மாறிவிட்டன என்றும் தெரிவித்தார். அவர் சொன்ன தகவல்கள் எல்லாமே எனக்கு திகைப்பூட்டுபவையாக இருந்தன.

இதைப்பற்றி யாரிடமாவது இன்னும் கூடுதலாகத் தெரிந்துகொள்ள வேண்டும் என்று நினைத்திருந்தேன். எனக்கு உடனடியாக நினைவுக்கு வந்தவர் விட்டல்ராவ்தான். அவரே ஒரு காலத்தில் அஞ்சல் தலைகளைச் சேகரித்து வந்தவர். தன்னிடம் உள்ள பழைய காலத்து அஞ்சல்தலை ஆல்பங்களை ஒன்றிரண்டு முறை என்னிடம் காட்டியதும் உண்டு. உடனே அவரை தொலைபேசியில் அழைக்க கையும் மனமும் பரபரத்தன. பிறகு, ஏதோ ஒரு தயக்கம் தடுக்க, விசாரிப்பதைவிட நேரில் சந்திக்கும்போது கேட்டுத் தெரிந்துகொள்ளலாம் என அமைதியாக இருந்தேன்.

சில நாட்கள் இடைவெளிக்குப் பிறகு விட்டல்ராவைச் சந்திக்கச் சென்றிருந்தபோது ஒரு பழைய நாணயத்துக்கு ஒரு கடைக்காரர் இரண்டாயிரம் ரூபாய் கேட்ட செய்தியைச் சொன்னேன். விட்டல்ராவ் என் திகைப்பை இன்னும் அதிகரிப்பவர் போல “சென்னையில அந்தக் காலத்துலயே ஐயாயிரம் பத்தாயிரம்னு

கேட்ட விலையை கொடுத்துட்டு பழைய கால நாணயங்களை வாங்கிட்டு போன ஆளுங்கள பாத்திருக்கேன்" என்றார். என்னால் நம்பவும் முடியவில்லை. நம்பாமல் இருக்கவும் முடியவில்லை.

"எதுக்கு சார் அவ்வளவு விலை சொல்றாங்க?"

"எல்லா நாணயங்களுக்கும் அப்படி ஒரு விலையை சொல்லமுடியாது பாவண்ணன். ஒரு நாணயத்துக்குப் பின்னால ஏதாவது ஒரு வரலாற்றுச்செய்தி பிணைஞ்சிருக்கணும். அப்படிப்பட்ட நாணயத்துக்கு மதிப்பு நாளுக்கு நாள் அதிகமாயிட்டே போகும்."

"ஒருவேளை எந்த செய்தியோடும் இணைஞ்சதா இல்லையென்றால்...?"

"இல்லையென்றால், அது ஒரு பழங்காலத்து நாணயம் என்கிற மதிப்பு மட்டும்தான் இருக்கும்."

எனக்கு என்ன பதில் சொல்வதென்றே தெரியவில்லை. அமைதியாக அவர் சொல்வதையே கேட்டுக்கொண்டிருந்தேன்.

"இருங்க, இருங்க. உங்களுக்குப் புரிகிற மாதிரி ஒரு ஸ்டாம்ப வச்சி ஒரு விஷயத்தை சொல்றேன். அப்ப உங்களுக்குப் புரியும்" என்று சொல்லிவிட்டு எனக்கு பக்கத்தில் நாற்காலியை இழுத்துப் போட்டுக்கொண்டார்.

"காந்தித்தாத்தா படம் போட்ட ஸ்டாம்ப்ப நீங்க பார்த்திருப்பீங்க இல்லையா? எத்தனை விதமான ஸ்டாம்ப் பார்த்திருப்பீங்க?"

உடனடியாக அக்கேள்விக்கு என்னால் பதில் சொல்லமுடியவில்லை. "நான் ஸ்டாம்ப் பயன்படுத்த தொடங்கன காலத்திலேருந்து காந்தி படம் போட்ட ஸ்டாம்ப்ப பார்த்திருக்கேன். ஒரு ரூபாய் ஸ்டாம்ப், ரெண்டு ரூபா ஸ்டாம்ப், அஞ்சு ரூபா ஸ்டாம்ப் எல்லாத்துலயுமே காந்தி படம் பார்த்திருக்கேன். அவர் சிரிக்கிறமாதிரி இருக்கிற படம்தான் எனக்கு ஞாபகத்துல இருக்குது" என்றேன்.

"ஸ்டாம்ப்ல காந்தித்தாத்தா படம் எப்படி வந்தது தெரியுமா? அதுக்கு ஒரு வரலாறே இருக்குது."

எனக்கு என்ன சொல்வதென்றே புரியவில்லை. அமைதியாக அவர் முகத்தையே பார்த்துக்கொண்டிருந்தேன்.

"இருங்க. உங்களுக்கு முழுக்கதையையும் சொல்றேன். அப்பதான் உங்களுக்குப் புரியும்" என்று சொல்லிவிட்டு விட்டல்ராவ் காந்தி ஸ்டாம்ப் வரலாற்றைச் சொல்லத் தொடங்கினார்.

“சுதந்திர இந்தியா உருவானதும் காந்தித்தாத்தாவை கௌரவிக்கிற மாதிரி ஒரு ஸ்டாம்ப் அடிக்கணும்னு அரசாங்கத்துல ஒரு பேச்சு எழுந்தது. அப்ப எல்லாமே அணா, ரூபாய் கணக்குதான். நாலணான்னு சொன்னா கால் ரூபாய். பதினாறணா ஒரு ரூபாய். ஸ்டாம்ப் அடிக்க நினைச்ச அரசாங்கம் பொதுமக்கள் மத்தியில முழு அளவுல புழங்கறமாதிரி வேறவேற விலையில அடிக்கணும்னு முடிவு பண்ணிச்சி. அந்த காலத்துல ஒட்டி போடற தபாலுக்கு ஒன்னரையணா ஸ்டாம்ப் ஒட்டணும். அப்புறம் எடை கூடக்கூட ஸ்டாம்ப் ரேட்டும் கூடும். அதனால ஒன்னரையணா, மூன்றரையணா, பன்னெண்டணா, பத்து ரூபாய் மதிப்புள்ள நாலு விதமான ஸ்டாம்ப்களை அடிக்கலாம்னு முடிவு செஞ்சாங்க. இந்தியாவிலயே இருக்கிற நாசிக் அச்சகத்துலயே அடிச்சி 1948ஆம் ஆண்டு பிறந்ததும் வெளியிடணும்ன்னு ஏற்பாடு நடந்தது. ஸ்டாம்ப். அச்சடிக்கிற வேலை நடந்துட்டிருந்த சமயத்துல எதிர்பாராத விதமா காந்தித்தாத்தாவை சுட்டு கொலைபண்ணிட்டாங்க.”

“அப்புறம்?”

“முதல்ல சாதாரணமான விதத்துல ஸ்டாம்ப்ப அடிச்சா போதும்ன்னு நெனச்ச அரசாங்கம் காந்திஜி மறைவுக்கு பிறகு, பத்து ரூபாய் ஸ்டாம்ப்ப மட்டும் போட்டோ ப்ரின்ட் தொழில்நுட்பத்தை பயன்படுத்தி அடிக்கணும்னு முடிவு செஞ்சாங்க. அதனால ஸ்விஸ் ப்ரின்ட்டர்ஸ்கிட்ட வேலையை மாத்தி கொடுத்தாங்க. காந்தியுடைய படத்துக்கு மேல இந்தியிலயும் உருதுவிலயும் பாப்புன்னு இருக்கற மாதிரி வடிவமைச்சாங்க. எல்லாம் தயாராகி வந்த பிறகு முதல் சுதந்திரநாள் அன்னைக்கு வெளியிட்டாங்க.”

“சரி”

“எல்லாம் நல்லாதான் போயிட்டிருந்தது. அணா கணக்குல அடிச்ச ஸ்டாம்ப்ஸ் எல்லாத்தயுமே மக்கள் பரவலா வாங்கிப் பயன்படுத்தினாங்க. இந்தப் பத்து ரூபாய் ஸ்டாம்ப்ல ஒரு சின்ன பிரச்சினை உண்டாயிட்டுது.”

“என்ன பிரச்சினை சார்?”

“எல்லா ஸ்டாம்ப்பவிடவும் இந்தப் பத்து ரூபாய் ஸ்டாம்ப் அளவுல கொஞ்சம் பெரிசு. செம்பழுப்பு நிறத்துல பக்கவாட்டுல காந்தித்தாத்தா பாக்கிறமாதிரி இருக்கும். அழகான அமைப்பு.”

“சரி”

“அரசாங்க ஆபீஸ்ல லெட்டர் அனுப்பறதுக்காக சர்வீஸ் ஸ்டாம்ப் பயன்படுத்தறத பார்த்திருக்கீங்களா? அத கவர் மேல ஒட்டினா போதும். அதுக்கு பணமதிப்பு இல்லைங்கறதால யாரும் அதை பயன்படுத்த முடியாது. பத்து ரூபாய் காந்தி ஸ்டாம்ப் வந்த காலத்துல, அதை ப்ரோமோட் பண்றதா நெனச்சிட்டு, அந்த டிப்பார்ட்மெண்ட் அந்த ஸ்டாம்ப் மேல சர்வீஸ்னு பிரிண்ட் அடிச்சி கவர்னர் ஆபீஸ் மாதிரி பெரிய பெரிய ஆபீஸ்களுக்கு அனுப்பிட்டாங்க. அவுங்களும் அந்த ஸ்டாம்ப ஒட்டி லெட்டர் அனுப்ப ஆரம்பிச்சிட்டாங்க.”

“சரி”

“இந்த நடைமுறை எத்தனை நாளைக்கு நடந்தது, எத்தனை ஸ்டாம்ப்ப பயன்படுத்தினாங்க என்கிற விஷயமே யாருக்கும் தெரியாது. திடீர்னு ஒருநாள் பாராளுமன்றத்துல ராம் மனோகர் லோகியா இந்த விஷயத்தை நேரு கவனத்துக்கு கொண்டு போனாரு. பணமதிப்பு இல்லாததுன்னு சொல்ற முத்திரையை காந்தித்தாத்தா படம் போட்ட ஸ்டாம்ப் மேல அடிக்கிறது பொருத்தமே இல்லை, இது யார் எடுத்த முடிவுன்னு கேட்டாரு. நேருவுக்கு அந்த விஷயமே தெரியாது. உடனே லோகியா தன்னிடமிருந்த ஸ்டாம்ப்ப எடுத்து நேருகிட்ட காட்டினாரு. அதை பார்த்த நேருவுக்கு அதிர்ச்சியாயிட்டுது. உடனே அந்த ஸ்டாம்ப் பயன்பாட்டை நிறுத்தணும்ன்னு ஆர்டர் போட்டுட்டாரு. பயன்படுத்தா நிலையிலோ, பயன்படுத்திய நிலையிலோ அதை வச்சிருக்கிறவங்க யாரா இருந்தாலும், அரசாங்கத்துகிட்ட திருப்பிக் கொடுத்துடணும்ன்னு ஒரு அவசர அறிவிப்பு கொடுத்தாங்க. உடனே இந்தியா முழுக்க அந்த ஸ்டாம்ப் விற்பனையை நிறுத்திட்டாங்க. வெளியே போன ஸ்டாம்ப்களை முடிஞ்ச அளவுக்கு திருப்பி சேகரிச்சிட்டாங்க. அந்தக் கட்டு அப்படியே மியூசியத்துக்கு போயிட்டுது.”

“ஒரு ஸ்டாம்ப்புக்கு பின்னால இவ்வளவு கதையா?”

“இப்ப திரும்பி வராமலேயே சில ஸ்டாம்ப்கள் வெளியேயே தங்கிட்டுது இல்லையா? அந்த ஸ்டாம்ப்தான் ரேர் ஸ்டாம்ப். அதனுடைய மதிப்பு நாளுக்கு நாள் கூடிகிட்டே போகும். அப்படிப்பட்ட ஸ்டாம்ப்பத்தான் ஸ்டாம்ப் கலெக்டர்ஸ் தேடித்தேடி கலெக்ட் செய்வாங்க.”

அந்த விளக்கம் எனக்கு போதுமானதாக இருந்தது. ஒரு ஸ்டாம்ப் அதிசயமான ஸ்டாம்ப்பாக மாறும் பின்னணி நன்றாகவே புரிந்தது.

“பத்து ரூபா ஸ்டாம்ப ஒருத்தர் ஏலத்துல ஒரு லட்சம் ரூபாய் கொடுத்து வாங்கன செய்தியை நான் பத்திரிகையில அந்த காலத்துல படிச்சிருக்கேன். ஸ்டாம்ப் பழசாக பழசாக, அதன் மதிப்பு இரண்டு லட்சம், அஞ்சி லட்சம், பத்து லட்சம்னு ஏறிகிட்டே போச்சி. சில வருஷங்களுக்கு முன்னால யாரோ ஒரு வெளிநாட்டு பணக்காரர் அஞ்சி மில்லியன் ரூபாய் கொடுத்து இந்தப் பத்து ரூபா காந்தி ஸ்டாம்ப்ப வாங்கினார். நாலஞ்சி வருஷத்துக்கு முன்னால லண்டன்ல நடந்த ஒரு ஸ்டாம்ப் ஏலத்துல ஆஸ்திரேலியாவை சேர்ந்த ஒரு ஆர்வலர் ஒரு கோடி ரூபாய்க்கு மேல பணம் கொடுத்து அதை வாங்கியிருக்காருன்னு ஒரு செய்தி பேப்பர்ல வந்திருந்தது.”

அவர் அடுக்கிக்கொண்டே போன ஒவ்வொரு செய்தியையும் ஆச்சரியம் ததும்பியவனாக கேட்டுக்கொண்டிருந்தேன்.

“ஒரு ஸ்டாம்ப்பா இருந்தாலும் சரி, ஒரு நாணயமா இருந்தாலும் சரி, இப்படி ஒரு வரலாறு அதுக்கு பின்னால இருந்தா, அந்த ஸ்டாம்ப்புக்கு மதிப்பு கூடிட்டே போகும்.”

“இந்த காந்தி ஸ்டாம்ப் செட்ல உங்ககிட்ட என்ன ஸ்டாம்ப் இருக்குது?”

“ஒன்றரையணா, மூனரையணா, பன்னெண்டனா ஸ்டாம்ப் எல்லாமே எங்கிட்ட இருக்குது. அதெல்லாம் நம்ம பயன்பாட்டுக்குள்ள இருந்ததால அத தேடி எடுத்து வச்சிருக்கேன். ஆனால் பத்து ரூபா ஸ்டாம்ப நான் பார்த்திருக்கேன். ஆனா நான் வாங்கலை. அந்த அளவுக்கு அது அன்னைக்கு தேவைப்படலை.”

“அடடா, அது ஒன்னு இருந்தா போதுமே, இன்னைக்கு நீங்க கோடீஸ்வரனா ஆயிருக்கலாம்.”

விட்டல்ராவ் எந்த எதிர்வினையும் இல்லாமல் புன்னகைத்தபடி என்னையே பார்த்துக்கொண்டிருந்தார்.

தாமரை என்கிற தாமரியோ

சுதந்திரமடைந்து எழுபத்தைந்து ஆண்டுகள் நிறைவடைய இருப்பதை ஒட்டி, ஆகஸ்டு மாதத் தொடக்கத்திலிருந்தே எல்லாச் செய்தித்தாட்களும் பல முக்கியமான கட்டுரைகளையும் பல பழைய செய்திகளின் சுருக்கங்களையும் வெளியிட்டு வந்தன. ஆர்வத்தின் காரணமாக எல்லாச் செய்தித்தாட்களையும் வாங்கிவைத்துக்கொண்டு படித்தேன். சுதந்திரத்தைப் பற்றிய கட்டுரைகளுக்கு நடுவில் பன்முக ஆளுமை என்னும் தலைப்பில் திவ்யா அன்புமணி என்பவர் எழுதிய கட்டுரை கண்ணில் பட்டது. படிக்கத் தொடங்கியதுமே, அது ஓவியர் தாமரை என்பவரின் மறைவையொட்டி எழுதப்பட்ட அஞ்சலிக்கட்டுரை என்பது புரிந்துவிட்டது.

அவரைப்பற்றி படிக்கப்படிக்க என் இளமைக்காலத்தில் தினமணி கதிரில் அவர் வரைந்த ஓவியங்களைப் பார்த்து வெள்ளைத்தாளில் ஓவியம் தீட்டிப் பழகிய நாட்களை நினைத்துக்கொண்டேன். அவருடைய ஓவியங்களுக்காகவே சூப்பர் தும்பி என்றொரு நகைச்சுவைத்தொடரை அப்போது நான் விரும்பிப் படித்துவந்தேன். நகைச்சுவைப்பகுதியைப் படித்துப் புரிந்துகொள்வதற்கு முன்பே, அதற்காக அவர் வரைந்திருக்கும் ஓவியங்கள் வழியாக ஊகித்துப் புரிந்துகொள்ள முடியும். அந்த அளவுக்கு தெளிவும் வசீகரமும் கூடிய படங்கள். தமிழ் பத்திரிகை ஓவிய உலகத்தில் ராமு, கோபுலு, ஜெயராஜ், மாருதி, தாமரை அனைவருமே தனித்துவம் நிறைந்த சாயல்களைக் கொண்ட மனிதர்களை கண்முன்னால் கொண்டு வந்து நிறுத்தியவர்கள்.

அன்று மாலை விட்டல்ராவின் வீட்டைக் கடந்து வேறொரு நண்பரைச் சந்திக்கச் சென்றிருந்தேன். திரும்பும் வழியில் விட்டல்ராவின் வீட்டுக்குச் சென்றேன். பழைய கதைகளையெல்லாம் அரைமணி நேரம் பேசி முடித்த பிறகு ஓவியர் தாமரையின் மறைவைப்பற்றி அவரிடம் தெரிவித்தேன். அடுத்த கணமே "அடடா, தாமரையா? போயிட்டாரா?" என்று அதிர்ச்சியை வெளிப்படுத்தினார். ஒருகணம் பேச்சே இல்லாமல் என்னையே பார்த்தபடி இருந்தார். பிறகு ஆழ்ந்து ஒரு பெருமூச்சை இழுத்துவிட்டபடி தலையை இப்படியும் அப்படியுமாக அசைத்துக்கொண்டார். பிறகு, "நல்ல ஓவியர் பாவண்ணன். அபூர்வமான மனிதர். அமைதியான குணம். முப்பது முப்பத்தஞ்சி வருஷத்துக்கு மேல தினமணி கதிர்ல வேலை பார்த்தவர். இப்படி ஒரு ஆர்ட்டிஸ்ட் ஒரே ஆபீஸ்ல இத்தனை வருஷம் வேலை பார்க்கறதுலாம் ரொம்ப அபூர்வம்" என்றார்.

"உங்களுக்கு அறிமுகம் உண்டா சார்?"

"அவரை எனக்கு நல்லாவே தெரியும். கதிர் ஆபீஸ்க்கு போற சமயத்துல எல்லாம் அவரையும் பார்த்து பேசிட்டுத்தான் வருவேன். அவருடைய சொந்தப் பேரு வைத்தியலிங்கம். ஓவியத்துக்காக தாமரைன்னு பேர வச்சிகிட்டாரு. திருவாரூர்க்காரர். நல்ல சிரிச்ச முகம். மீசை இல்லாம அவர் முகமே ஒரு ஓவியம் மாதிரிதான் இருக்கும்."

"அவரைப்பத்தி இன்னைக்கு தினமணியில ஒரு கட்டுரை வந்திருக்குது. அதுல அவருடைய படம் போட்டிருக்காங்க. அந்தப் படம் நீங்க சொல்றமாதிரிதான் இருந்தது. மீசை இல்லாம முகம் மழமழன்னு இருந்தது. பார்க்கறதுக்கு சங்கீதக்காரர் மாதிரி இருந்தார்."

"வேலைக்கு வரும்போது மீசை வச்சிருந்தாராம். அப்புறம் என்ன நெனச்சாரோ தெரியலை எடுத்துட்டாராம். ஒருதரம் பேசிட்டிருந்த சமயத்துல சொன்னது ஞாபகமிருக்குது."

"ஆரம்பத்துலேருந்தே அவர் தினமணி கதிர்லதான் வேலை செஞ்சாரா?"

"இல்லை, இல்லை. அண்ணாதுரை அந்த காலத்துல காஞ்சின்னு ஒரு பத்திரிகை நடத்தினாரு. அதுல கொஞ்ச காலம் வேலை பார்த்திருக்காரு. அது நின்ன பிறகு அந்த அனுபவத்த வச்சி, கதிருக்குள்ள வேலை வாங்கி வந்துட்டாரு."

“சூப்பர் தும்பின்னு ஓர் தொடர். அந்தக் காலத்துல வாராவாரம் வரும் சார். அவருடைய ஓவியத்துக்காகவே அந்தத் தொடர தேடிப் போய் நான் படிச்சிருக்கேன். அந்தப் படங்கள்லாம் என் கண்ணுக்குள்ளயே இருக்குது.”

“நகைச்சுவைக்கு படம் போடறதுன்னா அவருக்கு ரொம்ப புடிக்கும். அவரே நகைச்சுவையா பேசக்கூடியவர்தான். தான் சிரிக்காம மத்தவங்கள சிரிக்கவச்சிடுவார். பல சமயங்கள்ல அவர பாத்துட்டு திரும்பி வீட்டுக்கு வந்த பிறகு கூட அவர் சொன்ன நகைச்சுவைக் காட்சிகள் மறுபடியும் மறுபடியும் ஞாபகத்துக்கு வந்து சிரிச்சிருக்கேன். அவருடைய ஓவியங்களும் சரி, நகைச்சுவைகளும் சரி, ரொம்ப இயற்கையா இருக்கும். பாலாஜிங்கற பேருல கூட படம் போட்டிருக்காரு.”

“பாலாஜிங்கற பேருலயா? சிறுவர் மணியில அந்தப் பேருல நிறைய படங்கள் பார்த்திருக்கேன். இவரா அவர்? ஒவ்வொன்னும் மணிமணியா இருக்கும். அந்தக் காலத்துல அந்த சிறுவர்மணி பத்திரிகைகளை பைண்டிங் பண்ணி சேத்து வச்சிருந்தேன். நிறைய சேந்த பிறகு வச்சிக்க இடமில்லாம, யார்யாருக்கோ கொடுத்துட்டேன். அவர்தான் பாலாஜியா, ரொம்ப ஆச்சரியமா இருக்குது.”

“அதுல மட்டுமில்ல, ராமகிருஷ்ணவிஜயம்னு ஒரு பக்தி பத்திரிகைய பார்த்திருக்கீங்களா, அதுல கூட அவரு ஓவியம் வரைஞ்சிருக்காரு...”

“அந்தப் பத்திரிகைகளை நான் பார்த்ததில்லை சார்.”

“அவுங்க மனைவி பேர் ராஜகுமாரி. அதனால ராஜம்ங்கற பேருலயும் சில பத்திரிகையில ஓவியம் வரைஞ்சிருக்காரு...”

“ராஜம்ங்கற பேர பாத்த ஞாபகமிருக்குது சார். அவருடைய பேர்தானா இது? ஒரு ஓவியர் எத்தனை பேர்கள்தான் வச்சிக்குவாரு?”

“ஆர்ட்டிஸ்ட்கள் இப்படித்தான் விசித்திரமா பல பேருல வரைவாங்க. இப்ப ஒரே எழுத்தாளர் பல புனைபெயர்ல எழுதறதில்லையா, அந்த மாதிரிதான். அதுவும் ஒரு போக்கு.”

சில கணங்கள் அவர் எதுவும் பேசவில்லை. அவருடைய அமைதியைக் கலைக்க விரும்பாமல் நானும் பேச்சின்றி உட்கார்ந்திருந்தேன்.

“அவர் ஓவியர் மட்டுமில்ல பாவண்ணன். நல்ல பாடகர். அருமையான குரல்வளம் உள்ளவர். இசைக்குழுவுல பாடல்கள் பாடுவார். ஒரு சமயத்துல ஒரு திருமண வரவேற்புக்கு போயிருந்தேன்.

அங்க பாடிட்டிருந்த இசைக்குழுவுல அவர் பாடிட்டிருந்தார். நான் கீழ நின்னு கேட்டிட்டிருக்கிறத பாத்துட்டு பாட்டு முடிஞ்சதும், கீழ எறங்கி வந்து கொஞ்ச நேரம் பேசி முடிச்சிட்டு போனார். நல்ல நட்பு நாடும் குணம் உள்ள மனிதர்."

ஓவியரைப்பற்றி ஒவ்வொரு செய்தியாக அவர் சொல்லச்சொல்ல நான் ஆர்வத்துடன் கேட்டுக்கொண்டிருந்தேன்.

"நீங்க இல்லஸ்ட்ரேட்டட் வீக்லி பார்த்திருக்கீங்களா?" என்று என்னிடம் கேட்டார் விட்டல்ராவ்.

"பார்த்திருக்கேன் சார். குஷ்வந்த்சிங் நடத்திய பத்திரிகைதான? அந்தக் காலத்துல தொடர்ச்சியா படிச்சிருக்கேன்."

"அதேதான். அதுல வரக்கூடிய கார்ட்டூன்கள் அந்தக் காலத்துல ரொம்ப பிரபலம். எழுத்தாளர் ஆர்.கே.நாராயணுடைய சகோதரர் ஆர்.கே.லட்சுமண் அந்த காலத்துல பெரிய கார்ட்டூன் ஆர்ட்டிஸ்ட். எல்லாமே அவர் போட்ட படங்கள்..."

"அவரை நல்லாவே தெரியும் சார். சில வருஷங்கள் முன்னால அவருடைய படங்கள் எல்லாத்தயுமே சேர்த்து ஒரு தொகுப்பா கொண்டுவந்தாங்க."

"அவரேதான். அவர்கூட இன்னொரு கார்ட்டூன் ஆர்ட்டிஸ்ட் அதே பத்திரிகையில வேலை செஞ்சாரு. கோவாகாரர். பேரு மரியோ மிராண்டா. அவரும் அருமையான ஓவியர். ரெண்டு பேருக்குமே அந்தப் பத்திரிகையில சமமான வாய்ப்பு கொடுத்தாங்க. நம்ம தாமரை இருக்காரே, அவருக்கு இந்த மரியோ மிராண்டாவுடைய படங்கள் மேல ஒரு ஈர்ப்பு உண்டு. அவருக்கு தாசானுதாசனாயிட்டாரு. அந்த சாயலை அப்படியே தன்னுடைய படங்கள்ல கொண்டுவர முயற்சி செஞ்சாரு. மிராண்டா ஓவியங்கள் மேல இருக்கிற மதிப்பின் காரணமா, தன்னுடைய பெயரையே தாமரியோன்னு மாத்தி வச் சிகிட்டாரு. அவர் வரைஞ்ச பழைய ஓவியங்கள் கிடைச்சிதுன்னா, பாருங்க. கீழ தாமரியோன்னு கையெழுத்து போட்டிருப்பாரு. அந்த அளவுக்கு அவர் மேல பற்று."

ஓவியங்கள் நினைவில் இருக்கும் அளவுக்கு கையெழுத்து நினைவில் இல்லை. மேலும் அவரைப்பற்றித் தெரிந்துகொள்ளும் ஆவலில் "தாமரையுடைய ஓவியங்கள் ஏதாவது புத்தகமா வந்திருக்குதா?" என்று கேட்டேன்.

"இல்லை பாவண்ணன். அப்படி எதுவும் வரலை. எல்லா ஆர்ட்டிஸ்ட்டுகளுக்கும் அந்த வாய்ப்பு அமையறதில்லை பாவண்ணன்.

சிலருக்கு எல்லாமே தானா நடக்கும். சிலருக்கு எதுவுமே நடக்காது. நம்ம சூழல்ல அதுக்குலாம் காரணம் கண்டுபுடிக்கவே முடியாது. இன்னும் பத்து வருஷம் கழிச்சி ஓவியர் தாமரையைத் தெரியுமான்னு கேட்டா, பதில் சொல்றதுக்குக்கூட தமிழ்நாட்டுல ஆள் இருப்பாங்களோ, இருக்கமாட்டாங்களோ, என்னால உறுதியா சொல்லமுடியாது."

ஏதோ ஓர் ஆழமான மனவருத்தத்தில்தான் அவர் அச்சொற்களைச் சொல்கிறார் என்பதையும் ஆழ்மனத்தில் அப்படி அவர் நினைக்கவில்லை என்பதையும் இத்தனை ஆண்டு கால பழக்கத்தில் என்னால் உறுதியாகச் சொல்லமுடியும். இருந்த போதும் நான் அக்கணத்தில் குறுக்கிட்டு "அந்த அளவுக்குலாம் நம்ம சூழல் போகாது சார். புதைபொருள் ஆராய்ச்சியாளன் மாதிரி யாராவது ஒருத்தர் கலைஞர்களை புதுசுபுதுசா கண்டுபுடிச்சி இந்த உலகத்துக்குக் காட்டிகிட்டேதான் இருப்பாங்க சார்" என்று சிரித்துக்கொண்டே சொன்னேன்.

அக்கணத்தில் அவரும் புன்னகையுடன் "மறக்காம இருந்தா சரிதான்" என்றபடி தலையசைத்துகொண்டார். பிறகு, "திருக்குறள் கருத்துகளை சிறுவர்கள் புரிஞ்சிக்கிற விதத்துல அழகழகான படங்களோடு சின்னச்சின்ன கதைகளை எழுதி அரியதும் பெரியதும்ங்கற தலைப்புல ஒரு புத்தகம் கொண்டுவந்ததா கேள்விப்பட்டிருக்கேன். ஆனா நான் பார்த்ததில்லை" என்றார்.

எனக்கு அவர் சொன்ன தகவல் புதிதாகவும் உற்சாகம் அளிப்பதாகவும் இருந்தது. "பேர் தெரிஞ்சிட்டா போதும் சார். எப்படியாவது தேடி கண்டுபிடிச்சிடலாம்" என்றேன்.

"கிடைச்சா எனக்கும் ஒரு புத்தகம் வாங்கிக் கொடுங்க" என்று சொன்னார் விட்டல்ராவ். தொடர்ந்து கண்கள் மின்ன "அந்தக் காலத்துல நான் அவருக்கு ஒரு புத்தகத்த அன்பளிப்பா கொடுத்திருக்கேன். அவருக்கு ரொம்ப புடிச்ச அன்பளிப்பு" என்றார்

"என்ன அன்பளிப்பு?"

"நாம என்ன கொடுக்க போறோம்? புத்தகம்தான்."

"என்ன புத்தகம்?"

"ஓவியம் தொடர்பான புத்தகம்தான். அமெரிக்காவுல வெளியான புத்தகம். நான் ஓவியம் கத்துக்கற சமயத்துல மூர் மார்க்கெட்ல செக்கெண்ட் ஹேண்ட்ல வாங்கன புத்தகம். அனாட்டமி

தொடர்பானது. ரொம்ப அடிப்படையான புத்தகம். நான் அதை அவருக்கு கொடுத்ததுமே வாங்கி கண்ணுல ஒத்திகிட்டாரு. ஓவியத்துமேல அவருக்கு இருந்த பக்திதான் அதுக்கு காரணம்"

அந்தக் காலத்தை மனத்துக்குள் அசைபோடுவதுபோல ஒருசில கணங்கள் எதுவும் பேசாமல் அமைதியில் மூழ்கியிருந்தார் விட்டல்ராவ். பிறகு "ஓவியத்துல இல்லைன்னாலும், வேற ஏதோ ஒரு வழியில அவருடைய தொடர்ச்சி தமிழ்ச்சூழல்ல உருவாகியிருக்குது பாவண்ணன்" என்றார்.

"என்ன சார் சொல்றீங்க, புரியலையே" என்று நான் அவருடைய முகத்தைப் பார்த்தேன். "புதிய பார்வை பத்திரிகயில ஆசிரியர் பொறுப்புல இருந்துட்டு, இப்ப தினமணி கதிர்ல ஆசிரியர் பொறுப்புல இருக்காரே பாவை சந்திரன். அவரு யாரு தெரியுமா? நம்ம ஓவியர் தாமரையுடைய சகோதரி மகன்தான்" என்றார் விட்டல்ராவ்.

✿

திருட்டுக்கனிகள்

"சமீபத்துல புதுசா என்ன கதை எழுதினீங்க?" என்று ஒருமுறை விட்டல்ராவ் கேட்டார். அப்போதுதான் நான் 'கிருஷ்ண ஜெயந்தி' என்னும் தலைப்பில் ஒரு கதையை எழுதி முடித்திருந்தேன். அதைப்பற்றி அவரிடம் சொன்னேன். அந்தச் சிறுகதை சொல்வனம் என்னும் இணைய இதழில் வெளிவந்தது. அதன் இணைப்பை அவருக்கு உடனே அனுப்பிவைத்தேன். அன்றே அக்கதையைப் படித்துவிட்டு மாலையில் மீண்டும் தொலைபேசியில் அழைத்தார் விட்டல்ராவ். கதை தனக்கு மிகவும் பிடித்திருப்பதாகச் சொன்னார்.

"ஆரம்பமே அழகா இருக்குது பாவண்ணன். மதிலேறிக் குதிச்சி மரத்துல ஏறி திருட்டு மாம்பழம் பறிக்கிற காட்சியை அப்படியே கண் முன்னால நடக்கிறமாதிரியே எழுதியிருக்கீங்க. முழுமையா என்னால அத உணரமுடியுது" என்று மகிழ்ச்சியோடு குறிப்பிட்டார். தொடர்ந்து "இதே மாதிரிதான் நானும் என் கூட்டாளிங்களும் சின்ன வயசுல மரத்துல ஏறி பழங்கள பறிச்சி தின்னுவோம். அந்த சின்ன வயசு ஞாபகங்கள் எல்லாம் இந்தக் கதையால அப்படியே பொங்கிப்பொங்கி மேல வருது" என்றார்.

அவர் பேசுவதைக் கேட்க எனக்கும் மகிழ்ச்சியாக இருந்தது. அவரை மேலும் பேசுவதற்குத் தூண்டும் விதமாக "திருட்டு மாம்பழம் பறிச்சி தின்ன அனுபவம் உங்களுக்கும் இருக்குதா சார்?" என்று கேட்டேன்.

"அது இல்லாத பால்ய காலம்னு ஒன்னு இருக்கமுடியுமா பாவண்ணன்? மாம்பழம் மட்டுமில்லை, கொய்யாப்பழம், பப்பாளிப்பழம், பப்பளிமாஸ் எதயும் நாங்க சின்ன வயசுல விட்டதில்லை. எந்த வீட்டுல எந்த மரத்துல பார்த்தாலும் போதும், ஆள் இல்லாத சமயம் பார்த்து ஏறி பறிச்சி தின்னாதான் எங்க ஆசை அடங்கும்" என்று வாய்விட்டு சிரித்தார் விட்டல்ராவ். அவர் சொன்ன விதத்தைக் கேட்டு எனக்கும் சிரிப்பு வந்துவிட்டது.

"நீங்க கறிவேப்பிலைப்பழம் சாப்ட்டிருக்கீங்களா?" என்று திடீரென ஒரு கேள்வியைக் கேட்டார் விட்டல்ராவ். அவர் என் பதிலுக்காகக் காத்திருப்பதை என்னால் உணரமுடிந்தது. "இல்லை சார், நான் சாப்ட்டதில்லை" என்றேன்.

"பாக்கிறதுக்கு ஒவ்வொரு பழமும் நாகப்பழம் மாதிரி கன்னங்கரேல்னு உருண்டையா இருக்கும் பாவண்ணன். ஆனா ருசியா இருக்கும். நாங்க அதைக்கூட விட்டு வச்சதில்லை. பறிச்சி சாப்ட்டிருக்கோம்."

"யாரும் ஒன்னும் சொல்லமாட்டாங்களா சார்?"

"நாங்க மதிலேறி குதிச்சி உள்ள போவறதும் தெரியாது. பறிக்கறதும் தெரியாது. அப்படியே பூனை மாதிரி போய் பூனை மாதிரி வந்துடுவோம். அதெல்லாம் சின்ன வயசுல பெரிய சாகசம். ஒருத்தராலயும் கண்டுபுடிக்க முடியாது"

"அக்கம்பக்கத்து வீடுகள்ல இருக்கிறவங்க கூட பார்க்கமாட்டாங்களா?"

"பார்க்கறதுக்கு வழி கிடையாது பாவண்ணன். நாங்க சேலத்துல தங்கியிருந்த இடத்த சுத்தி நிறைய பங்களா மாதிரியான வீடுகள் இருக்கும். எல்லாமே பெரிய பெரிய வீடுகள். எல்லா வீடுகள்லயும் பெரிய பெரிய தோட்டங்கள் இருக்கும். ஒரு தோட்டத்துல இருக்கிறவங்கள இன்னொரு தோட்டத்துக்காரங்க பார்க்கமுடியாது. போய்வர அளவுக்கு பெரிய பெரிய சந்துகள் இருக்கும். நேரம் இருக்கும்போதெல்லாம் ஒவ்வொரு தெருவா நடந்துபோய் எந்த வீட்டு மரத்துல என்னென்ன பழங்கள் இருக்குதுன்னு நோட்டம் பார்த்துட்டு வந்துருவோம். அதுக்கப்புறம் வேற ஒருநாள் போய் பறிச்சிடுவோம்."

"யாருமே உங்க திருட்ட கண்டுபிடிச்சதில்லையா?"

"ரொம்ப நாளா நாங்க அப்படித்தான் நினைச்சிட்டிருந்தோம். ஆனா ஒருத்தர் மட்டும் எங்கள கண்டுபுடிச்சிட்டாரு."

"யாரு?"

"சொன்னா ஆச்சரியப்படுவீங்க. மகரிஷின்னு ஒரு எழுத்தாளர பத்தி சொல்லியிருக்கேனே, ஞாபகம் இருக்குதா? அவரும் எங்க தெருவுலதான் இருந்தாரு. அவர்தான் கண்டுபுடிச்சாரு."

"எப்படி?"

"இத்தனைக்கும் அவர் வீட்டுல நாங்க பறிச்சது வெறும் கறிவேப்பிலைப்பழம்தான். பறிச்சிட்டு வெளியே குதிக்கிற சமயத்துல எங்கள பார்த்துட்டாரு. அவரு எட்டி பார்த்து சத்தம் போட்டதும் நாங்களும் ஒரு வேகத்துல திரும்பிப் பார்த்துட்டோம். அதுதான் நாங்க செஞ்ச தப்பு. உடனே எங்க முகத்தை பார்த்துட்டு அடையாளம் கண்டுபிடிச்சிட்டாரு."

"ஏற்கனவே அவருக்கு உங்க எல்லாரையும் தெரியுமா?"

"அவருக்கு மட்டுமில்லை, எங்க தெருவுல இருக்கிற எல்லாருக்குமே எங்கள தெரியும். நாங்க ஒரு பத்து பன்னெண்டு பேரு ஒரு செட்டா இருந்தோம். நாங்க எல்லாருமே கால்பந்து ஆடற கூட்டம். நேரம் இருக்கும்போதெல்லாம் மைதானத்துல கால்பந்து ஆடறதுதான் எங்க பொழுதுபோக்கு. அதனால எங்க தெருவுல இருக்கற எல்லாருக்குமே எங்க முகங்கள் அறிமுகம்."

"ஒன்னும் சொல்லலையா?"

"அன்னைக்குத்தான் தப்பிச்சி வந்துட்டமே. அதனால சொல்றதுக்கு வழியில்லாம போயிடுச்சி. ஆனா வேற ஒரு நாள் நாங்களே அவரை தேடி போகிறமாதிரியான ஒரு சூழல் வந்தது. அப்ப சொல்லி கேலி பண்ணி சிரிச்சாரு."

"அது என்ன சூழல்?"

"கால்பந்து விளையாட்டுல நாங்க ஒரு அணியா இருந்தோம்னு சொன்னேன் இல்லையா? எங்கள மாதிரியே வேற வேற தெருவுல வேற வேற பையன்கள் தனித்தனி அணியா விளையாடுவாங்க. அப்படி ஆடிட்டிருந்த ஒரு அணி எங்க கூட மேட்ச் விளையாட வரேன்னு சொன்னாங்க. நாங்களும் ஓகே சொல்லி அனுப்பிட்டோம். ஆனா எங்ககிட்ட கால்பந்து கிடையாது."

"தெனமும் ஆடுவோம்னு சொன்னீங்க"

"தெனமும் ஆடறது உண்மைதான். அப்ப டென்னிஸ் பந்து மாதிரி ஒரு பந்தை வச்சிகிட்டு ஆடுவோம். உண்மையான கால்பந்து

எங்ககிட்ட இல்லை. அதை வாங்கறதுக்கு எங்ககிட்ட பணம் கிடையாது."

"அடடா. அப்ப பந்துக்கு என்ன பண்ணீங்க?"

"எங்க அணிக்காகவே ஒரு பந்து வாங்கணும்னு தீர்மானிச்சோம். அத வாங்கறதுக்காக எங்க தெருவுல இருந்த ஒவ்வொரு வீட்டுலயும் போய் உண்மைய சொல்லி நன்கொடை வசூல் செஞ்சோம்"

"கொடுத்தாங்களா?"

"நாங்க கால் பந்து விளையாடறத தெனமும் பார்க்கிற ஆளுங்கதான? அதனால கேட்டதுமே ஆளாளுக்கு எட்டணா ஒரு ரூபாய்னு கொடுத்தாங்க. அந்த நேரத்துல வேற வழியில்லாம நாங்க மகரிஷி வீட்டுக்கு போக வேண்டிதா இருந்தது. அவர் அப்பவே பெரிய எழுத்தாளரா இருந்தாரு. ரேடியோவுல அவரு எழுதன நாடகம்லாம் வந்திருந்தது. நாங்க போய் நின்னதும் எங்க மூஞ்சியப் பாத்தாரு. உடனே நீங்க எல்லாரும் அன்னைக்கு கறிவேப்பிலைப்பழம் பறிச்ச பசங்கதானடான்னு கேட்டாரு. நாங்க வாயே தெறக்கலை. அவருதான் பேசிட்டே இருந்தாரு. கறிவேப்பிலைப்பழம்லாம் எதுக்குடா சாப்புடறீங்க. நல்ல கொய்யாப்பழம், பப்பாளிப்பழம் இருக்கிற இடமா பார்த்து பறிச்சி சாப்புடுங்கடா, அதான் உடம்புக்கு நல்லதுன்னு சொன்னாரு. அது மட்டுமில்லை. பழங்கள திருடி சாப்புடும்போது அப்படியே சாப்புடக்கூடாதுடா. நம்ம பிள்ளையார் கோயில் இருக்குதில்ல, அங்க போய் ஒன்னு ரெண்டு பழத்த அவருக்கு காணிக்கையா வச்சிட்டு சாப்புடணும், புரியுதான்னு கேட்டாரு. அவரு எங்களுக்கு உண்மையிலேயே அறிவுரை சொல்றாரா, கிண்டல் செய்றாரான்னே புரிஞ்சிக்க முடியல. நாங்க வாயத் தெறந்து ஒரு பதிலும் சொல்லாம, அவர் மூஞ்சியயே பார்த்துட்டிருந்தோம். எல்லாத்தயும் சொல்லிட்டு அவரு எங்களுக்கு ரெண்டு ரூபா கொடுத்தாரு. அத வாங்கிட்டு ஓட்டமா ஓடியாந்துட்டோம்."

"பந்து வாங்கறதுக்கு போதுமான பணம் கிடைச்சதா?"

"கொஞ்சம் கொஞ்சமா சேர்ந்தாலும் பந்து வாங்கறதுக்குத் தேவையான அளவுக்கு பணம் ரொம்ப சீக்கிரமாவே சேர்ந்துடுச்சி. நாங்களும் வாங்கி பயிற்சி செய்து விளையாடி அந்த கேம்லயும் ஜெயிச்சிட்டோம். அன்னைக்கு ஒரே கொண்டாட்டம்தான் போங்க."

"அதுக்கப்புறமா பழம் பறிச்சி சாப்புடறத நிறுத்தினீங்களா இல்லையா?"

“ஆ, அத எப்படி நிறுத்தமுடியும்? அது தொடர்ந்துகிட்டே இருந்தது. எங்க தெருவுல ஒரு காலேஜ் வாத்தியார் இருந்தாரு. அவரு வீட்டு தோட்டத்துல ஒரு பெரிய கொய்யாமரம் இருந்தது. ஏராளமான பழங்கள் இருந்தது. என்ன காரணமோ தெரியலை, அந்த வீட்டுக்காரங்க அத பறிக்காமலேயே விட்டு வச்சிருந்தாங்க. ஒருநாள் அதும் மேல எங்களுக்கு ஒரு கண்ணு விழுந்துட்டுது. எப்படியாவது அத அடிச்சிடணுமேன்னு ஒரு திட்டம் போட்டோம். எப்பவாவது சாயங்கால நேரத்துல கடைத்தெருவுக்கோ கோவிலுக்கோ போற சமயம் பார்த்து, மதிலேறிக் குதிச்சிடவேண்டிதுதான்னு யோசிச்சி வச்சிருந்தோம். இதுக்காகவே ஒவ்வொரு நாளும் சாயங்காலம் அவுங்க வீட்டுப்பக்கமா ஆள் அனுப்பி வேவு பார்ப்போம்.”

“ம்”

“ஒருநாள் சாயங்காலம் அவுங்க வீட்டு முன்னால ஒரு குதிரைவண்டி நின்னுட்டிருந்தது. ஆகா எங்கயோ கௌம்பறாங்க போலன்னு நெனச்சி நாங்க தயாரா இருந்தோம். அந்த வீட்டுல வயசான ஒரு பாட்டி இருந்தாங்க. அவுங்கள உள்ள வச்சி கதவப் பூட்டிட்டு வீட்டுல இருக்கிறவங்க எல்லாரும் கௌம்பிப் போயிட்டாங்க.”

“அப்புறம்?”

“குதிரைவண்டி எங்க தெருவ தாண்டிப் போனதும் நாங்க ஒரு நாலு பேரு மட்டும் அவுங்க வீட்டுக்குப் போனோம். இன்னும் ஒரு நாலு பேரு மதிலோரமா நின்னுகிட்டாங்க. அந்தப் பாட்டிகிட்ட மெதுவா பேச்சு கொடுத்தோம். அந்தப் பாட்டிக்கு தன்ன தனியா விட்டுட்டு எல்லாரும் போயிட்டாங்களேன்னு ஒரே கோபம். அந்த ஆத்திரத்துல அந்தக் கழுதைங்க எல்லாரும் சினிமாவுக்குப் போயிருக்குதுன்னு சொன்னாங்க. சரி, போதுமான நேரம் இருக்குதுன்னு நெனச்சி நாங்க அந்தப் பாட்டிகிட்ட தொடர்ந்து அந்தக் கதை இந்தக் கதைனு பேச்சு கொடுத்திட்டிருந்தோம். மத்தவங்க எல்லாரும் மதிலேறி தோட்டத்துக்குள்ள போயி தேவையான அளவுக்கு பைநிறைய பழத்தப் பறிச்சிட்டு வெளியே வந்துட்டாங்க. ரெண்டு பழத்த எடுத்து பாட்டிகிட்ட கொடுத்து சாப்புடச் சொன்னோம். பாட்டியும் ருசியா இருக்குதுன்னு சொல்லிட்டு ரசிச்சி சாப்ட்டுது. நாங்க எங்க வழக்கப்படி பிள்ளையார் கோவிலுக்கு போய் ரெண்டு பழங்கள அவருக்குக் காணிக்கையா வச்சிட்டு வட்டமா உக்காந்து சாப்ட்டோம். மறுநாள் காலையில மரத்துல பழங்கள் இல்லைங்கறத

காலேஜ் வாத்தியாரே பார்த்துட்டாரு. உடனே அக்கம்பக்கத்துல விசாரிச்சி பார்த்திருக்காரு. எல்லாருமே தெரியாது தெரியாதுன்னு சொல்லிட்டாங்க. அந்த கோபத்துல அவரு சத்தம் போட்டுட்டே இருந்தாரு. நாலைஞ்சி நாள் நாங்க யாருமே அந்தப் பக்கம் போகலை."

"பழம் சாப்பிடறதுக்கு இவ்வளவு சாகசம் வேணுமா சார்?"

"அந்த வயசுல அதெல்லாம் தெரியுமா என்ன? எல்லாமே ஒரு ஆசையில செய்யறதுதான் பாவண்ணன். இப்ப நெனச்சி பார்த்தா, சுத்தி இருந்தவங்களுக்கு இத்தன சங்கடங்கள் கொடுத்திருக்கோமேன்னு வருத்தமா இருக்குது"

"அதெல்லாமே ஒரு குறும்பு விளையாட்டுதான சார்? இதுக்கு வருத்தப்பட வேண்டிய அவசியமே இல்லை. உங்க இளமை அனுபவங்கள் எல்லாமே ரொம்ப சுவாரசியமா இருக்குது. ஒன்னொன்னும் ஒரு கதை மாதிரி இருக்குது"

அதைக் கேட்டு விட்டல்ராவ் மகிழ்ச்சியுடன் சிரித்தார். சில கணங்களுக்குப் பிறகு "இப்ப சட்டுனு இன்னொரு சம்பவம் ஞாபகம் வருது. அத சொல்லட்டுமா?" என்று கேட்டார். "சொல்லுங்க சார்" என்று தூண்டினேன் நான்.

"எங்க கூட ஒரு பையன் படிச்சான். எங்க நண்பன் அவன். அவுங்க வீடு ஒரு பங்களா மாதிரி இருக்கும். அவுங்க வீட்டுத் தோட்டத்துல ஒரு பெரிய பப்பாளி மரம் இருந்தது. ஒரு மூனு பழம் நல்லா பழுத்து தொங்கிட்டிருந்தது. அதனுடைய நிறமே செவசெவன்னு ரொம்ப வித்தியாசமா இருந்தது. அத எப்படியாவது சாப்புடணும்னு எங்களுக்கு ஒரு ஆசை. அவன கேக்கறதுக்கும் எங்களுக்கு மனசு வரலை. அவன் வீட்டுலயே திருடி தின்னறதுக்கும் மனசு வரலை. நாளுக்கு நாள் அந்த பழம் பழுத்துகிட்டே போவுது. அத பார்க்க பார்க்க எங்களுக்கு நாக்குல தண்ணி ஊறுது."

"அடடா, கடைசியா என்னதான் செஞ்சீங்க?"

"ஒருநாள் அந்த வீட்டுல யாரும் இல்லாத நேரம் பார்த்து மதிலேறி குதிச்சி மூனு பழங்களயும் பறிச்சிட்டோம். வழக்கம்போல பிள்ளையார் கோவில் மண்டபத்துல உக்காந்து சாமிகிட்ட வேண்டிகிட்டு பழத்த அறுத்தோம். முதல்ல விதைகளையெல்லாம் எடுத்து ஒரு பொட்டலமா கட்டி தூக்கி போட்டோம். அப்புறம் சின்ன சின்ன துண்டுகளா மூனு பழங்களயும் நறுக்கினோம். ரெண்டு துண்ட பிள்ளையாருக்கு வச்சிகிட்டு சாப்புட ஆரம்பிச்சோம். வித்தியாசமான ஒரு ருசி. நல்ல

இனிப்பு. அந்த மாதிரி இனிப்பான பப்பாளிப்பழத்த நாங்க அதுவரை சாப்புட்டதே இல்லைன்னு சொல்லிகிட்டே சாப்புட்டோம்.”

“அப்புறம்?”

“அந்த நேரத்துல நாங்க யாருமே எதிர்பார்க்காதபடி கோவில் பக்கமா எங்க நண்பன் வந்துட்டான். யார் வீட்டுலேருந்து பழத்த பறிச்சி துண்டு போட்டு வச்சிருக்கமோ, அந்த நண்பனே வந்துட்டான். ஒரு நிமிஷம் எங்களுக்கு கையும் ஓடலை. காலும் ஓடலை. முதல்ல திகைச்சி நின்னாலும் சிரிச்சி சமாளிச்சிகிட்டே வாடா வாடானு அவன ஆசையோடு கூப்பிட்டு பக்கத்துல உக்கார வச்சிகிட்டோம். அவனும் வந்து உக்காந்துட்டான். பப்பாளிப்பழத் துண்டுகள பார்த்ததுமே என்னடா, இன்னைக்கு பெரிய வேட்டையான்னு கேட்டான். நாங்களும் ஆமாம்டா, நீயும் ரெண்டு துண்டு எடுத்து சாப்புடுடான்னு எடுத்து கொடுத்தோம்.”

“அவன் வீட்டு பழத்த அவனுக்கே கொடுத்தீங்களா?”

“ஆமாம். அவனும் அந்த துண்டுகளை ஆசையோடு வாங்கிகிட்டான். அப்புறம் பழத்துடைய நிறத்தை பார்த்துட்டு நல்ல நிறமா இருக்குது. எங்க வீட்டு பப்பாளிப்பழம் கூட இதே மாதிரிதான் நல்ல நிறமா இருக்கும்னு சொன்னான். சரிடா, பழத்த ருசி பாருடான்னு நாங்க அவன் பேச்ச திசைமாத்த முயற்சி செஞ்சோம். அவன் ரெண்டு மூனு துண்டுகளை எடுத்து வாய்ல போட்டு சாப்ட்டான். உடனே, இந்த பழத்துடைய ருசி கூட எங்க வீட்டு பழத்துடைய ருசி மாதிரிதான்டா இருக்குது. எங்கேர்ந்துடா பறிச்சாந்தீங்கன்னு கேட்டுகிட்டே இன்னும் ரெண்டு துண்டுகளை எடுத்து வாய்க்குள்ள போட்டான். எங்களுக்கு என்ன பதில் சொல்றதுன்னே தெரியலை. ஆனாலும் உள்ளுக்குள்ள வந்த சிரிப்ப எங்களால கட்டுப்படுத்தவும் முடியலை. எங்க மூஞ்சியே எங்கள காட்டி கொடுத்துட்டுது. உங்க வீட்டுப் பழம்தான்டா, இன்னும் ஒரு துண்டு கூட எடுத்துக்கடான்னு தாராள மனசோடு எடுத்துக் கொடுத்தோம். அவன் அதக் கேட்டதும் மொதல்ல திகைச்சமாதிரி பார்த்தான். அப்புறம் சிரிச்சான். எப்படிடா பறிச்சீங்க, ரொம்ப உயரத்துல இருந்ததேன்னு சொல்லி சொல்லி சிரிச்சான். திடீர்னு எதையோ நினைச்சவன் மாதிரி ஒன்னயாவது விட்டு வச்சீங்களா, இல்லை மூனயும் பறிச்சிட்டீங்களான்னு கேட்டான். மரத்துல ஏறி கண்ணால பார்த்துட்ட பிறகு விட்டுட்டு எறங்கறதுக்கு மனசு வரலைடா, மூனயும் பறிச்சிட்டோம்டான்னு சொன்னோம். அவன் ஒன்னும் நாங்க நினைச்ச அளவுக்கு அத தீவிரமா எடுத்துக்கலை.

எங்க கூட சகஜமா சேர்ந்து உக்காந்து சரி சரினு கதை பேசிகிட்டே பழத்த சாப்ட்டான். அதுக்கப்புறம்தான் எங்க மனசுக்கு கொஞ்சம் நிம்மதியா இருந்தது.”

“நீங்க சொல்ற கதைகளைக் கேட்டு தொகுத்தாவே பழம் தின்ற புராணம்னு ஒரு தொகுப்ப உருவாக்கிடலாம் போல இருக்குது சார். ஒவ்வொன்னும் ஒவ்வொரு விதமா இருக்குது” என்றேன். “வாழ்க்கையே ஒரு பல்சுவை நிகழ்ச்சி மாதிரிதானே பாவண்ணன்” என்று சிரித்தார் விட்டல்ராவ்.

கைவிடப்பட்டவன்

ஒருநாள் மாலையில் விட்டல்ராவைச் சந்திக்கச் சென்றிருந்தேன். நீண்ட நேரம் பேசிக்கொண்டிருந்தாலும் பொழுது போனதே தெரியவில்லை. தற்செயலாக கதவைத் திறந்துகொண்டு வெளியே வந்து பார்த்தபோதுதான் பொழுது சாய்ந்து இருட்டத் தொடங்கி யிருப்பதைக் கவனித்தேன்.

அந்த நேரத்துக்கு ஒரு காப்பி அருந்தினால் நன்றாக இருக்கும்போலத் தோன்றியது. "வரீங்களா சார், அப்படியே நடந்துபோய் ஏட்டுபியில ஒரு காப்பி சாப்ட்டு வரலாம்" என்று விட்டல்ராவை அழைத்தேன். "பால், டிக்காஷன் எல்லாம் வீட்டுலயே இருக்குது பாவண்ணன், இங்கயே போடட்டுமா?" என்றார் விட்டல்ராவ்.

நான் ஒருகணம் தயங்கினேன். "வேணாம் சார், வாங்க கடைக்குப் போய் குடிச்சிட்டு வரலாம். அந்த பாலை அப்படியே வைங்க. ராத்திரி வேளைக்கு உங்களுக்கு காப்பி தேவைப்பட்டா உதவியா இருக்கும்" என்றேன். "சரி இருங்க, ட்ரஸ் மாத்திட்டு வரேன்" என்றபடி அறைக்குள் சென்றார் விட்டல்ராவ்.

வீட்டைப் பூட்டிக்கொண்டு இருவரும் உணவு விடுதிக்குச் சென்றோம். உள்ளே நுழையும்போதே எங்களுக்கு ஏற்கனவே முகப்பழக்கம் உள்ள ஆலம் நின்றிருந்தார். முழுப்பெயர் ராம்கிஷோர் ஆலம். ஜார்கண்ட் மாநிலத்தைச் சேர்ந்தவர். பெங்களூருக்கு வந்து ஆறு ஆண்டுகள் ஆகின்றன. தடுமாற்றமில்லாமல் கன்னடம் பேசக் கற்று வைத்திருந்தார்.

நாங்கள் சந்தடியில்லாத மேசையைத் தேடி உட்காரும் வரைக்கும் காத்திருந்துவிட்டு தண்ணீர்த்தம்ளர்களோடு வந்தார் ஆலம். "என்ன தரட்டும் சார்?" என்று கேட்டார். "ரெண்டு காப்பி போதும் ஆலம்" என்றேன். அவர் விடவில்லை. "பஜ்ஜி சூடா இருக்கு சார். இப்பதான் போடறாங்க. ஒரு ப்ளேட் சாப்ட்டு பாருங்க" என்று ஆசை காட்டினார். அந்த ஆசைக்கு இணங்குவதைத் தவிர வேறு வழி தெரியவில்லை.

அடுத்து ஒரே நிமிடத்தில் பஜ்ஜித்தட்டு வந்துவிட்டது. "தீபாவளிக்கு ஊருக்கு போகலையா ஆலம்?" என்று நானாகத்தான் உரையாடலைத் தொடங்கினேன். "இல்ல சார்" என்றார் ஆலம். "குடும்பம்லாம் இங்கயே இருக்காங்களா?" என்று கேட்டேன். "இல்ல சார், குடும்பம் ராஞ்ச்சியில இருக்குது. என்னாலதான் போக முடியலை" என்றார். நான் அமைதியாக அவர் முகத்தையே பார்த்துக்கொண்டிருந்தேன்.

"எனக்கு ரெண்டு புள்ளைங்க. எங்க அண்ணனுக்கு ரெண்டு புள்ளைங்க. அண்ணனும் அண்ணியும் ஒரு விபத்துல செத்துட்டாங்க. அந்த புள்ளைகளயும் நாங்கதான் பார்த்துக்கறோம். அம்மாவும் அப்பாவும் கூட எங்களோடுதான் இருக்காங்க. போகவர ஆகக்கூடிய செலவுப்பணத்த ஊருக்கு அனுப்பி வச்சா, அது அவுங்களுக்கு ரொம்ப உதவியா இருக்கும்னு நெனச்சி நெனச்சி ஊருக்கு போகறதையே நிறுத்திட்டேன். கண்ண மூடி கண்ண தெறக்கறதுக்குள்ள நாலு வருஷம் ஓடிட்டுது. அடுத்த வருஷமாவது ஊருக்கு போய்வரணும். என்னமோ மொபைல் புண்ணியத்துல பொண்டாட்டி பிள்ளைங்க மூஞ்சிய தெனமும் பார்த்துக்கமுடியுது. ஆனாலும் நேருல பாக்கிறமாதிரி வருமா சார்?" என்றார் ஆலம்.

பஜ்ஜியைச் சாப்பிடாமல் அவர் சொல்வதைக் கேட்டபடி அமர்ந்திருப்பதை சற்றே தாமதமாகவே அவர் உணர்ந்தார். சட்டென தன் உரையாடலை நிறுத்திவிட்டு "சாப்புடுங்க சார் மொதல்ல. பஜ்ஜி ஆறிட போவுது. நம்ம கதை சினிமா மாதிரி பெரிய கதை. இன்னொரு நாள் சொல்றேன்" என்றபடி விலகி பக்கத்து மேசைக்கு அருகில் சென்றார்.

ஆலமின் நெஞ்சில் இப்படி ஒரு சோகமான பக்கம் இருக்கும் என ஒருநாளும் நான் எதிர்பார்க்கவில்லை. அவருடைய சுறுசுறுப்பையும் உதட்டோடு ஒட்டியிருக்கும் புன்சிரிப்பையும் பார்த்துவிட்டு அவர் ஓர் உற்சாகமான மனிதர் என்று நினைத்துவிட்டேன். அவர்

இவ்வளவு பெரிய பாரத்தைச் சுமந்துகொண்டிருக்கிறார் என்பதை உணராமலேயே இருந்துவிட்டேன்.

வீடு திரும்பும் வரைக்கும் நாங்கள் ஆலம் நினைவிலேயே மூழ்கியிருந்தோம். அவரை முன்வைத்து தொடங்கிய எங்கள் உரையாடல், குடும்பத்தைத் துறந்து ஒரு மாநிலத்திலிருந்து இன்னொரு மாநிலத்திற்கு வந்து கிடைத்த வேலைகளோடு ஒட்டிக்கொண்டு பிழைக்கும் எண்ணற்ற வடமாநிலத் தொழிலாளர்களைப்பற்றியதாக மாறியது.

சில கணங்கள் அமைதியாக இருந்த விட்டல்ராவ், "இந்த இடமாற்றம், இந்த மனபாரம், இந்தத் துயரம் எல்லாமே காலம்காலமா இந்த மண்ணுல இருந்துட்டேதான் இருக்குது பாவண்ணன். ஆட்களும் இடங்களும்தான் மாறிட்டே இருக்குதே தவிர, துயரம் மாறவே இல்லை. அது அப்படியேதான் இருக்குது" என்றார்.

நான் அவருடைய முகத்தையே பார்த்தபடி அமர்ந்திருந்தேன். தன் பெருவிரலால் கண்ணாடிக்கு மேல் நெற்றியை சிறிது நேரம் தடவிக்கொண்டார். எதிர்பாராத விதமாக என்னைப் பார்த்து "நீங்க தாகூர் எழுதிய காபூலிவாலா கதையைப் படிச்சிருக்கீங்களா?" என்று கேட்டார்.

"படிச்சிருக்கேன் சார். தாகூர் கதைகள்ல எனக்கு ரொம்ப புடிச்ச கதை அது. மினின்னு ஒரு குழந்தை, அதனுடைய எழுத்தாளர் அப்பா, பேரீச்சம்பழம் விக்கிற காபூலிவாலான்னு மூனே மூனு பாத்திரங்கள வச்சிகிட்டு தாகூர் அற்புதமா எழுதியிருப்பாரு."

"அந்தக் காபூலிவாலாவும் நம்ம ஆலம் மாதிரியான ஆள்தான? ஊருல விட்டுட்டு வந்த மகள மனசுக்குள்ள நெனச்சிகிட்டு கல்கத்தாவுல பழம் விக்கறான் காபூலிவாலா. இதோ இந்த வருஷம் போகலாம், அடுத்த வருஷம் போகலாம்ங்க்ற நினைப்பிலேயே நாலஞ்சி வருஷம் ஓடிடுது. கௌம்பவேண்டிய நேரத்துல ஏதோ ஒரு வாய்த்தகராறுல அவனுக்கு சிறைத்தண்டனை கிடைச்சிடுது. இன்னும் ஒரு நாலஞ்சி வருஷம் ஓடிடுது."

"அவன் வாழ்க்கையில எதிர்பாராத, ரொம்ப மோசமான திருப்புமுனை சார் அது. போட்டோ எடுத்துக்கற வசதியெல்லாம் இல்லாத அந்த காலத்துல, பொண்ணு ஞாபகமா, அதனுடைய விரலை மசியில உருட்டி ஒரு தாள்ல ரேகை பதிய வச்சி , அந்தத் தாளத்தான் அவன் போட்டோ மாதிரி வச்சிருப்பான்"

“காபூலிவாலா கதையை இந்தியில சினிமாவா எடுத்தாங்க. பால்ராஜ் சகானின்னு ஒரு பெரிய நடிகர் நடிச்சிருந்தாரு. தூங்கற பொண்ணு வெரல புடிச்சி மையில உருட்டி விரல பதிய வச்சி எடுத்துட்டு கௌம்பற காட்சியில ரொம்ப அருமையா நடிச்சிருப்பார் சகானி. ஒரு வார்த்த கூட வசனம் கெடயாது. ஆனா அவருடைய முகபாவனையே அந்த துயரத்தைக் காட்டிடும். அற்புதமான நடிப்பு. அவருக்கு பொண்ணு ஞாபகம் வரும்போதெல்லாம் அந்த ரேகை வச்ச தாள எடுத்து பார்த்துக்குவாரு”

“நான் படம் பார்க்கலை சார். கதையை மட்டும்தான் படிச்சேன்.”

“பார்க்கவேண்டிய படம் பாவண்ணன். யுடியூப்ல எங்கயாவது கெடைக்கும். தேடி பாருங்க. ஹேமென் குப்தா டைரக்‌ஷன். வாழறதுக்கான வழியைத் தேடி ஆப்கானிஸ்தான்லேருந்து இப்படி பல ஆயிரம் பேர்கள் இந்தியாவுக்குள்ள கல்கத்தா, பம்பாய், பெங்களூரு, கோவா, சென்னைன்னு பல நகரங்களுக்கு வந்தாங்க.”

“சென்னைக்கு கூடவா?”

“ஆமாம். நான் சென்னையில வேலைக்கு சேர்ந்த புதுசுல பல காபூல்காரங்கள பார்த்திருக்கேன். கிடைச்ச வேலைகளை செய்வாங்க. சமுக்காளம் சால்வை விப்பாங்க. ப்ளம்பிங் வேலை, கார்பெண்ட்டர் வேலைன்னு கெடைச்ச வேலைக்கு போவாங்க. பெரும்பாலான ஆட்கள் ஒரு பெரிய மரப்பெட்டிக்குள்ள காய்ந்த திராட்சை, பேரீச்சம்பழம், ரொட்டி, பொறைன்னு என்னென்னமோ எடுத்துட்டு வந்து விப்பாங்க. சிலர் சைக்கிள்ல வருவாங்க. சிலர் பெரிய பெரிய பைகள்ல நிரப்பி எடுத்துட்டு வருவாங்க. ஆனா எல்லாருமே தமிழ் பேசுவாங்க. அதான் ஆச்சரியமா இருக்கும். இங்க வந்த கொஞ்ச நாள்லயே கஷ்டப்பட்டு தமிழ கத்துக்குவாங்க”

“இன்னும் இருக்காங்களா?”

“இப்ப இருக்கறதுக்கு வாய்ப்பு ரொம்ப குறைவுதான் பாவண்ணன். பொதுவா இப்படி இடம் மாறி வரக்கூடிய ஆட்கள்ல ஒரு பத்து இருபது பர்செண்ட் ஆட்கள் ஓரளவு பணத்த சம்பாதிச்சிகிட்டு அஞ்சி பத்து வருஷத்துக்குள்ளயே ஊருக்கு திரும்பி போவாங்க. இன்னும் ஒரு இருபது பர்செண்ட் ஆட்கள் வந்த இடத்துல எப்படியோ கூட்டத்தோடு கூட்டமா கலந்து வாழ ஆரம்பிச்சிடுவாங்க. மிச்ச ஆட்களுடைய நெலைமை என்ன ஆகும்னே யாருக்கும் தெரியாது. கற்பூரம் எரிஞ்சி அணையறமாதிரி அப்படியே காணாம போயிடுவாங்க. அவுங்களுக்கு வாழ்க்கையும் இல்லை. வரலாறும் இல்லை.”

“இதேபோல ஆர்மீனியர்கள் கூட ஒரு காலத்துல சென்னையில வந்து தங்கி வாழ்ந்திருக்காங்க, இல்லையா சார்.”

“ஆமாம். ஆமாம். அவுங்க ஒரு பெரிய கூட்டமாவே வாழ்ந்திருக்காங்க. இப்ப உயர்நீதிமன்றத்துக்கு எதிர்ப்புறமா வடசென்னையை நோக்கி போகிற சாலைக்கு ஒரு காலத்துல ஆர்மீனியன் தெருன்னுதான் பேரு. அந்த அளவுக்கு அங்க ஆர்மீனியர்கள் வாழ்ந்தாங்க. அந்த பேருதான் மக்கள் வாய்வழக்குல அரண்மனைக்காரன் தெருன்னு மாறிட்டுது.”

“அவுங்க எப்படி இந்த அளவுக்கு தொலைவான இடத்தைத் தேடி வந்தாங்க?”

“எல்லாமே உயிர்பிழைக்கற தேவைக்காகத்தான் பாவண்ணன். முதல் உலகப்போர் சமயத்துல துருக்கிகாரங்களும் ஆர்மீனியர்களும் நேருக்கு நேர் மோதிகிட்டாங்க. துருக்கி ஆட்கள் ஆர்மீனியர்கள ஓடஓட விரட்டனாங்க. உலகத்துல எங்கயாவது ஒரு மூலையில பொழைச்சிருந்தா போதும்ன்னு எல்லாப் பக்கத்துலயும் ஆர்மீனியர்கள் பறந்து போனாங்க. இதுக்கு முன்னாலயே பருத்தி வியாபாரம், பட்டு வியாபாரம், வைர வியாபாரம்னு வந்த பலநூறு ஆர்மீனியர்கள் இங்கிலீஷ்காரங்க ஆதரவோடு இங்க சென்னைக்குள்ள இருந்தாங்க. அந்த நம்பிக்கையில ஒரு கூட்டம் சென்னையை நோக்கி வந்தாங்க. அவுங்க எல்லாருமே நல்ல உழைப்பாளிகள். துறைமுகத்துல சரக்குகளை ஏத்தி இறக்குற வேலையில ஐக்கியமாயிட்டாங்க.”

“அவுங்களுக்காகவே செயின்ட் மேரீஸ் ஆர்மீனியன் தேவாலயம்னு ஒன்னு இருக்குது, இல்லையா சார்?”

“ஆமாம். இங்க வந்த பிறகு எல்லாருமே கிறிஸ்துவத்த ஏத்துகிட்டாங்க. அரசாங்க அனுமதியோடு அவுங்க தனக்காகன்னு ஒரு தேவாலயத்தயும் கட்டிகிட்டாங்க.”

“ம்”

“அது மட்டுமில்லை பாவண்ணன். அந்த காலத்துல கிண்டிக்கும் சைதாப்பேட்டைக்கும் நடுவுல அடையாறு நதியைக் கடந்துபோக மரப்பாலம்தான் இருந்தது. கடுமையான மழையினால ஒருமுறை அந்தப் பாலம் உடைஞ்சி போச்சி. அந்தப் பாலம் இல்லாததால, பரங்கிமலை பக்கம் இருக்கிறவங்க நகரத்துக்குள்ள வரமுடியலை. நகரத்துக்குள்ல இருக்கிறவங்களால அந்த பக்கம் போகமுடியலை. பரங்கிமலை தேவாலயத்துக்கு போகறதுக்கு வழியே இல்லை.

அப்ப எல்லா வியாபாரிகளும் சேர்ந்து ஆளுக்கு கொஞ்சம் பணம் போட்டு உறுதியான ஒரு பாலத்தை கட்டினாங்க. அதுக்கு அவுங்க வச்ச பேரு மர்மலாங் பாலம். எரநூறு எரநூத்தி அம்பது வருஷமா அந்தப் பாலம் நிக்குது. அந்தப் பேரைத்தான் கலைஞர் ஆட்சிக்கு வந்ததும் எழுபத்தி மூனுல தமிழொலிக்கு இணையா மறைமலையடிகள் பாலம்னு மாத்தி வச்சிட்டாரு."

"இப்பவும் சென்னையில ஆர்மீனியர்கள் இருக்காங்களா சார்?"

"இல்லை. ஆர்மீனியன் சிறுகதைகள்னு ஒரு தொகுதியை என்.பி.ட்டி. தமிழ்ல போட்டிருக்காங்க. நம்ம வல்லிக்கண்ணன் மொழிபெயர்ப்பு. இப்ப ஆர்மீனியர்கள் ஞாபகமா நம்மகிட்ட இருப்பது அது ஒன்னுதான். கால ஓட்டத்துல எல்லாரும் எங்க எங்கயோ ஆளுக்கொரு பக்கமா சிதறி போயிட்டாங்க"

"ஆங்கிலோ இந்தியர்கள் கூட அப்படித்தான் மறைஞ்சி போயிட்டாங்க, இல்லையா சார்?"

"இனிமேல பிறந்து வரக்கூடிய ஒரு தலைமுறைக்கு, இந்தியாவுக்குள்ள ஆங்கிலோ இந்தியர்கள்னு ஒரு இனம் இருந்தாங்கங்கற செய்தி ஒரு ஆச்சரியமா கூட இருக்கலாம். அப்படியே பனி மறையற மாதிரி எல்லாரும் மறைஞ்சிட்டாங்க."

"நான் சின்ன வயசுல நிறைய ஆங்கிலோ இந்திய குடும்பங்கள பார்த்திருக்கேன் சார். பல இங்க்லீஷ் கான்வென்ட்ல அவுங்கதான் டீச்சரா இருந்தாங்க. அதே மாதிரி பல தனியார் கம்பெனியில செக்ரட்டரியாவும், டைப்பிஸ்ட்டாவும் டெலிபோன் ஆபரேட்டராவும் இருந்தாங்க."

"நானும் சென்னைக்கு வந்த புதுசுல பல குடும்பங்களை பார்த்திருக்கேன். அவுங்க கூட பழகியிருக்கேன். ரெயில்வேஸ்ல ஏராளமான பேர் இருந்தாங்க. அவுங்களுக்காக குவார்ட்டர்ஸ் கூட இருந்தது. க்ளப் இருந்தது. சில பேர் ஆஸ்திரேலியா போனாங்க. சில பேரு லண்டன் போனாங்க. மொத்தத்துல எழுபதுக்குப் பிறகு அவுங்க இருந்த சுவடே இல்லாம போயிடுச்சி."

"உங்க கதைகள்ல பல ஆங்கிலோ இந்திய பாத்திரங்கள நான் படிச்சிருக்கேன் சார். நிலநடுக்கோடு நாவல்ல ஒரு பெரிய குடும்பத்தையே அழகா காட்டியிருப்பீங்க" என்று அப்பாத்திரங்கள் வெளிப்படும் சூழலை நினைவுபடுத்தினேன். அப்பாத்திரங்கள் அளித்த மன எழுச்சியின் விளைவாக விட்டல்ராவ் ஆங்கிலோ

இந்தியக் குடும்பங்களைப்பற்றி இன்னும் விரிவான தகவல்களைப் பகிர்ந்துகொண்டார்.

அந்த உரையாடலின் முடிவில் அவரே எதையோ நினைத்துக்கொண்டவராக "காபூல்காரங்கள பத்தி சொல்ல தொடங்கி, இப்படி யார்யாரயோ பத்தி சொல்ல ஆரம்பிச்சிட்டேன். காபூல்காரங்க எல்லாருமே தொழிலாளிகள் கிடையாது. நல்ல பணமுள்ள ஆட்களும் அந்த கூட்டத்துல இருந்தாங்க. சில பேருக்கு பட்டாணிக்காரங்கன்னு பேர் உண்டு. கேள்விப்பட்டிருக்கீங்களா?"

"நேருல பார்த்ததில்லை. ஆனா பல சினிமாவுல நம்பள்கி நிம்பள்கின்னு அரைகொறயா தமிழ் பேசிட்டு வட்டித்தொழில் செய்யற மாதிரி சில காட்சிகள்ல வந்து போவாங்க. அதைப் பார்த்திருக்கேன்."

நான் சொன்னதைக் கேட்டு ஒருகணம் விட்டல்ராவ் சிரித்தார். பிறகு "உண்மையைச் சொல்லணும்னா அவுங்க எல்லாரும் பத்தான்கள். அது ஒரு சமூகம். பத்தான்காரங்களத்தான் நம்ம ஊரு ஆளுங்க பேச்சுவழக்குல பட்டாணிக்காரங்களா மாத்திட்டாங்க. மகாத்மா காந்தியோடு இணைஞ்சி சுதந்திரத்துக்காக போராடிய எல்லை காந்தி கான் அப்துல் கப்பார்கான் அந்த ஊர்க்காரர்தான். இர்ஃபான் பத்தான்னு ஒரு கிரிக்கெட் ப்ளேயர் இந்தியாவுக்காக ரொம்ப காலம் விளையாடினார்."

"பத்தான்காரங்க எல்லாரும் நல்ல பணவசதி உள்ள ஆட்கள். ஆனா அவுங்க எந்த தொழில்லயும் முதலீடு செய்யமாட்டாங்க. வட்டிக்காக கடன் குடுத்து மாசாமாசம் வட்டி வசூல் செய்யறதுதான் அவுங்க தொழில். சில இடங்கள்ல ஈட்டிக்காரன்னு கூட சொல்வாங்க. பட்டாணிக்காரன், ஈட்டிக்காரன் எல்லாருமே ஒரே ஆளுங்கதான். காபூல்காரங்கள்ல ஒரு பிரிவு."

அந்தத் தகவல் எனக்கு புதுசாக இருந்தது. "அப்படியா?" என்று ஆச்சரியத்துடன் கேட்டேன்.

"பழகறதுக்கு நல்லவங்கதான். ஆனா வட்டி வட்டின்னு உயிர விட்டுடுவாங்க. நான் சென்னையில இருக்கும்போது பல ஈட்டிக்காரங்கள பார்த்திருக்கேன். எங்க டெலிபோன் எக்சேஞ்ச் வாசல்லயே வந்து நிப்பாங்க"

"எக்சேஞ்ச் வாசல்லயா?"

"ஆமா. நம்ம லைன் ஸ்டாஃப்ல சில பேரு அவுங்ககிட்ட அவசரத்துக்கு கடன் வாங்கிடுவாங்க. ஈட்டிக்காரனுக்கு வட்டிதான்

ரொம்ப முக்கியம். அசல ரெண்டு மாசம் லேட்டா கொடுத்தாலும் அவன் வாங்கிக்குவான். ஆனா மாசாமாசம் ஒழுங்கா அவன் பைக்கு வட்டி போயிடணும். அது ரொம்ப முக்கியம்."

"போகலைன்னா?"

"போகலைன்னா இப்படித்தான் சம்பளம் வாங்கற இடத்துக்கே வந்து நிப்பாங்க. மானம் போவும். ஆனா அந்த நிமிஷம் வட்டிய வாங்கலைன்னா அப்புறம் ஒரு மாசம் கடன் வாங்கனவனை கண்ணால பாக்கவே முடியாது. கழுத்துல கத்திய வைக்கிறமாதிரி வச்சி வட்டிய வசூல் செஞ்சாதான் உண்டு. ஈட்டிக்காரன் ஒரு வகையான கில்லாடின்னா, கடன் வாங்கின ஆள் இன்னொரு வகையான கில்லாடியா இருப்பான். முன்கதவு பக்கம் ஈட்டிக்காரன் நிக்கறான்னு செய்தி கிடைச்சா போதும், ஆபீஸ் பின்பக்கமா மதிலேறி குதிச்சி தப்பிச்சி வெளியே போற ஆளுங்களயெல்லாம் நான் பார்த்திருக்கேன். ஆள் தப்பிச்சிட்டான்னு தெரிஞ்சதும், அந்த ஈட்டிக்காரன் திட்டறத காது கொடுத்து கேக்கவே முடியாது. அந்த அளவுக்கு அசிங்கம் அசிங்கமா எல்லா மொழியிலயும் கலந்து திட்டுவான்."

"அவங்க எல்லாரும் இன்னும் இருப்பாங்களா சார்?"

சில கணங்கள் யோசனைக்குப் பிறகு "இருக்கறதுக்கான வாய்ப்பு ரொம்ப குறைவு பாவண்ணன். பெரும்பாலான ஆட்கள் அறுபதுகளுடைய முடிவுலயும் எழுபதுகளுடைய ஆரம்பத்துலயும் கொஞ்சம்கொஞ்சமா போயிட்டாங்க" என்றார்.

"பறவைகள் கூட்டம்கூட்டமா பறந்து வந்து ஒரு மரத்துல உக்கார்ற மாதிரி வழியைத் தேடி வரக்கூடிய மக்களும் ஒரு நகரத்துக்குள்ள கூட்டமா வந்து தங்கியிருப்பாங்க. ஒரு கட்டத்துல வந்த மாதிரியே வேற ஒரு வழியா வெளியே போயிடுவாங்க. வாழ்க்கையே விசித்திரமானதுதான் சார்."

"கூட்டமா வருவாங்கங்கறது உண்மைதான். ஆனா கௌம்பி போவும்போது கூட்டமா வெளியே போறாங்களான்னு உறுதியா சொல்ல முடியலை."

"ஏன் சார் அப்படி சொல்றீங்க?"

"என் அனுபவத்துல அப்படி நடக்கலை. அதனால அப்படி சொல்றேன்."

"அனுபவமா?"

"ஆமாம். எனக்கு தெரிஞ்சி தாயார் சாகிப் தெரு பக்கத்துலதான் ஏராளமா காபூல்காரங்க இருந்தாங்க. பெரும்பாலான ஆட்களுக்கு இங்க குடும்பம் கிடையாது. அஞ்சாறு பேரு ஒன்னா சேர்ந்து ஒரு அறையோ வீடோ எடுத்து, சொந்தமா ரொட்டியோ சப்பாத்தியோ சுட்டு சாப்பிட்டுட்டு கிடைச்ச வேலையை செஞ்சி சிக்கனமா வாழ்ந்தாங்க. போதுமான பணத்த சம்பாதிச்சிகிட்டு வந்த மாதிரியே போயிட்டாங்க."

"ம்"

"ஆட்கள் நாளுக்கு நாள் கொஞ்சம் கொஞ்சமா குறைஞ்சிட்டு வரத நான் பார்த்துட்டே இருந்தேன். ஆனா ஒரே ஒரு ஆள எல்லாருமே இங்க விட்டுட்டு போயிட்டாங்க."

"விட்டுட்டு போயிட்டாங்களா?"

"ஆமாம். அவன் ஒரு பிச்சைக்காரன். அவனுக்கு ரெண்டு கண்ணும் தெரியாது. நாள்பூரா அவன் பிச்சையெடுப்பான். அதான் அவன் தொழில். பிச்சையெடுக்கிறதைத் தவிர அவனுக்கு வேற வழி தெரியலை. தெருவுல குச்சியால தட்டி தட்டி வருவான்."

விட்டல்ராவின் குரலில் ஒருவித சங்கடம் படிந்திருப்பதை என்னால் உணரமுடிந்தது.

"பெரும்பாலான நாட்கள்ல அவன் பிலால் ஓட்டல் பக்கமா பிச்சையெடுத்துகிட்டு நிப்பான். அண்ணா சிலைக்கு பின்னால கார்னேஷன் தர்பார்னு ஒரு ஷோ ரூம் அந்த நாள்ல இருந்தது. சில சமயங்கள்ல அங்க போய் பிச்சையெடுப்பான். இந்த ரெண்டு இடங்கள்லயும் உருது பேசற லெப்பை முஸ்லிம் வருவாங்க. அதனால அவன் ரொம்ப நம்பிக்கையோடு அங்க போய் நிப்பான். அவன் கையில ஒரு அலுமினிய தட்டு இருக்கும். அத நீட்டி வச்சிகிட்டு உருதுல என்னமோ சொல்லி பிச்சை கேப்பான். சில பேரு ஏதாச்சும் கொடுப்பாங்க. சில பேரு கேட்டும் கேக்காதமாதிரி போயிடுவாங்க."

"ம்"

"கால ஓட்டத்துல ஒவ்வொருத்தவங்களுக்கும் ஒரு வாய்ப்பு கிடைச்சது. ஆளாளுக்கு ஒரு புது வழிய கண்டுபுடிச்சி வெளியேறி போக ஆரம்பிச்சாங்க. ஒரு நாள் அவன தனியா விட்டுட்டு எல்லாருமே போயிட்டாங்க. ஒரு ஆள் கூட அந்த வட்டாரத்துல இல்லை. கண் தெரியாதது அவனுடைய பெரிய பலவீனம்.

அவனால எங்கயும் போக முடியலை. ரொம்ப காலம் வரைக்கும் பிலால் ஓட்டல் வாசல்ல அவன் பிச்சை எடுத்துட்டு நிக்கறத பார்த்திருக்கேன். திடீர்னு ஒரு நாள் அவனை அங்க காணோம். அந்த வட்டாரத்திலிருந்தே அவன் காணாம போயிட்டான். என்ன ஆச்சி அவனுக்கு, எங்க போனான், இருக்கானா செத்தானான்னு ஒன்னுமே தெரியலை. ரொம்ப கஷ்டமா இருந்தது. அந்த ஓட்டல் வாசல கடக்கும்போதெல்லாம் அவன் முகம் ஒரு நொடி ஞாபகத்துல வந்து, கொஞ்சம் சங்கடமா இருக்கும்."

ஒரு பெருமூச்சோடு தன் பேச்சை விட்டல்ராவ் நிறுத்திவிட்டுத் ச் என்று நாக்கு சப்புக்கொட்டினார். அவர் முகத்தில் படிந்திருந்த வேதனையைப் பார்த்தபோது சங்கடமாக இருந்தது. ஒரு கடை வாசலின் முன்னால் நின்று காலம்காலமாக தட்டேந்தி பிச்சையெடுக்கும் ஒரு நடுவயதுக்காரனின் உருவம் ஒரு கணம் என் மனத்தில் எழுந்து கலைந்தது. விட்டல்ராவ் அடைந்த சங்கடத்தை என்னாலும் உணரமுடிந்தது.

கறுப்பு மலர்கள்

ஒருநாள் காலையில் செய்தித்தாளைப் படித்துக்கொண்டிருந்த நேரத்தில் நா.காமராசனுடைய படைப்புகள் நாட்டுடைமையாக்கப்பட்ட செய்தியைப் படிக்க நேர்ந்தது. அப்போது விட்டல்ராவிடமிருந்து கைப்பேசியில் அழைப்பு வந்தது. வழக்கமான நலவிசாரிப்புகளைத் தொடர்ந்து “என்ன சார் விசேஷம்?” என்று கேட்டார். நான் சற்றுமுன்பு படித்த நா.காமராசன் செய்தியைப்பற்றிச் சொன்னேன். “செய்யட்டும் செய்யட்டும். தி.மு.க. தலைவருக்கும் நெருக்கமா இருந்திருக்காரு. எம்.ஜி.ஆருக்கும் நெருக்கமா இருந்திருக்காரு. சந்த ஓசைநயத்தோடு வசனகவிதையின் அமைப்பை மாத்த முயற்சி செஞ்சவரு. அரசாங்கம் எத்தனையோ பேருடைய படைப்புகளையெல்லாம் நாட்டுடைமை ஆக்கி, அவுங்க குடும்பங்களுக்கு ஏதோ கொஞ்சம் நிதியுதவி கிடைக்கிறமாதிரி செஞ்சிருக்காங்க. நா.காமராசனுக்கு அந்தக் கௌரவத்தை தாராளமா கொடுக்கலாம். தப்பில்லை” என்றார் விட்டல்ராவ்.

சட்டென எதையோ யோசித்தவர்போல, பேசிக்கொண்டிருந்த பேச்சை நிறுத்திவிட்டு, மெதுவாக தயக்கம் படிந்த குரலில் “எந்தக் கட்சியிலாவது இருக்கட்டும். அது அவருடைய விருப்பம். நல்லா இருந்தா சரி. ஆனால் இருக்கறார் இல்லையா?” என்று கேட்டார்.

ஒருகணம் என்ன பதில் சொல்வது என்று தெரியாமல் பேச்செழாமல் சங்கடத்துடன் நின்றுவிட்டேன். நானும் மெல்ல அடங்கிய குரலில் “கொஞ்சம் உடம்புக்கு முடியாம படுத்த படுக்கையா இருந்தாரு. மூனு வருஷத்துக்கு முன்னால இறந்துட்டாரு சார்” என்றேன். அதைக் கேட்டதும் விட்டல்ராவ் ஒன்றிரண்டு கணங்கள் பெருமூச்சு

விட்டபடி த்ச்த்ச் என்று நாக்கு சப்புக்கொட்டினார். பிறகு துயரம் படிந்த குரலில் "சாரி பாவண்ணன். இந்தச் செய்தியே எனக்குத் தெரியாது. நான் இங்க்லீஷ் பேப்பர் ஒன்னுதான் வாங்கறேன். அதுல இந்தச் செய்தியெல்லாம் வரதே இல்லை" என்றார். தொடர்ந்து "அவர் அரசியல் எப்படி வேணுமானாலும் இருந்துட்டு போகட்டும். அதப் பத்தி நமக்கு என்ன இருக்குது? ரொம்ப நல்ல மனுஷன். ரொம்ப பண்போடு பேசறதுக்கும் பழகறதுக்கும் தெரிந்த மனுஷன். என் வயசுதான் அவருக்கும் இருக்கும். அல்லது ஒன்னு ரெண்டு கூடுதலாவோ குறைவாவோ இருக்கலாம். இப்ப இருக்கிற மருத்துவ வசதிக்கு எழுபது எழுபத்தஞ்சி வயசுலாம் சாகற வயசா என்ன?" என்று சொன்னார்.

"அவரு நடத்திய 'சோதனை'ங்கற சிறுபத்திரிகைக்கு நான் அட்டைப்படம் போட்டுக் குடுத்த கதையையெல்லாம் உங்களுக்கு சொல்லியிருக்கேன்னு நினைக்கிறேன். அந்தப் பத்திரிகையுடைய ஒரு பிரதியை அவரே எனக்கு அன்பளிப்பா கொடுத்தாரு. அந்த இதழ்ல அவரும் நாலஞ்சி கவிதைகள் எழுதியிருந்தாரு. நான் அதை ரொம்ப நாளா பாதுகாப்பா வச்சிருந்தேன். வழக்கமா நான் படிக்கிற பத்திரிகைகளையும் புத்தகங்களையும் வரிசை மாறாம அடுக்கி, தேவைப்படுற நேரத்துல எடுக்கிறமாதிரி வச்சிருப்பேன். என் மனைவிக்கும் படிக்கிற பழக்கம் உண்டுங்கறதால, சமையல்கட்ட சுத்தபத்தமா வச்சிருக்கிறமாதிரியே புஸ்தக அலமாரியையும் செட்டா வச்சிருப்பா. படிச்சிமுடிச்ச சிறுபத்திரிகைகள், தினமணிகதிர், ஆனந்த விகடன் எல்லாத்தயும் தனித்தனியா அழகா எடுத்து வச்சிருப்பா. பல சமயங்கள்ல எனக்கு ஏதாவது பழைய புத்தகம் தேவைன்னு சொன்னா, அவகிட்ட ஒரு வார்த்தை சொன்னா போதும், சட்டுனு எடுத்துக் குடுத்துடுவா."

சோதனை பத்திரிகையைப்பற்றி தொடங்கிய பேச்சு எங்கோ திசைமாறிச் செல்வதாகத் தோன்றியதால் அவருடைய உரையாடலில் குறுக்கிட்டு "சோதனையை பத்தி எதையோ சொல்ல ஆரம்பிச்சீங்க....." என்று நினைவூட்டினேன்.

"அதான். அதான். அதைப்பத்தித்தான் சொலிட்டிருக்கேன்" என்றார் விட்டல்ராவ். தொடர்ந்து "சோதனை பத்திரிகையை என் மனைவியும் படிச்சிருக்கா. அத வச்சிருக்கிற இடமும் அவளுக்கு நல்லாவே தெரியும். அந்த நேரத்துலதான் நா.காமராசன் தன்னுடைய முதல் தொகுப்பை வெளியிடறதுக்கு முயற்சி செஞ்சிட்டிருந்தாரு. அதுல சேர்க்கறதுக்கு அவர் எழுதிய கவிதைகளையெல்லாம்

தேடித் திரட்டித் தொகுத்துட்டிருந்தாரு. சோதனை இதழ்ல வந்த கவிதைகளை அந்தத் தொகுப்புல சேர்க்கணும்ங்கற ஆசை அவருக்கு. ஆனா அவருகிட்ட கவிதையுடைய கையெழுத்துப்பிரதியும் இல்லை. அந்தச் சோதனை பத்திரிகையும் இல்லை. ஒருவேளை தி.க.சி.கிட்ட இருக்கலாம்ங்கற நம்பிக்கையோடு ஒருநாள் அவர் வீட்டுக்கு போயிட்டாரு. நல்ல வேளையா தி.க.சி. அப்ப வீட்டுலதான் இருந்தாரு. சோதனை பத்திரிகை உங்ககிட்ட இருக்குதான்னு தி.க.சி.கிட்ட கேட்டாரு நா.காமராசன். எல்லாமே எங்கிட்ட இருந்தது காமராசன். ஆனா இங்க வர புதிய நண்பர்கள் இங்க இருக்கிற புஸ்தகங்களையும் பத்திரிகைகளையும் பார்த்துட்டு படிச்சிட்டு தரட்டுமான்னு கேக்கற சமயத்துல குடுக்கமாட்டேன்னு சொல்றதுக்கு மனசு வரமாட்டுது. எடுத்துட்டு போய் படிச்சிட்டு திருப்பிக் கொடுங்கன்னு சொல்லிக் குடுத்துடுவேன். ஆனா ஒருத்தரும் கொண்டுபோற பத்திரிகைய திருப்பி எடுத்தாந்து கொடுக்கறதில்லை. சோதனை பத்திரிகைய நான் வச்சிருந்தேன். நல்லா ஞாபகம் இருக்குது. ஆனா இப்ப இல்லைன்னு சொல்லிட்டாரு. ஐயோ உங்ககிட்ட கிடைக்கும், எப்படியும் அந்த கவிதைகளை தொகுப்புல சேர்த்துடலாம்னு ரொம்ப நம்பிக்கையா இருந்தேனே, இப்ப என்ன செய்யறதுன்னு புரியலையேன்னு சொல்லி வருத்தப்பட்டிருக்காரு காமராசன். அப்ப திடீர்னு தி.க.சி.க்கு ஒரு யோசனை. இங்கதான் ஒரு தெரு தள்ளி விட்டல்ராவ் இருக்காரு. அவரும் பத்திரிகைகளை சேத்து வைக்கிற பழக்கம் உள்ளவருதான். வாங்க, அவருகிட்ட கேட்டு பார்க்கலாம்னு காமராசனையும் அழச்சிகிட்டு வீட்டுக்கு வந்துட்டார். அந்த நேரத்துல நான் வீட்டுல இல்லை. அப்ப மார்னிங் டூட்டிங்கறதால எக்சேஞ்சுக்கு போயிட்டேன். என் மனைவிக்கு தி.க.சி.ய நல்லா தெரியும். வாங்க வாங்கன்னு கூப்ட்டு உக்காரவச்சி காப்பி போட்டு குடுத்திருக்கா. நம்ம கவிஞர்மா, காமராசன்னு பேருன்னு பக்கத்துல இருந்த காமராசனை அறிமுகப்படுத்தி வச்சிருக்காரு தி.க.சி. காமராசன்ங்கற பேர கேட்டதுமே உங்க கவிதைகளை அந்த பத்திரிகையில படிச்சிருக்கேன் இந்தப் பத்திரிகையில படிச்சிருக்கேன்னு பேச ஆரம்பிச்சிட்டா என் மனைவி. அதைக் கேட்டு காமராசனுக்கு ரொம்ப சந்தோஷம். அந்த நேரத்துல நம்ம தி.க.சி. ஒரு காலத்துல இவர் சோதனைன்னு ஒரு பத்திரிகை நடத்தனவரும்மா. அதுல அவரு எழுதிய சில கவிதைகள் வந்திருக்குது. இப்ப புதுசா தொகுப்பு போடப் போறாரு. அதுல சேக்கறதுக்கு அந்தக் கவிதைகள் அவருக்கு தேவைப்படுது. அந்தப் பத்திரிகை இருக்குதான்னு விட்டல்கிட்ட கேக்கலாம்னு அழச்சிகிட்டு வந்தேன்னு சொன்னாரு. சோதனை பத்திரிகைதான, நான் படிச்சிருக்கேன். அது இருக்கிற இடம்

எனக்கு தெரியும், இருங்கன்னுனு ரெண்டே நிமிஷத்துல தேடி எடுத்து வந்து கொடுத்துட்டா. தி.க.சி.க்கும் காமராசனுக்கும் சந்தோஷம்ன்னா அப்படி ஒரு சந்தோஷம். திருவிழால காணாம போன கொழந்தய கண்டுபுடிச்சிட்ட மாதிரி ஆனந்தக்கண்ணீர் வடிச்சாங்களாம். அந்த காலத்துல ஜெராக்ஸ் வசதியெல்லாம் நம்ம ஊருல கிடையாது. எடுத்துட்டு போய் ரெண்டு நாள்ல திருப்பி கொண்டுவந்து கொடுத்துடறேன்னு காமராசன் வாங்கிட்டுப் போயிட்டாரு. அடுத்த மாதத்துலயே கறுப்பு மலர்கள்ங்கற தலைப்புல அவருடைய கவிதைத்தொகுப்பு கண்ணதாசன் முன்னுரையோடு வந்துட்டுது. மதுரையில அந்தத் தொகுதிக்கு பெரிய அளவுல ஒரு வெளியீட்டு விழா நடந்தது. அப்ப முதலமைச்சரா இருந்த கலைஞர்தான் வெளியிட்டு பேசினாரு. கொஞ்சநாள் கழிச்சி சென்னை யில இன்னொரு விழா நடந்தது. ஆனா காமராசன அதுக்கப்புறம் நான் சந்திக்கவே இல்லை. சோதனை பத்திரிகையையும் திருப்பித் தரலை. யாருகிட்ட போய் என்னன்னு கேக்கறதுன்னு நானும் விட்டுட்டேன்.

“கறுப்பு மலர்கள் தொகுதிய நீங்க படிச்சீங்களா?” என்று கேட்டேன்.

“அவருடைய கவிதைகள் ஒரு பெரிய அலையா அந்தக் காலத்துல கருதப்பட்டது. கிராமியச் சந்தங்களோடு உருவக அமைப்புல அவருடைய கவிதைகள தமிழ்மொழிக்கு ஒரு புது வரவுன்னுதான் சொல்லணும். தாமரை, கணையாழி, கசடதபற, கண்ணதாசன் இதழ்கள்ல அடிக்கடி அவர் கவிதைகளை படிச்சிருக்கேன். நாட்டுப்புறக்கடவுளான ஐயனார் யாரடான்னு மிடுக்கோடு பாடறாப்புல ஒரு கவிதையை அவர் ஏதோ ஒரு பத்திரிகையில எழுதியிருக்காரு. அது எனக்கு ரொம்ப புடிக்கும். அதனால அந்தத் தொகுதிய வாங்கிட்டு வந்து படிச்சேன்”

“எங்க காலேஜ் லைப்ரரியிலதான் நான் அந்த புத்தகத்தை எடுத்துப் படிச்சேன். நா.காமராசன், மேத்தா, சிற்பி, புவியரசு, மீரா எழுதிய கவிதைத்தொகுதிகள் எல்லாம் அங்கதான் கெடைச்சிது. ரத்தபுஷ்பங்கள், வசந்ததீபங்கள்னு ஒரு புதுவிதமான வார்த்தைப்பிரயோகங்கள காமராசன் கொஞ்சம் கூடுதலாவே பயன்படுத்தினார். ஒரு மாலை யில பளபளன்னு ஜிகினா நூல் சுத்தினமாதிரி கவிதைகள்ல அந்தச் சொற்கள் முன்னால வந்து நின்னுடும். கவிதைக்கு உள்ள போகறதுக்கு அது ஒரு பெரிய தடையாவே போயிட்டுது.”

“நீங்க சொல்றது நூத்துக்கு நூறு உண்மை. எல்லாமே மேலோட்டமான சொற்கள்தான். அதுல சந்தேகமே இல்லை.

பாவண்ணன் 65

ஆனா அந்தக் காலத்துல அந்த மாதிரியான சொற்களுக்கு ஒரு வசீகரம் இருந்தது. ஒரு புது ஆள படிக்க வைக்கறதுக்கு அந்த ஈர்ப்ப அவுங்க பயன்படுத்திகிட்டாங்க. கவிதையே வேணாம்னு ஓடறவங்க இருக்கிற ஊருல நிறுத்தி கவனிக்கவைக்கிறதுக்கு ஒரு உத்தியா அந்தப் பிரயோகம் அமைஞ்சிபோச்சி. வாசல் கதவுக்கு அழகான திரையை போட்டிருக்கிற மாதிரின்னு வச்சிக்குங்களேன்."

"நீங்க சொல்றது உண்மைதான் சார். கவிதைகளுக்கு ஒரு பெரிய வாசகர் கூட்டத்தை காமராசன் மாதிரியான கவிஞர்கள்தான் உருவாக்கினாங்க. அதுல எந்த சந்தேகமும் இல்லை."

"இந்தத் துறைக்கு நான் துடிப்புகளோடுதான் வந்தேன். ஆனால் எனக்குக் கிடைத்ததோ காகிதப்படகுகள்னு ரொம்ப துயரத்தோடயும் ஆற்றாமையோடும் சொல்றமாதிரி ஒரு கவிதை அந்தத் தொகுப்புல உண்டு. அது எனக்கு ரொம்ப புடிச்ச கவிதை. என்னுடைய நண்பர் மா.அரங்கநாதன் கவிதைகளைத் தேடித்தேடி படிக்கக்கூடியவர். அவரும் அந்தத் தொகுப்பை படிச்சார். அந்தத் தொகுப்புல ரோஜாத்தோட்டங்களும் புல்புல் பறவையும், ஒரு சேரிக்கிராமமும் தபால்காரனின் மரணமும்ங்கற தலைப்புகள்ல சில கவிதைகள் உண்டு. அதெல்லாம் மா.அரங்கநாதனுக்கு ரொம்ப புடிக்கும். எல்லாத்துலயும் நல்ல சொல்லோட்டம் இருந்தது."

"கறுப்பு மலர்கள் தொகுப்புல பாரதியாரும் குயிலும் உரையாடுவதுபோன்ற அமைப்புல ஒரு கவிதை உண்டு. அது இன்னும் என் ஞாபகத்துல இருக்குது. ரெண்டு பேருக்கும் நடுவுல திடீர்னு லெனின் குரல் கேட்கும். ரொம்ப இன்டரஸ்டிங்கான கவிதை."

"நீங்க சொல்ற கவிதை எனக்கும் ஞாபகத்துல இருக்குது பாவண்ணன். அந்தத் தொகுப்பைப்பற்றி கசடதபற இதழ்ல ரெண்டு விமர்சனக்கட்டுரைகள் வந்திருந்தது. அத எழுதியிருந்த ரெண்டு பேருமே அந்தத் தொகுப்பை நிராகரிக்கிற தொனியில எழுதியிருந்தாங்க. அதப் படிச்சபோது மனசுக்கு ரொம்ப கஷ்டமா இருந்தது. இத்தனைக்கும் காமராசன் அந்த சமயத்துல அடிக்கடி கசடதபற இதழ்லயும் எழுதிட்டிருந்த கவிஞர். ஒரு கவிஞனுடைய முதல் தொகுதியபத்தி அப்படியெல்லாம் எழுதக்கூடாதுங்கறது என்னுடைய எண்ணம். மா.அரங்கநாதனுக்கும் அது தொடர்பா கொஞ்சம் வருத்தம் இருந்தது."

"நீங்க ஏதாவது அறிமுகக்கட்டுரை எழுதினீங்களா?"

"இல்லை. நான் எழுதலை. அந்தத் தொகுதிய பத்தி பேசறதுக்காக ஞானகூத்தன் வீட்டு மொட்டை மாடியில நண்பர்களுக்குள்ள ஒரு கூட்டம் நடந்தது. அதுல நான் பேசினேன். ஞானக்கூத்தன், ராஜகோபால் எல்லோரும் பேசினாங்க. அவுங்களுக்கு அந்தத் தொகுப்பு பிடிக்கலைங்கறத மட்டும் என்னால புரிஞ்சிக்க முடிஞ்சது. அது அவுங்களுடைய நிலைபாடு. ரோஜாத்தோட்டங்களும் புல்புல் பறவையும், ஒரு சேரிக்கிராமமும் தபால்காரனின் மரணமும் மாதிரி ரெண்டுமூனு கவிதைகளை முன்வச்சி அது எப்படி மனசுக்கு நெருக்கமா இருக்குதுங்கற மாதிரி நான் பேசினேன். நான்தான் அன்னைக்கு கடைசியா பேசினேன். நான் சொன்னதைப்பத்தி அவுங்க ஒன்னும் சொல்லலை. நானும் கேட்டுக்கலை. மீட்டிங் முடிஞ்சதும் எல்லாரும் சேர்ந்து டீ குடிச்சோம். அப்புறம் கலைஞ்சி வீட்டுக்குத் திரும்பிட்டோம்."

பெருமூச்சுடன் சொல்லிமுடித்தார் விட்டல்ராவ். நான் அமைதியாகக் கேட்டுக்கொண்டிருந்தேன். பிறகு அவராகவே ஒரு முற்றுப்புள்ளி வைப்பதுபோல "சரி, பார்க்கலாம் பாவண்ணன். காமராசனைப்பத்தி சொல்றதுக்கு இன்னும் சில செய்திகள் இருக்குது. அப்புறமா நேருல பார்க்கற சமயத்துல சொல்றேன்" என்றார்.

கோணாப்பட்டு கோமகன்

ஒருமுறை ஐ.டி.ஐ.க்கு அருகில் வசிக்கும் ஒரு நண்பரைப் பார்ப்பதற்காகச் சென்றிருந்தேன். அவரிடம் சில புத்தகங்களைக் கொடுக்கவேண்டி இருந்தது. தொடர்ந்து சிறிது நேரம் பழைய கதைகள் பேசிக்கொண்டிருந்தோம். பிறகு வீட்டுக்குத் திரும்ப பேருந்து நிறுத்தத்துக்குச் சென்றேன். அங்கிருந்து இரண்டு கிலோமீட்டர் தொலைவில்தான் விட்டல்ராவின் வீடு இருந்தது. அவரைப்பற்றிய நினைவு வந்ததுமே அவரையும் பார்த்துவிட்டுச் செல்லலாம் என்று முடிவை மாற்றிக்கொண்டேன். உடனே அவருடைய வீட்டை நோக்கி நடக்கத் தொடங்கினேன்.

வீட்டில் இருக்கிறாரா அல்லது வெளியே சென்றுவிட்டாரா என்பதை உறுதி செய்துகொள்வதற்காக நடந்துகொண்டே கைப்பேசி வழியாக அவரைத் தொடர்புகொண்டேன். முதல் மணி அடித்து ஓய்வதற்குள்ளாகவே அவர் எடுத்துவிட்டார். உற்சாகமான குரலில் "வணக்கம், சொல்லுங்க" என்றார். நான் அவர் வீட்டைநோக்கி நடந்துவருவதாகச் சொன்னேன். அதைக் கேட்டு "வாங்க வாங்க. யாருகிட்டயாவது பேசினா கொஞ்சம் ஆறுதலா இருக்கும்ன்னு இப்பத்தான் நெனச்சிட்டே இருந்தேன். சொல்லிவச்ச மாதிரி நீங்க போன் பண்றீங்க. வாங்க, வீட்டுலதான் இருக்கேன்" என்றார். "ஏன் சார், என்ன நடந்தது?" என்று கேட்டேன். "வாங்க வாங்க, நேர்ல சொல்றேன்" என்றார்.

விட்டல்ராவின் வீட்டுக்கு முன் உயரமான இரும்பு கேட் இருக்கும். அதை சத்தமெழாமல் திறக்கவே முடியாது. எந்த அளவுக்கு கவனமாகத் திறந்தாலும் சத்தம் எழுந்துவிடும். அன்றும்

கேட்டுடன் பொருத்தப்பட்டிருந்த தாழ்ப்பாளை விலக்கும்போது சத்தம் வந்துவிட்டது. அடுத்த கணத்தில் விட்டல்ராவ் கதவைத் திறந்துகொண்டு கேட்டுக்கு அருகில் வந்துவிட்டார். “வணக்கம் வணக்கம் வாங்க” என்றபடி என் கைகளை வாங்கிக் குலுக்கினார். நானும் வணக்கம் சொல்லிவிட்டு அங்கேயே பேசத் தொடங்கிவிட்டேன். “உள்ள வாங்க, போகலாம்” என்றார் விட்டல்ராவ். இருவருமாக வீட்டுக்குள் நுழைந்தோம்.

சிறிது நேரத்துக்குப் பிறகுதான் “யாருகிட்டயாவது பேசினா கொஞ்சம் ஆறுதலா இருக்கும்ன்னு சொன்னீங்களே, என்ன சார் விஷயம்?” என்று மெதுவாகக் கேட்டேன். “அதுவா? காலையில ஒரு கால் வந்தது. என்னோடு வேலை செஞ்ச ஒரு பழைய தோழர் பேசினார். என்னைவிட ஆறேழு வயசு பெரியவர். மாணிக்கம்னு பேரு. எனக்கு முன்னாலயே ரிட்டயர்ட் ஆயிட்டார். அவரோடு பேசறதுக்கு எனக்கு ரொம்ப புடிக்கும். எப்பவும் சுத்தமான தமிழ்ல கணீர்னு பேசக்கூடிய மனிதர். எல்லார்கிட்டயும் ரொம்ப அன்பாவும் மரியாதையாவும் இருப்பார். தங்கமான மனிதர். வாக்கியங்கள எழுதறமாதிரியே ரொம்ப இயற்கையா பேசுவார். அதுதான் அவருகிட்ட பிடிச்ச விஷயம்” என்றார்.

அவர் சொல்லவந்ததை எப்படி தொடங்குவது என்ற தடுமாற்றத்தில் வேறு எதையோ சொல்கிறார் என்பதை என்னால் புரிந்துகொள்ள முடிந்தது. அவராகவே அந்த விஷயத்துக்கு வரட்டும் என்று நானும் அமைதியாக அவருடைய முகத்தையே பார்த்துக்கொண்டிருந்தேன்.

ஒருகணம் உதட்டைப் பிதுக்கிவிட்டு தோள்களைக் குலுக்கியபடி “தோழரே, பத்து நாட்களுக்கு முன்னால் என் துணைவியார் இறந்துவிட்டார். அவருக்கு எண்பத்திரண்டு வயது. போன மாதம் பேசும்போது கூட நீங்கள் அவர் நலம்தானா நலம்தானா என்று கேட்டீர்கள். ஏதோ நலம் என்று சொல்லும் அளவுக்காவது அப்போது உயிருடன் இருந்தார். இப்போது அவர் உயிருடன் இல்லை. போய்விட்டார்னு சொன்னார்” என்றார்.

தொலைபேசியில் பகிர்ந்துகொள்ளப்பட்ட தகவலை, அதே ஏற்ற இறக்கத்துடன் அவர் சொன்னதைக் கேட்டதும் பேச்சே எழவில்லை. அமைதியாக அவரையே பார்த்துக்கொண்டிருந்தேன்.

“ஒரு நிமிஷம் எனக்கு உடம்பே ஒரு தரம் தூக்கி வாரிப் போட்ட மாதிரி இருந்தது பாவண்ணன். அவருக்கு எப்படி

ஆறுதல் சொல்றதுன்னே தெரியலை. அந்த மாதிரி நேரத்துல யாரும் யாருக்கும் ஆறுதல் சொல்லவே முடியாது. இது உங்க வாழ்க்கையில பெரிய இழப்புதான் மாணிக்கம். ஏதோ இத்தனை வருஷமா இறைவனுடைய கருணையால அவுங்க நமக்குத் துணையா இருந்தாங்களேன்னு நெனச்சி ஆறுதலடையுங்க. கொஞ்சம் கொஞ்சமா அந்த துக்கத்துலேருந்து வெளியே வாங்கன்னு சொன்னேன். அதற்குத்தான் முயற்சி செய்கிறேன் விட்டல்னு மாணிக்கம் பெருமூச்சு வாங்கிகிட்டே சொன்னார்."

"அவருக்கு என்ன வயசிருக்கும்?"

"அந்த அம்மாவைவிட நாலஞ்சி வயசு பெரியவரா இருப்பார். அவுங்களுக்கு எண்பத்திரண்டுன்னு சொன்னா, இவருக்கு எண்பத்தாறு எண்பத்தேழு இருக்கும். அவ்ளோதான்."

"டிப்பார்ட்மென்ட்ல என்னவா இருந்தார்?"

"என்னோடு ஆப்பரேட்டரா இருந்தார். ஆனா எனக்கு முன்னாலயே டிப்பார்ட்மென்ட்ல சேர்ந்தவர் அவர். ஒரு காலத்துல சென்னை எக்சேஞ்ல சில செக்‌ஷன்ங்கள்ல பெண்கள் மட்டுமே வேலை செய்வாங்க. உதாரணமா ட்ரங்க்கால் புக் பண்ணி கனெக்‌ஷன் குடுக்கற இடம். ஒரே நேரத்துல எழுபது எண்பது பேர் வேலை செய்வாங்க. சூப்பர்வைசர், டெக்னீஷியன், ஆப்பரேட்டர் எல்லாருமே பெண்கள்தான். அவுங்களுக்கு கேட்ட நேரத்துக்குச் சரியா தண்ணி எடுத்து குடுக்கறது, பேப்பர் எடுத்து குடுக்கறது, டீ வாங்கி வந்து குடுக்கறதுன்னு அந்தப் பெண்கள் சொல்ற சின்ன சின்ன வேலைகளைச் செய்றதுக்காக பதினாலு பதினஞ்சி வயசுல ஒரு பையனை கேஷுவல் லேபரா வச்சிருப்பாங்க. பாய் பியுன்னு சொல்வாங்க. ரெண்டு மூனு வருஷம் கழிஞ்சதுமே அவனை வேலையை விட்டு அனுப்பிடுவாங்க. வேற பையனை புதுசா பாத்து வச்சிக்குவாங்க. அப்படி பாய்பியுனா டிப்பார்ட்மென்ட்டுக்குள்ள வந்த ஆளுங்கள்ல ஒருத்தர்தான் இந்த மாணிக்கம். ஸ்கூல் படிப்பு இருந்ததால எப்படியோ கஷ்டப்பட்டு ஒயர்மேனாயிட்டாரு. அப்படி கொஞ்ச காலம் வேலை செஞ்சாரு. அதுக்கப்புறம்தான் ஆப்பரேட்டரானார். கடைசி கட்டத்துல ஜே.இ.யா கொஞ்ச காலம் இருந்து ரிட்டயராகிட்டார்"

"உங்க கூட எக்சேஞ்ச்ல ஒன்னா இருந்தவரா?"

"ஆமா. மௌன்ட் ரோடு எக்சேஞ்ச்ல நாங்க ரெண்டு பேரும் ஒன்னா வேலை பார்த்தோம்"

“எப்பவுமே அவர் எழுத்துத்தமிழ்லதான் பேசுவாரா?”

“ஆமாம். ஆமாம். அதுல மாற்றமே இருக்காது. ஆனா அவர் அதை வலிஞ்சி பேசறதா எந்த இடத்துலயும் தெரியவே தெரியாது. ரொம்ப இயற்கையாவே அப்படி பேசுவார். நல்ல தமிழார்வம் உள்ளவர். அவருக்கு அண்ணன் ஒருத்தர் இருந்தார். அவர் பேர் ராயப்பன். அவரும் நம்ம டிப்பார்ட்மெண்ட்லதான் கிளார்க்கா வேலை செஞ்சார். அவர் சாதாரணமா நம்மை மாதிரி பேச்சுத்தமிழ், எழுத்துத்தமிழ்னு கலந்து பேசக்கூடியவர். கொஞ்சம் நாடகப்பித்து உள்ளவர். நிறைய நாடகங்கள் எழுதி டைரக்‌ஷன்லாம் பண்ணியிருக்காரு.”

“மேடை நாடகமா?”

“ஆமா. நல்ல நல்ல சமூக நாடகங்களை அவர் வெற்றிகரமா அரங்கேற்றினார். அண்ணன் ராயப்பன் எழுதிய எல்லா நாடகங்கள்லயும் தம்பி மாணிக்கம் நடிகரா இருப்பார். அண்ணனுக்கு எழுதறதுல ஆர்வம் உண்டுன்னா தம்பிக்கு நடிக்கறதுல ஆர்வம் உண்டு”

“மேடை, அரங்கம்னு சொன்னா ரொம்ப செலவாகுமே”

“செலவுதான். ஆனா ராயப்பனுக்கு எல்லாத்தயும் சமாளிக்கக்கூடிய திறமை உண்டு. கலை விழா, பொங்கல் விழா சமயத்துல டிப்பார்ட்மென்ட் ஆடிட்டோரியத்துலயே நாடகம் நடத்துவார். சில சமயம் ஊருக்குள்ள இருக்கிற பொதுவான ஆடிட்டோரியத்துலயும் நடத்துவார். அதுக்கெல்லாம் டிக்கட் உண்டு. அதுல வசூலாகிற தொகையில எல்லா செலவயும் சமாளிச்சிக்குவார். நம்ம டிப்பார்ட்மென்ட்ல அந்த மாதிரி திறமைசாலிங்க அந்த காலத்துல நெறய பேரு இருந்தாங்க. நடிகர் மேஜர் சுந்தரராஜன் இருக்காரே, அவர் ஆரம்பத்துல நம்ம டிப்பார்ட்மென்ட்ல போன் இன்ஸ்பெக்டரா இருந்தவர்தான்.”

“ஏதோ ஒரு இன்ட்டர்வியூவுல அவரே அதை சொல்லியிருந்தார். படிச்சிருக்கேன் சார். சுந்தரராஜன் மாதிரியானவர்களுடைய வாழ்க்கை சந்தர்ப்பவசத்தால இங்க தொடங்கியிருந்தாலும் அவுங்ககிட்ட இருந்த நேச்சுரல் டேலன்ட் அவுங்கள அவுங்களுக்குரிய இடத்துக்கு தானாவே அழைச்சிட்டு போயிடுது.”

“ராயப்பன் கூட அப்படி நேச்சுரல் டேலன்ட் உள்ள கலைஞர்தான். ஆனா அவருக்கு அப்படி ஒரு வாய்ப்பு கிடைக்கலை. குடத்திலிட்ட விளக்காவே கடைசிவரைக்கும் இருந்துட்டாரு. ஒருமுறை அவர் பூவும் பொட்டும்னு ஒரு நாடகம் போட்டார். அதுக்கு நல்ல வரவேற்பு இருந்தது. அந்த காலத்துல டெலிபோன் எக்சேஞ்ச்ல ஒவ்வொரு

ஆண்டும் பொங்கல் விழா நடத்துவோம். பெரிய மேடை போட்டு பேச்சு, பாட்டு, நாடகம் எல்லாம் நடக்கும். ஆபீஸ்லயே பொங்கல் செஞ்சி எல்லாருக்கும் கொடுப்பாங்க. அந்த நேரத்துல ஆபீஸே ஒரு சின்ன கிராமம் மாதிரி கலகலப்பா இருக்கும். எல்லாமே நம்ம மாணிக்கமும் ராயப்பனும் செய்ற ஏற்பாடு"

அவர் சொன்ன தகவல்கள் வழியாக மாணிக்கம் பற்றிய ஒரு சித்திரத்தை எனக்குள் நானே தீட்டிக்கொண்டேன். "மாணிக்கம் சார் படம் ஏதாவது இருக்குதா?" என்று ஆர்வத்துடன் கேட்டேன். "படமா?" என்று ஒருகணம் யோசித்தார் விட்டல்ராவ். பிறகு உதட்டைப் பிதுக்கியபடி நாக்கை சப்புக்கொட்டினார். "அந்தக் காலத்துல அப்படிலாம் படம் எடுத்துக்கணும், வச்சிக்கணும்னு தோணியதே இல்லை பாவண்ணன்" என்றார்.

"மாணிக்கத்தை பத்தி ஒரு முக்கியமான விஷயத்தை சொல்லணும். அவருடைய நல்ல குணத்த புரிஞ்சிக்க அது ஒரு உதாரணம்" என்றார் விட்டல்ராவ். அவர் முகத்தைப் பார்த்தபடி "சொல்லுங்க சார்" என்றேன்.

"மாணிக்கம் நாடகத்துல நடிப்பார். நல்லா பேசுவார். நூலகங்களுக்குப் போவார். புத்தகங்களை தேடிப் படிப்பார். எக்சேஞ்ச்ல மத்த ஆளுங்களோடு கண்ணியமா நடந்துக்குவார்ங்கற அளவுக்குத்தான் எக்சேஞ்ச்ல இருந்த எல்லாருமே தெரிஞ்சி வச்சிருந்தம். ஆனா அவருக்கு எக்சேஞ்சுக்கு வெளியிலயும் ஒரு நல்ல பெரிய நட்புவட்டம் இருந்தது. அவ்வளவு நட்புகளும் அவருக்கு இயற்கையா அமைஞ்சது. அன்னைக்கு தமிழ்நாட்டு முதலமைச்சரா இருந்தவர் கருணாநிதி. அவரை நெருங்கிப்போய் பேசற அளவுக்கு அவரோடு ஒரு தொடர்பு இருந்தது. அடிக்கடி அவர் வீட்டுக்கு போய் சந்திச்சி பேசிட்டிருப்பார் போல. அதையெல்லாம் அவர் யாருகிட்டயும் சொல்லி பகிர்ந்துகிட்டதில்லை. ஒருமுறை எக்சேஞ்ச்ல பொங்கல் விழாவுக்கான ஏற்பாடுகளை நாங்க செஞ்சிட்டிருந்த நேரம். மாணிக்கம் அந்த செய்தியை முதலமைச்சர்கிட்ட பேசிட்டிருந்த நேரத்துல பேச்சோடு பேச்சா சொன்னாராம். அப்புறம் நீங்க வந்து விழாவுல கலந்துகிட்டு நாலு வார்த்தை பேசினா நல்லா இருக்கும்ன்னும் சொன்னாராம். முதலமைச்சரும் கொஞ்சம் கூட தயங்காம சரி, மவுண்ட் ரோட் எக்சேஞ்ச்தான, உங்க பொங்கல் விழாவுக்கு நான் வரேன்னு சொல்லிட்டாராம்."

"மாணிக்கம் சார் கேட்டதும் ஆச்சரியமா இருக்குது. முதலமைச்சர் வரேன்னு சொன்னதும் ஆச்சரியமா இருக்குது சார். இப்படியெல்லாம் நடந்ததுன்னு சொன்னா, இன்னைக்கு ஒருத்தரும் நம்பமாட்டாங்க."

"உண்மைதான். அந்த அதிசயத்தை நடத்திக் காட்டியவர் மாணிக்கம். பொங்கல் விழா நடந்துகிட்டிருக்கிற நேரத்துல மாணிக்கம் வந்து விழாவுக்கு முதலமைச்சர் வரப் போறாருன்னு ரொம்ப சாதாரணமா சொன்னாரு. என்னப்பா, கிண்டல் செய்றியான்னு எல்லாரும் அவரைப் பார்த்து உலுக்கனாங்க. அப்புறம் உண்மையிலயே வரேன்னு சொல்லியிருக்காருப்பான்னு அழுத்தி சொன்னதும்தான் எல்லாரும் நம்பனாங்க. உடனடியா பரபரப்பா எல்லா ஏற்பாடுகளும் நடந்தது. ஒரு ஆள் ஓடி போய் விஷயத்தை சொல்லி டிஜிஎம்ம கூப்ட்டு வந்தாரு. கரெக்ட்டா மாணிக்கம் சொன்ன நேரத்துக்கு எக்சேஞ்ச் வாசல்ல வண்டிங்க எல்லாம் வரிசையா வந்து நின்னுது. போலீஸ்காரங்க எல்லாரும் வேகவேகமா எறங்கி வந்து வாசல்ல நின்னுட்டாங்க. நடுவுல இருந்த கார் கதவை திறந்துகிட்டு கருணாநிதி எக்சேஞ்ச்சுக்குள்ள வேகமா வந்தார். டி.ஜி.எம். போய் மாலை போட்டு வாங்க சார் வணக்கம்னு சொல்லி அழைச்சிட்டு போனார். விழாவை சுத்தி பார்த்தார். ஒரு தட்டுல பொங்கல் வச்சி அவருக்கு குடுத்தாங்க. அதையும் வாங்கி சிரிச்சிகிட்டே சாப்பிட்டார். தமிழர் திருநாளை ஒரு மத்திய அரசு நிறுவனத்தின் ஊழியர்கள் சிறப்பான முறையில் கொண்டாடுவதைப் பார்க்க மகிழ்ச்சியாக இருக்கிறது. உங்கள் பற்று என்றென்றும் நிலைத்திருக்கட்டும்னு ஒரு ரெண்டு நிமிஷம் பேசிட்டு கௌம்பினாரு. டிஜிஎம்மும் மத்த ஸ்டாஃபும் அவரை வாசல் வரைக்கும் போய் வழியனுப்பி வச்சாங்க. ஒரு சின்ன ரிக்வெஸ்ட்னு எங்க டிஜிஎம் அவரைப் பார்த்தாரு. என்ன சொல்லுங்கன்னு கேட்டார் முதலமைச்சர். எங்க எக்சேஞ்ச்சுக்கு எதுத்தாப்புலயே அதோ அங்க ஒரு பப்ளிக் டாய்லெட் பில்டிங் இருக்குது சார். ஏதோ ஒரு காலத்துல கட்டினது. ஆபீஸ்க்கு முன்னால டாய்லெட் இருக்கறது கொஞ்சம் சங்கடமா இருக்குது. வேற எங்கயாவது ஷிப்ட் செஞ்சா நல்லா இருக்கும்ன்னு கொஞ்சம் இங்க்லீஷும் கொஞ்சம் தமிழும் கலந்து வேகவேகமா சொல்லி முடிச்சார். அந்த இடத்துல முதலமைச்சர் சரின்னும் சொல்லலை, முடியாதுன்னும் சொல்லலை, சிரிச்சிகிட்டே தலையாட்டிட்டு போயிட்டார். அதெல்லாம் நடக்கற கதையான்னு எல்லாரும் நெனைச்சிட்டிருந்தாங்க. ஆனா திடீர்னு ஒரு மாசம் கழிச்சி அந்த பில்டிங்க வேற இடத்துக்கு மாத்திட்டாங்க. எல்லாத்துக்கும் அந்த மாணிக்கம்தான் காரணம். ஆனா, அவரோ எனக்கும் அதுக்கும் சம்பந்தமே இல்லைங்கற மாதிரிதான் இருந்தார்."

"ரியலி க்ரேட் சார்"

“அந்த காலத்துல ஒலிக்கதிர்னு ஒரு தொழிற்சங்க பத்திரிகை டிப்பார்ட்மென்ட்ல உண்டு. முதலமைச்சர் வந்து போன புகைப்படங்கள்லாம் அந்த பத்திரிகையில போட்டாங்க.”

“இந்த காலத்துல ஒரு வார்ட் கவுன்சிலருக்கு நெருக்கமா இருக்கறவன்கூட என்ன மாதிரி ஆட்டம் போடறாங்கறத நாம எல்லாருமே பாத்துட்டுதான் இருக்கோம். ஆனா ஒரு முதலமைச்சருடைய நட்பையும் மதிப்பையும் பெற்ற மாணிக்கம், அதை வெளியே தம்பட்டம் அடிச்சிக்க விரும்பாம அமைதியா இருந்தாருங்கறது ரொம்ப பெரிய விஷயம். ஒரு நட்பையும் தொடர்பையும் மிஸ்யூஸ் செய்யாம இருக்கறது மிகப்பெரிய ஒரு பண்பாடு. அந்த வகையில மாணிக்கம் பெரிய பர்சனாலிட்டிதான் சார். சந்தேகமே இல்லை.”

விட்டல்ராவ் முகத்தில் புன்னகை படர்ந்தது. “நீங்க சொல்றது நூத்துக்கு நூறு உண்மை” என்றார்.

“கருணாநிதி மனசுல மாணிக்கம் இடம்பிடிக்கிறதுக்கு எது காரணமா இருந்திருக்கும். அவருடைய தமிழார்வமா? தன்னம்பிக்கையா? கடுமையான உழைப்பா? நீங்க என்ன நினைக்கிறீங்க சார்.”

“தெரியலை. எக்சேஞ்ச்ல மாணிக்கம் அதையெல்லாம் ஒருபோதும் வெளிப்படையா பேசியதில்லை.”

மாணிக்கத்தின் மகத்துவத்தை ஒருகணம் மனத்துக்குள் அசைபோட்டபடி இருந்தேன்.

“அவர் வேலையிலிருந்து ஓய்வு பெறுகிற சமயத்துல அவர் ஒரு மலர் வெளியிட்டார். அது தன்னைப் பத்தி அவரே தயாரிச்ச மலர். தன்னைப் பத்தி கட்டுரைகள் எழுதித் தரும்படி ரிட்டயர்மென்ட்டுக்கு ஒரு ரெண்டு மாசத்துக்கு முன்னாலயே எல்லாரிடமும் கேட்டு வாங்கி தொகுத்தார். நான்கூட ‘கோனாப்பட்டு கோமகன்’ங்கற தலைப்புல ஒரு கட்டுரையை எழுதி கொடுத்தேன்.”

“அது என்ன கோனாப்பட்டு?”

“அதுவா? புதுக்கோட்டைக்குப் பக்கத்துல இருக்கிற ஒரு ஊர். அது மாணிக்கத்துடைய பிறந்த ஊர். ஒருநாள் பேச்சுவாக்குல அவரே சொன்ன தகவல் அது. அதையே பட்டப்பேரா போட்டு அந்தக் கட்டுரையை எழுதி குடுத்தேன். அவருக்கு ரொம்ப சந்தோஷம். என்னை மாதிரியே பல பேர் அவரைப் பத்தி எழுதிக் குடுத்தாங்க. எல்லாத்தயும் தொகுத்துத்தான் அந்த மலர வெளியிட்டார்.”

எனக்கு அந்தக் கட்டுரையைப் பார்க்கவேண்டும் போல இருந்தது. "இப்ப உங்ககிட்ட அந்தக் கட்டுரை இருக்குதா சார்?" என்று கேட்டேன். "இல்லை. எதைஎதையோ பாதுகாப்பா வச்சிருக்கேன். அந்தக் கட்டுரையை பாதுகாத்து வைக்காம போயிட்டேன்" என்று சங்கடத்தோடு சொன்னார் விட்டல்ராவ்.

"பரவாயில்லை சார். மாணிக்கம் சார்கிட்டயாவது அந்த மலர் இருக்குமா?" என்று கேட்டேன்.

"இருக்கலாம். ஆனா உறுதியா சொல்ல முடியாது" என்று சொன்னபடி ஒருகணம் என் முகத்தையே பார்த்தார் விட்டல்ராவ். தொடர்ந்து "படிக்கிற பழக்கமுள்ள ஆள்தான். வச்சிருந்தாலும் வச்சிருக்கலாம். அடுத்த முறை பேசினா கேட்டுப் பாக்கறேன்" என்றார்.

"சும்மா எனக்காக ஒருதரம் கேட்டுப் பாருங்க"

"கண்டிப்பா கேக்கறேன். எனக்கும் அந்தக் கட்டுரையை ஒருதரம் பார்க்க ஆசையாத்தான் இருக்குது."

ஒருகணம் மௌனத்தைத் தொடர்ந்து "படிக்கிற பழக்கமுள்ளவர்னு சொல்லும்போதுதான் இன்னொரு விஷயம் ஞாபகத்துக்கு வருது பாவண்ணன்" என்றார். "என்ன சார்?" என்றேன். "இந்த மரணச்செய்தியை சொல்றதுக்கு சரியா ரெண்டு மூனு மாசத்துக்கு முன்னால ஒரு தரம் மாணிக்கம் பேசினாரு. அப்ப, விட்டல், உங்கள் புத்தகம் ஒன்றை நூலகத்திலிருந்து எடுத்துவந்து படித்தேன்னு சொன்னார். என்ன புத்தகம்னு கேட்டேன். போக்கிடம்னு பதில் சொன்னார். ஒரு புத்தகம் ஒரு வாசகரை போய் அடையறதுக்கு ஐம்பது வருஷம் தேவைப்படுதேங்கறத நெனைச்சி சந்தோஷப்படறதா, துக்கப்படறதான்னு தெரியாம, அப்படியா, ரொம்ப மகிழ்ச்சி மாணிக்கம்னு சொன்னேன்."

"நல்லா இருக்குது, பரவாயில்லைன்னு எதுவுமே சொல்லலையா?"

"ம்ஹூம். மாணிக்கம் அந்த மாதிரியான கருத்தைச் சொல்லிப் பகிர்ந்துகொள்கிற தலைமுறையைச் சேர்ந்தவர் கிடையாது. அவரைப் பொறுத்தவரைக்கும் கவிஞர்னு சொன்னா அது பாரதிதாசன், சிறுகதை, நாவல்ன்னு சொன்னா அது மு.வ. யாரும் அவுங்கள மீறி போகமுடியாதுங்கற நம்பிக்கை உள்ளவர் அவர். ஆனா அவர்களையும் கடந்து மற்ற எழுத்தாளர்களின் படைப்புகளைத் தேடிப் படிப்பார். அதுல அவருக்கு எந்த மனத்தடையும் இல்லை.

யாரும் நல்லா இருக்குதுன்னும் சொல்லவேணாம், நல்லா இல்லைன்னும் சொல்லவேணாம். படிச்சா போதும். நானும் அந்த மனநிலைக்கு வந்துட்டேன்."

அந்த நிலைபாட்டை ஒட்டி எனக்கு எதுவும் சொல்லத் தோன்றவில்லை. அமைதியாக அவரையே பார்த்துக்கொண்டிருந்தேன்.

"எண்பத்தேழு வயசுல ஒருத்தரு நூலகத்துல புத்தகம் எடுத்து படிக்கறார்ங்கறதே பெரிய விஷயம். நம்ம புத்தகத்தை எடுத்துவந்து படிச்சார்ங்கறது அதைவிட பெரிய விஷயம். அதை நமக்கே போன் பண்ணி ஒருத்தரு சொன்னது எல்லாத்தயும்விட பெரிய விஷயம், இல்லையா?"

தொடர்ந்து எதுவும் பேசாமல் மாணிக்கம் பற்றிய நினைவுகளில் மூழ்கிவிட்டவரைப்போல எங்கோ பார்த்தவராக அமைதியாக இருந்தார் விட்டல்ராவ். அவருடைய அமைதியில் குறுக்கிடாமல் நானும் அவரையே பார்த்துக்கொண்டிருந்தேன்.

✿

உலகம் சுற்றிய தமிழன்

ஒருநாள் நூலகத்திலிருந்து ஏ.கே.செட்டியார் தொகுப்பில் உருவான தமிழ்நாடு என்னும் புத்தகத்தை எடுத்துவந்தேன். 'நூற்றாண்டுகளுக்கு முந்தைய பயணக்கட்டுரைகள்' என முன்னட்டையில் குறிப்பிட்டிருப்பதைப் பார்த்ததும், அந்தப் புத்தகத்தைப் படிக்கும் ஆர்வம் பிறந்துவிட்டது.

ஏறத்தாழ நூறாண்டு காலமாக தனித்தனி பயணக்கட்டுரைகளாக வெவ்வேறு மனிதர்கள் வெவ்வேறு பத்திரிகைகளில் எழுதிய கட்டுரைகளை ஏ.கே.செட்டியார் பாடுபட்டுத் தேடித் திரட்டித் தொகுத்து வெளியிட்டார். எதிர்காலத்தில் பயண இலக்கியம் எழுதுவோருக்கு அந்த நூல் பயனளிப்பதாக இருக்கும் என்று ஏ.கே.செட்டியார் கருதினார். அவரே பல ஆண்டு காலமாக, பல இடங்களில் அலைந்து திரிந்து பலரையும் சந்தித்து பழைய இதழ்களைத் தேடிச் சேகரித்துவைத்துக்கொண்டு, அவற்றில் வெவ்வேறு ஆளுமைகள் எழுதிவைத்திருந்த பயணக்குறிப்புகளை வேறொரு குறிப்பேட்டில் எழுதி எழுதி தொகுத்தவற்றையே அவர் நூலாகப் பதிப்பித்தார் என்ற முன்னுரைக்குறிப்பு ஒருவித மன எழுச்சியைக் கொடுத்ததால் மறுநாளே அப்புத்தகத்தைப் படித்துமுடித்தேன். 1850ஆம் ஆண்டு வெளியான குறிப்பு முதல் அவர் வாழும் காலத்தில் எழுதப்பட்ட குறிப்பு வரைக்கும் எல்லாமே அந்தப் புத்தகத்தில் தொகுக்கப்பட்டிருந்தன.

1911ஆம் ஆண்டில் யாழ்ப்பாணத்து திருநெல்வேலியில் வெளியான வித்தியாபாநு என்னும் பத்திரிகையில் சோமசுந்தரம் பிள்ளை என்பவருடைய கட்டுரைதான் முதல் கட்டுரை. அக்கட்டுரையில்

அவர் யாத்திரையை ஐந்து பெரும்பிரிவாகப் பிரிக்கிறார். வைதிக யாத்திரை, லௌகிக யாத்திரை, நாடக யாத்திரை, மௌட்டிக யாத்திரை, வஞ்சக யாத்திரை ஆகியவையே அப்பிரிவுகள். அவை ஒவ்வொன்றும் இன்னும் சில உட்பிரிவுகளைக் கொண்டிருக்கின்றன. ஒவ்வொரு பிரிவுக்கும் அவர் கொடுத்திருக்கும் விளக்கம் ஒரு புனைவுக்கு நிகரான சுவாரசியத்தைக் கொண்டிருந்தது. 350 பக்கங்களைக் கொண்ட அப்புத்தகத்தில் ஒவ்வொரு பக்கத்திலும் இப்படி விதவிதமான சுவாரசியமான அம்சங்கள் நிறைந்திருந்தன.

அந்த வார இறுதியில் நண்பர் விட்டல்ராவைச் சந்திக்கச் சென்றிருந்தபோது அப்புத்தகத்தைப்பற்றியும் திகட்டத்திகட்ட சிரிக்கவைத்த பகுதிகளைப்பற்றியும் சொன்னேன்.

"நான் அந்தப் புத்தகத்தைப் படிச்சிருக்கேன் பாவண்ணன். எனக்கும் அந்தப் புத்தகம் ரொம்ப பிடிக்கும். அறுபத்தெட்டுல வந்த புத்தகம்னு நெனைக்கறேன். வந்ததுமே வாங்கிட்டேன். அப்ப, அந்த புத்தகத்தை எல்லாரும் படிக்கணும்ங்கறதுக்காக ஒரு ரூபா விலையில மலிவுப்பதிப்பா வெளியிட்டாரு செட்டியார்."

எனக்கு அந்தத் தகவல் ஆச்சரியமாக இருந்தது. "அப்படியா? ஆச்சரியமா இருக்கு சார். முன்னூத்தியம்பது பக்கம் கொண்ட ஒரு புத்தகத்தை ஒரு ரூபாய்க்கு கொடுத்தாரா?" என்று கேட்டேன்.

"ஆமாம். ஒரு சேவை மாதிரிதான் அந்தக் காலத்துல அவர் அதைச் செஞ்சார். ரொம்ப அருமையான அட்டை. ஓவியர் சிற்பி வரையிற கோவில் கோட்டோவியம் மாதிரி யாரோ ஒரு ஓவியர் தஞ்சாவூர் பெரிய கோவில கோட்டோவியமா போட்டிருந்தாரு. அற்புதமான படம். பச்சைநிற அட்டை. எனக்கு நல்லா ஞாபகம் இருக்குது. அந்தப் புத்தகத்தை நான் ரொம்ப காலமா புதையல பாதுகாக்கிற மாதிரி பாதுகாத்து வச்சிருந்தேன்."

"ஏன், இப்ப இல்லையா?"

"த்ச். இல்லை" என்று உதட்டைப் பிதுக்கினார் விட்டல்ராவ். "இங்க பெங்களூருக்கு வரதுக்கு முன்னால நண்பர் ஒருத்தருக்கு அன்பளிப்பா கொடுத்துட்டேன்."

"நீங்க செட்டியாரைப் பார்த்து பேசியிருக்கீங்களா சார்?"

"பார்த்திருக்கேன். பேசியிருக்கேன். அதுக்கு முன்னால அவர் எழுதிய ஜப்பான் கட்டுரைகள், உலகம் சுற்றும் தமிழன், குடகு, தமிழ்நாடு எல்லாத்தயும் படிச்சிட்டதால அவர்கூட என்னால சுலபமா பேச முடிஞ்சது."

“அவரை எங்க பார்த்தீங்க?”

“ஒருநாள் கலைஞன் பதிப்பகம் மாசிலாமணியை பார்க்கிறதுக்காக பாண்டி பஜார் போயிருந்தேன். அங்க ஏ.கே.செட்டியாரும் மாசிலாமணியும் பேசிட்டிருந்தாங்க. இவர் இன்றைய இளைய தலைமுறை எழுத்தாளர். நல்லா எழுதக்கூடிய ஆற்றல் உள்ளவர்னு செட்டியாருக்கு மாசிலாமணிதான் அறிமுகம் செஞ்சி வச்சாரு.”

“அவுங்க ரெண்டு பேரும் பழைய நண்பர்கள்னு சொல்லுங்க”

“ஆமாமாம். ரொம்ப பழைய நண்பர்கள். மாசிலாமணி புத்தகக்கடை திறக்கற காலத்துக்கு முன்னாலிருந்தே ரெண்டு பேரும் நண்பர்களா இருந்தாங்க. மாசிலாமணிக்கு நாகப்பட்டினம்தான் சொந்த ஊரு. அப்ப நாகப்பட்டினத்துல குமரிப்பதிப்பகம்னு ஒரு பதிப்பகம் இருந்தது, கேள்விப்பட்டிருக்கீங்களா? ஆரம்ப காலத்துல சுஜாதா புத்தகங்களை அவுங்கதான் தொடர்ச்சியா கொண்டுவந்தாங்க.”

“நல்லா தெரியும் சார் சொல்லுங்க”

“அதை நடத்தியவர் பொ.வீரராகவன். அவர் குமரிமலர் பத்திரிகைக்கு தீவிரமான வாசகர். அது மட்டுமில்லாம அந்த பத்திரிகையை வாங்கி விக்கறவராகவும் இருந்தாரு. அதனால நாகப்பட்டினம் பக்கம் போகும்போது ஏ.கே.செட்டியார் வீரராகவனைப் பார்த்து பேசிட்டு வருவார். வீரராகவனும் மாசிலாமணியும் ஒன்னா சேர்ந்து படிச்சவங்க. அவரும் அடிக்கடி குமரி பதிப்பகம் ஆபீஸ்ல உக்காந்து பேசிட்டிருப்பாரு. அங்க வந்த செட்டியாரோடு அவரும் பழக ஆரம்பிச்சாரு. செட்டியார் புத்தகங்களை அவரும் படிச்சிருந்த காரணத்தால, அவரோடும் நெருக்கமான நட்பு உருவாயிடுச்சி”

“சரி சரி”

“மாசிலாமணிக்கு பதிப்பகம் ஆரம்பிக்கிற ஆலோசனையை சொன்னதே வீரராகவன்தான். அவர்தான் மாசிலாமணியை நாகப்பட்டினத்திலிருந்து சென்னைக்கு அழைச்சிட்டு வந்தார். இங்கயே தங்கியிருந்து பாண்டி பஜார்ல பதிப்பகத்துக்கு ஒரு மாடியில இடம் பார்த்து குடிவச்சது எல்லாமே அவர்தான். மாசிலாமணிக்கு லா.ச.ரா. எழுத்துகள்னா ரொம்ப புடிக்கும். அவருடைய புத்தகங்களை அவருதான் வரிசையா வெளியிட்டார். அதுக்கப்பறம் பல எழுத்தாளர்களுடைய புத்தகங்களை போட்டு பெரிய பதிப்பகமா வளர்ந்துட்டார். செட்டியாருக்கும் மாசிலாமணிக்கும்

இருந்த பழைய நட்பு சென்னையிலயும் தொடர்ந்தது. ரெண்டு பேரும் பேச ஆரம்பிச்சா மணிக்கணக்குல பேசுவாங்க."

"ம்"

"அவுங்களோடு அன்னைக்கு மூனாவது ஆளா நானும் சேர்ந்ததுல அவுங்களுக்கு ரொம்ப மகிழ்ச்சி. வாங்க, கீழ போய் ஒரு காப்பி சாப்பிட்டு வரலாம்னு செட்டியார் கூப்பிட்டாரு. செட்டியார் காப்பி பிரியர். சென்னையில நல்ல காப்பி எங்கெங்க கிடைக்கும்கறதுலாம் அவருக்கு அத்துபடியான விஷயம். அப்ப கலைஞன் பதிப்பகத்துக்கு பக்கத்துலயே ஜெயா கஃபேன்னு ஒரு ஓட்டல் இருந்தது. அங்க காப்பி ரொம்ப அருமையா இருக்கும். நாங்க மூனு பேரும் அங்க போனோம். ரொம்ப நேரம் பேசிகிட்டே காப்பி குடிச்சோம். செட்டியார் மகத்தான மனிதர். சாதாரணமான ஒரு ஆள் செய்யறதுக்கு தயங்கற ஒரு காரியத்தை தைரியமா செஞ்சவர். இந்த உலகத்துல அவர் போகாத நாடு இல்லை. கப்பல், விமானம், ரயில்னு எல்லா விதமான வாகனங்கள்லயும் பயணம் செஞ்சிருக்காரு. பயண இலக்கியத்துல அவருடைய பங்களிப்பு மிகமுக்கியமானது. புகைப்படக்கலையிலும் அவருக்கு ஈடுபாடு இருந்தது. புகைப்படம் சார்ந்த படிப்பைப் படிப்பதற்காகவே அவர் ஜப்பானுக்கும் அமெரிக்காவுக்கும் போய் வந்தார். காந்தியடிகளோடு பயணம் செய்து, அவருடைய செயல்பாடுகளையெல்லாம் படமாக எடுத்தார். காந்தியடிகள் பத்திய படச்சுருளுக்காக ஆப்பிரிக்காவுக்கும் லண்டனுக்கும் போய் அலைந்து திரிந்து சேகரித்தார். ஏ.கே. செட்டியார்தான் காந்தியடிகள் பற்றிய ஆவணப்படத்தை முதல்முதலாக உருவாக்கினார். 1940ல அப்படி ஒரு கருத்தாக்கமே உலகத்துல இல்லை. அதை அவர்தான் முதல்முதலா உருவாக்கினார். தன்னைப்பற்றி தானே பேசக்கூடாதுன்னு அவர் வாழ்க்கைமுழுக்க பெருந்தன்மையா அமைதியா இருந்துட்டு போயிட்டார். அரசாங்கமோ மக்களோ அவரை பெருமைப்படுத்தறது நம்ம கடமைன்னு நெனச்சி, அவரை உரிய நேரத்துல மதிச்சி பாராட்டியிருக்கணும். உனக்கு வேணாமா, சரி போன்னு அடுத்தடுத்து வந்த அரசாங்கங்களும் அமைதியா இருந்துட்டாங்க. எல்லாமே நம்ம துரதிருஷ்டம். வேற என்ன சொல்ல?"

"அவரு செஞ்ச சாதனைக்காக நாமதான் அவரை மதிச்சிருக்கணும். செய்யாதது பெரிய தப்புதான். எந்தக் காரணம் சொன்னாலும், அதை ஏத்துக்கமுடியாது. எல்லாமே சப்பைக்கட்டுதான்"

"எனக்கு என்ன வருத்தம்னா, சென்னையில எவ்வளவோ பேருக்கு சிலை வச்சிருக்காங்க. செட்டியார் செஞ்ச சாதனைக்கு அவரை

நாம ஒரு சிலை வச்சி கொண்டாடி இருக்கணும் இல்லையா? அவரு அதை ஏத்துக்கட்டும், ஏத்துக்காம போகட்டும். அது வேற விஷயம். நம்ம கடமையை நாம செஞ்சிருக்கணும்ங்கறதுதான் என் எண்ணம். இன்னைக்கு ஒரு டாக்குமென்ட்ரி எடுக்க பத்து பேர ஸ்பான்சர் புடிக்கறாங்க. செட்டியாரு யாருகிட்டயும் ஒரு பைசா வாங்கலை. தன்னுடைய சொந்த பணத்துலதான் பயணம் செஞ்சாரு. படமெடுத்தாரு. அப்படிப்பட்ட ஒரு பெரிய மனுஷன நாம சரியான முறையில கௌரவிக்கலையேன்னு ஒரு ஆற்றாமை. அதுதான் இவ்ளோ தூரம் பேச வைக்குது"

"சார், இந்த மாதிரி நாம செய்யாத வேலைகள ஒரு பட்டியலாவே போடலாம். என்ன செய்யமுடியும் சார்? தமிழ்நாட்டுடைய தலையெழுத்து அப்படி. பேசறதால அதுக்கு தீர்வு கிடைச்சிடுமா என்ன? அத விடுங்க. ஜெயா கஃபேயில காப்பி குடிச்சீங்க. அதுக்கப்புறம் என்னாச்சி? அத சொல்லுங்க" என்றபடி திசைதிரும்பிவிட்ட உரையாடலை மீண்டும் பழைய புள்ளிக்குக் கொண்டுவந்து இணைத்தேன்.

"பேச்சுதான். வேற என்ன இருக்குது? ஒரு பழைய புத்தகத்தையோ பத்திரிகையையோ தேடிக் கண்டடையறது சாதாரண விஷயமில்லை. ஒவ்வொரு தேடலும் உ.வே.சா. ஓலைச்சுவடிக்கு அலைஞ்ச கதை மாதிரிதான். பத்திரிகையுடைய ஒரு இஷ்யு ஒரு இடத்துல கிடைக்கும். அடுத்த இஷ்யு இன்னொரு இடத்துல கிடைக்கும். குறிப்பெடுத்து குறிப்பெடுத்து பைத்தியமே புடிச்சிடும். அதைப்பத்தித்தான் சொன்னாரு."

"அவர் வீடு சென்னையிலயே இருந்ததா?"

"ஆமாம். அவரு கல்யாணமே செஞ்சிக்கலைன்னு சிலர் சொல்றதுண்டு. கல்யாணம் செஞ்சி விட்டுட்டு ஒதுங்கி வந்துட்டாருன்னும் சொல்றதுண்டு. எது உண்மைன்னு எனக்குத் தெரியாது. நான் அவர் வீட்டுக்கே போனதில்லை. குமரிமலர் பத்திரிகையில அலுவலக முகவரின்னு ஒரு முகவரி போட்டிருக்கும். அந்த முகவரிக்குத்தான் போயிருக்கேன்."

"அது எங்க இருக்குது?"

"மோபரீஸ் ரோட்டுல இருக்குது. இப்ப டிடிகே ரோடுன்னு சொல்றமே, அந்த ரோடுதான் அது. வீட்டுக்கு வெளியே குமரிமலர்னு ஒரு சின்ன போர்டு தொங்கிட்டிருந்தது. நாலஞ்சி முறை தேடி போயிருக்கேன். எப்ப போனாலும் பூட்டித்தான் இருந்தது. ஒரு

சமயம் ரெண்டு கதவும் தெறந்திருந்தது. ஆகா, நமக்கு இன்னைக்கு அதிர்ஷ்டமான நாள்னு நெனச்சி படியேறி உள்ள போயிட்டேன்.

“அவர் இருந்தாரா?”

“இருந்தாரு. கார் ஷெட் மாதிரி சின்ன இடம். கதவை ஒட்டியே ஒரு பெரிய கூடம். அதுல வெளிச்சத்துக்காக சுவர் ஓரமா போட்டிருந்த ஒரு நாற்காலி. அதுல உட்கார்ந்து அவரு ஒரு கத்தை பேப்பர கையில வச்சிகிட்டு திருத்திகிட்டிருந்தாரு. வாசல்ல என்ன பார்த்ததும் யாருன்னு கேட்டாரு. நான் வணக்கம் சொல்லிட்டு பொறுமையா என்னை அறிமுகப்படுத்திகிட்டேன். மாசிலாமணி கூட ஆபீஸ்ல சந்திச்சத சொன்னதும் அவருக்கு ஞாபகம் வந்துட்டுது. வாங்க வாங்க உள்ள வாங்கன்னு சொல்லி இன்னொரு நாற்காலியை இழுத்து போட்டாரு. உக்காருங்கன்னு சொன்னாரு. அதுவும் சுவர் ஓரமாதான் இருந்தது. ஆனா வெளியேயிருந்து பாக்கறதுக்கு சரியா தெரியலை.”

“என்ன சொன்னாரு?”

“அவரா ஒன்னும் சொல்லலை. அவருக்கு அப்படி பழக்கம் இல்லைன்னு நெனைக்கறேன். நான் உக்காந்திருக்கும்போதே அவரு பாட்டுக்கு அவருடைய வேலையை பார்க்க ஆரம்பிச்சிட்டாரு. நான்தான் மெதுவா நான் குமரிமலர்லாம் படிக்கறதுண்டு சார்னு அவரை உரையாடலுக்குள்ள இழுத்தேன். அப்படியான்னு சிரிச்சிகிட்டார். நீங்க அப்பப்ப எடுத்து போடற பழைய கட்டுரைகள் எல்லாமே எனக்கு ரொம்ப புடிச்சிருக்குது சார்னு சொன்னேன். அதுக்கும் ஒரு புன்சிரிப்புதான் அவருடைய பதிலா இருந்தது. நான் மெதுவா அவருடைய கப்பல் பயணத்தை பத்தி பேச்ச திருப்பிவிட்டேன். அது கொஞ்சம் வேலை செஞ்சிது. ஆப்பிரிக்கா, ஜெர்மனி, லண்டன் மாதிரியான இடங்களுக்கு போனத பத்தி கொஞ்சம் கொஞ்சம் சொல்ல ஆரம்பிச்சாரு. நானும் சுவாரசியமா சின்ன சின்ன கேள்வியா கேட்டு அவரை பதில் சொல்ல வச்சேன். தொடக்கத்துலதான் கொஞ்சம் தயக்கம் இருந்தது. அப்புறம் நல்லா பேச ஆரம்பிச்சிட்டாரு.”

“எல்லா மனிதர்கள்ட்டயும் ஒரு ஆரம்பத்தடை இருக்கறது இயற்கைதானே சார்.”

“நீங்க சொல்றது உண்மைதான். அந்தத் தடை செட்டியாருகிட்ட கொஞ்சம் கூடுதலாவே இருக்கும். சாதாரணமா யாருகிட்டயும் ரொம்ப சீக்கிரத்துல பேச மாட்டாரு, ஒரு வார்த்தை ரெண்டு வார்த்தைக்கு

மேல பதில் சொல்லமாட்டாருன்னுலாம் சொல்வாங்க. ஆனா செட்டியார்கிட்ட எனக்கு அப்படி நேரவே இல்லை. நிறைய நேரம் தாராளமா பேசினாரு. தமிழ்நாடு புத்தகம் படிச்சிருக்கீங்களான்னு கேட்டாரு. திரும்பத்திரும்ப ரெண்டு மூனு முறை படிச்ச புத்தகம் அது. எனக்குப் புடிச்ச புத்தகம் சார் அதுன்னு சொன்னேன். அதைக் கேட்டு செட்டியார் முகத்துல ஒரு சிரிப்பு பூத்து மறைஞ்சிது. நல்ல புத்தகம்னு பேர் வாங்கி என்ன புண்ணியம் விட்டல்? புத்தகம் விக்கலையே. இத்தனைக்கும் மக்கள் அனைவரும் வாங்கிப் படிக்கணும்னு ஒரு ரூபா விலையில மலிவுப்பதிப்பா போட்டோம். ரெண்டாயிரத்து ஐநூறு காப்பி போட்டோம். ஆயிரம் காப்பி கூட விக்கலை. என்ன செய்யறது? நம்ம மக்கள் ரசனை அப்படி. மிச்சமா இருந்த புத்தக மூட்டைங்களை அப்படியே தூக்கி அமுத நிலையம் நண்பர்கள்கிட்ட கொடுத்துட்டேன்னு சொன்னாரு.”

“அவருக்கும் அப்படி ஒரு நிலைமையா? நம்பவே முடியலை.”

“எனக்கும் அதைக் கேட்டு ரொம்ப வருத்தமா இருந்தது. நம்ம மக்களுக்கு எது நல்லது எது கெட்டதுன்னு சீர்தூக்கி பார்க்கிற சக்தியே இல்லை சார்ன்னு மெதுவா சொன்னேன். அவரு சிரிச்சிகிட்டே அது எப்பவுமே அப்படித்தான் விட்டல். பாரதியார் தன்னுடைய புத்தகங்கள் தீப்பெட்டி விக்கிற மாதிரி விக்கணும்னு கனவு கண்டாரு. அவரு புத்தகமும் அந்த காலத்துல விக்காத புத்தகம்தான். எல்லாத்துக்கும் ஒரு நேரம் காலம் வரணும். இந்த புத்தகமும் இன்னும் ஒரு இருபது முப்பது வருஷம் போனா, விக்கிற புத்தகமா மாறுமோ என்னமோ, யாருக்குத் தெரியும்னு சொன்னாரு. நான் பதில் ஒன்னும் சொல்லலை. அவரயே பார்த்துட்டிருந்தேன். சட்டுனு அவர் பேச்ச மாத்தி காந்திய பார்த்து பேசிய அனுபவத்தையெல்லாம் சொல்ல ஆரம்பிச்சிட்டாரு. காந்தி செத்து அப்பவே இருபது வருஷம் ஓடிப் போயிடுச்சி. ஆனா அவரு சொன்னதை கேக்கறபோது என்னமோ நேத்து முந்தாநேத்து பார்த்து பேசிட்டு திரும்பின மாதிரி பேசினாரு. கேட்கக்கேட்க எனக்கு அவ்ளோ சந்தோஷமா இருந்தது. நீங்க காந்தியை பார்த்திருக்கீங்களான்னு என்கிட்ட அவரு ஒரு கேள்வி கேட்டாரு.”

அத்தருணத்தில்தான் அப்படி ஒரு கேள்வியை அதுவரைக்கும் விட்டல்ராவிடம் கேட்டதே இல்லையே என்று எனக்குத் தோன்றியது. “ஆகா, அப்படி ஒரு கேள்வியை உங்ககிட்ட எனக்கும்

கேக்கணும்னு தோணலையே சார். சொல்லுங்க. செட்டியாருக்கு என்ன பதில் சொன்னீங்க?" என்று சிரித்துக்கொண்டே கேட்டேன்.

"நான் பார்த்திருக்கமாட்டேன்னு அவருக்கு ஒரு எண்ணம் இருந்திருக்கும்போல. நான் பார்த்திருக்கேன் சார்னு சொன்னதும் அவருக்கு ஒரே ஆச்சரியம். திகைப்பு. நெஜமாவா, எப்ப பார்த்தீங்கன்னு அடுத்து கேட்டார். எனக்கு அப்ப அஞ்சி ஆறு வயசு இருக்கும். திருச்செங்கோட்டுக்கு காந்தி வந்த சமயத்துல எங்க அப்பா என்னை அழைச்சிகிட்டு போய் இவருதான்டா காந்தித்தாத்தா, நல்லா பார்த்துக்கடான்னு காட்டினாரு சார். நான் அப்பாவுடைய தோள்மேல உட்கார்ந்து காந்திய பார்த்தேன். மேடையில அவரு அமைதியா ஒரு தாத்தா உட்கார்ந்திருக்கிறமாதிரி உட்கார்ந்திருந்தாரு. அவருக்கு முன்னால ஒரு ராட்டை இருந்தது. அவரு அதுல நூல் நூத்திட்டிருந்தாரு. அவருக்குப் பக்கத்துலயும் மேடைக்குக் கீழயும் ஏராளமான ஆண்களும் பெண்களும் அமைதியா உட்கார்ந்து ராட்டை வச்சிகிட்டு நூல் நூத்திட்டிருந்தாங்க."

"அதைக் கேட்டு செட்டியாரு என்ன சொன்னாரு?"

"நான் சொல்றத கேட்டு அவருக்கு சிரிப்பு தாங்கலை. ஒரு சினிமா காட்சிய சொல்றமாதிரி சொல்றீங்கன்னு சந்தோஷமா சிரிச்சாரு. நான் அவரு பின்னாலயே போயிருக்கேன். பேசியிருக்கேன். மத்தவங்களோடு அவரு பேசறத பக்கத்துலயே நின்னு அமைதியா கேட்டிருக்கேன்னு சொன்னாரு. அதயெல்லாம் நீங்க எழுதனா நல்லா இருக்குமே, வருங்கால தலைமுறை படிச்சி பார்க்க வசதியா இருக்குமேன்னு கேட்டேன். எழுதலாம்னுதான் ஆரம்பிச்சேன் விட்டல். அப்புறம் ஒரு கட்டத்துல திடீர்னு நிறுத்திட்டேன். காந்தி மாதிரி இவனும் ஒரு பெரிய ஆள்னு யாருக்காவது தோணிடப்போவுதுன்னு பாதியிலயே நிறுத்திட்டேன். எனக்கு அதைக் கேட்டு கஷ்டமா போச்சி. என்னைவிட ரொம்ப பெரியவர் அவர். அவருக்கு நான் எப்படி ஆலோசனை சொல்றதுன்னு ஒரு தயக்கம். ஆனாலும் மெதுவா, நீங்க அதையெல்லாம் எழுதணும் சார். சமூகத்துக்கு அதெல்லாம் தெரியணும் சார்னு என்னென்னமோ சொன்னேன். பார்க்கலாம் பார்க்கலாம், இப்ப எதுக்கு அந்தக் கதைன்னு அவர் பேச்ச அத்தோடு முடிச்சிட்டாரு. அதுக்கு மேல ஒன்னும் பேச முடியலை. வந்துட்டேன்."

"அதுக்கப்புறம் அவர எப்ப பார்த்தீங்க?"

"கலைஞன் பதிப்பகத்துக்கு போற சமயத்துல அவரும் இருந்தார்னா, பார்த்து வணக்கம் சொல்லிட்டு கொஞ்ச நேரம்

பேசிட்டிருப்பேன். மத்தபடி அந்த மோபரீஸ் ரோடு வீட்டுல அவரை பார்க்கமுடிஞ்சதே இல்லை. பெரும்பாலும் அது பூட்டியே இருக்கும். அட்டன்பரோ எடுத்த காந்தி படம் வந்த சமயத்துல கலைஞன் ஆபீஸ்லதான் எல்லாரும் சந்திச்சி பேசிகிட்டோம். அப்ப செட்டியாரும் அங்க இருந்தார்."

"நீங்க பாத்தீங்களா அந்த படத்தை?"

"எண்பத்திரெண்டுல அந்த படம் வந்ததுன்னு நெனைக்கறேன். நான், தி.க.சி., மாசிலாமணி எல்லாரும் டிக்கர் ரிசர்வ் பண்ணிட்டு போய் பார்த்தோம். நானும் என் ஒய்ஃபும் சேர்ந்து போய் ஒருமுறை பார்த்தோம். எல்லாருக்குமே படம் ரொம்ப திருப்தியா இருந்தது. மனசை அசைச்ச ஒரு வாழ்க்கைவரலாற்றுப்படம் அதுக்கு முன்னால வந்ததே இல்லை. ஆனா, அந்த படத்தை செட்டியார் மட்டும் பார்க்கவே மாட்டேன்னு சொல்லிட்டாரு. அன்னைக்கு எங்க சந்திப்புல அதுதான் பேச்சு. அவரும் அங்க வந்துட்டதால, அவருகிட்டயே கேட்டுட்டோம்."

"என்ன சொன்னாரு?"

"யாரோ ஒரு வெள்ளைக்காரன் காந்தி மாதிரி மேக்கப் போட்டுகிட்டு நடிச்ச படம். நல்லா இருக்குதுன்னு நீங்க பார்த்துட்டு வரீங்க. சரி அத பத்தி நான் ஒன்னும் குறை சொல்லமுடியாது. நான் உண்மையான ரத்தமும் சதையுமான காந்தியை நேருக்கு நேர் நின்னு படம் புடிச்ச ஆள். அவர் நடக்கறதயும் பேசறதயும் பார்த்த ஆள். உண்மையான காந்தியையே பார்த்த நான், காந்தி வேஷம் போட்டு நடிக்கிற ஒரு நடிகர எப்படி காந்தியா நினைச்சி பார்க்கமுடியும் சொல்லுங்க. நீங்க கோடி ரூபா கொடுத்தாலும் நான் அந்தப் படத்தை பார்க்கமாட்டேன்னு சொல்லிட்டாரு."

"அதுக்கு நீங்க யாரும் ஒன்னும் பதில் சொல்லலையா?"

"என்ன பதில் சொல்றது? அவர் சொல்ற பதில் அவருடைய கோணத்துல சரியான பதில்னு தோணிச்சி. அத்தோட பேச்ச விட்டுட்டோம். அதுக்கப்புறம் எங்களுக்கு ஒரு விஷயம் தெரியவந்தது. அதைக் கேட்டு செட்டியார் மேல எங்க மதிப்பு பல மடங்கா அதிகமாய்ட்டுது"

"என்ன விஷயம்?"

"அட்டன்பரோ காந்தி படத்தை எடுக்கிற சமயத்துல செட்டியார் எடுத்த படத்துலேருந்து சில பகுதிகளை பயன்படுத்திக்கறதுக்கு

சில ரீல்ஸ்கள கேட்டிருக்காரு. எவ்வளவு பணம் வேணும்னாலும் எழுதி எடுத்துக்குங்கன்னு ஒரு ப்ளாங்க் செக் கொடுத்திருக்காரு. செட்டியாரு சிரிச்சிகிட்டே அந்த செக்க திருப்பி கொடுத்துட்டு, எங்கிட்ட எந்த படமும் இல்லை. ஏற்கனவே நான் அரசாங்கத்துகிட்ட கொடுத்துட்டேன்னு சொல்லிட்டாரு. தேடி வந்த செல்வத்தை உதறுகிற மனம் எவ்வளவு பெரிய மனம். அவருக்குள்ளயும் ஒரு காந்தி இல்லைன்னா அப்படி நடக்குமா, சொல்லுங்க."

"காந்தி கூட பேசறவங்க, பழகறவங்க, அவர பார்க்கிறவங்க எல்லாருமே கொஞ்சம் கொஞ்சமா காந்தியா மாறிடறாங்க சார். அவருகிட்ட பெரிய காந்தசக்தி இருக்குது."

"அதுதான் நாங்க அவரை கடைசியா பார்த்தது. அடுத்த வருஷமே செட்டியார் இறந்துட்டாரு."

ஆளுமைகளின் மறைவு என்பது எத்தனை ஆண்டுகளானாலும் துயரம் தரும் ஒரு செய்திதான். செட்டியாரின் மறைவும் அதற்கு விதிவிலக்கல்ல என்று தோன்றியது.

உரையாடலை நான் மீண்டும் செட்டியாரின் பக்கம் திருப்பினேன். "நீங்க செட்டியார் எடுத்த காந்தி படத்தை பார்த்திருக்கீங்களா சார்?" என்று கேட்டேன். "இல்லையே, அதான் தொலைஞ்சி போச்சின்னு சொன்னாங்களே" என்று திகைப்போடு என்னைப் பார்த்தார் விட்டல்ராவ்.

"இல்லை சார். கண்டுபுடிச்சிட்டாங்க. 2006ல ஆ.இரா.வேங்கடாசலபதின்னு ஒரு தமிழ் ஆய்வாளர் சான்பிரான்ஸிஸ்கோ பல்கலைக்கழகத்துல கண்டுபிடிச்சி மீட்டுட்டு வந்து சென்னையில திரையிட ஏற்பாடு செஞ்சாரு. 2019ல காந்தியடிகளுடைய நூத்திஐம்பதாவது பிறந்த நாளை ஒட்டி அந்த படத்தை பரவலாக்குகிற மாதிரி ஒரு பென் ட்ரைவ்ல போட்டு நூறு ரூபாய்க்கு கொடுத்தாங்க. காந்தி கல்வி நிலையத்துக்கு ஒருமுறை நான் போயிருந்த சமயத்துல வாங்கி வந்து அந்த படத்தை பார்த்தேன் சார். செட்டியாருடைய உழைப்புக்கு ஈடு இணையே இல்லை சார். பல தலைமுறைகள் காலத்துக்கு நாம அவருக்கு கடமைப்பட்டிருக்கோம்."

"அந்த படத்தை நான் பாக்கணுமே பாவண்ணன்" என்று கேட்டார் விட்டல்ராவ். "என்கிட்டதான் இருக்குது சார். அடுத்த முறை வரும்போது எடுத்துவரேன், ரெண்டு பேரும் சேர்ந்தே பாக்கலாம்" என்றேன்.

ஒரே சாட்சி

ஆங்கிலேயர் காலத்தில் பெங்களூரில் கட்டப்பட்டு இன்னும் பயன்பாட்டில் இருக்கிற சில கட்டடங்களைப்பற்றி விட்டல்ராவும் நானும் ஒருநாள் பேசிக்கொண்டிருந்தோம். கப்பன் பூங்காவை ஒட்டி ஒருபக்கம் அருங்காட்சியகக் கட்டடமும் மற்றொரு பக்கத்தில் நூலகக் கட்டடமும் இன்றும் செயல்பாட்டில் இருக்கிற மிகச்சிறந்த பிரிட்டன் கட்டடங்கள். எம்.ஜி.ரோடு எல்லையில் இருக்கும் மேயோ ஹால் கட்டடமும் முக்கியமான கட்டடம். இடையிடையில் அவை பழுது பார்க்கப்பட்ட போதும் அவற்றின் பழமை மாறாமல் இன்றளவும் பராமரிக்கப்பட்டு வருகின்றன. ஆங்கிலேயர் காலத்தில் உருவாகி இன்றும் வழிபாட்டுக்குப் பயன்பட்டு வரும் தேவாலயங்களுக்கு கணக்கே இல்லை. செந்நிறமும் காற்றோட்டத்தை உறுதிசெய்யும் வகையில் உருவாக்கப்பட்ட சாளரங்களும் அக்கட்டிடங்களின் முக்கியமான அழகு. அக்கட்டடங்களைப்பற்றி நினைவுக்கு வரும் செய்திகளையெல்லாம் தொடர்ச்சியாக பேசிக்கொண்டிருந்தோம்.

பெங்களூரிலிருந்து எங்கள் உரையாடல் எப்படியோ சென்னைக்குத் தாவிவிட்டது. சென்னையில் செயின்ட் ஜார்ஜ் கோட்டையின் கட்டிட அமைப்பைப் பற்றியும் கோட்டையின் உட்புறமாக இருக்கும் சிறுசிறு கட்டடங்களைப் பற்றியும் விரிவாகச் சொல்லத் தொடங்கினார் விட்டல்ராவ்.

“அந்தக் கட்டடங்களின் கலையழகைப் பற்றி நாள்முழுக்க சொல்லிட்டே இருக்கலாம் பாவண்ணன். உதாரணமா ஏதோ ஒரு தூணயோ அல்லது ஒரு சாளரத்தையோ ஸ்டடி பண்ணி பாருங்க. அப்பதான் பிரிட்டிஷ் கலையுடைய அழகு தெரியும்.

எந்தப் பயன்பாட்டுக்காக ஒரு கட்டடத்தை கட்டுறோமோ, அந்தப் பயன்பாட்டுக்குத் தகுந்த அளவு சாதாரணமா கட்டிட்டு போயிருக்கலாம். ஆனா அந்த ஆர்க்கிடெக்டுக்குள்ள ஒரு ஆர்ட்டிஸ்ட்டும் இருந்திருக்கிறான். அதனாலதான் அவன் அதை வெறும் கல்கட்டிடமா நினைக்கலை. கலைவெளிப்பாடோடு அமைக்கப்பட வேண்டிய ஒன்னா நினைச்சிருக்கான். தேவதைகள், மரங்கள், கொடிகள், பறவைகள்னு சின்னச்சின்ன டீடெய்லோடு ஒவ்வொன்னயும் ரொம்ப அழகா செஞ்சி வச்சிருக்காங்க. பிரிட்டன் ஆர்ட்டிஸ்ட்களுடைய முக்கியமான அம்சமே அதுதான்."

சென்னை கட்டடங்களில் தான் பார்த்து ரசித்த பல்வேறு அம்சங்களையொட்டி எங்கள் உரையாடல் திசைதிரும்பிப் போய்க்கொண்டே இருந்தது. பழைய கால கட்டடங்களின் புகைப்படங்களையும் ஓவியங்களையும் வெளியிட்டு வந்த ஸ்வாகத், நமஸ்கார், நமஸ்தே போன்ற பழைய புத்தகங்களையும் எங்கள் உரையாடலுக்குள் இழுத்துவந்துவிட்டார் விட்டல்ராவ்.

திடீரென நினைவுக்கு வந்தவராக "மறைஞ்சிபோன நண்பர் தனுஷ்கோடி இருக்காரே, இந்த மாதிரியான கட்டடங்களை ஓவியமா தீட்டறதுல ரொம்ப ஆர்வம் உள்ளவர். பெரிய திறமைசாலி. வாட்டர் கலர் ஓவியம் போடறதுல மன்னன். பழைய மெட்ராஸ் பத்தி அவர் வரைஞ்ச ஓவியங்கள் ஏராளம். அந்தந்த இடங்களுக்கு போய் நேருக்கு நேர் நின்னு பார்த்து அப்படியே வரைய ஆரம்பிச்சிடுவார். சில சமயத்துல ஸ்கெட்ச் போட்டு வச்சிகிட்டு அதுக்கப்புறம் பெயின்ட் பண்ணுவார். ஆனா அவர் ஒரு பெயின்ட்டிங்க கூட தனக்காக இருக்கட்டும்ன்னு சேத்து வைக்கலை" என்றார்.

"ஏன்? எல்லாம் எங்க போச்சு?"

"பெங்களூருல நடேஷ் ஆர்ட் சென்டர்னு ஒன்னு அந்த காலத்துல இருந்தது. அதேபோல பாம்பேல பிலிப்ஸ் ஆர்ட் சென்டர்னு ஒன்னு உண்டு. ரெண்டு சென்ட்டருமே பெயிண்டிங்குகளை விற்றுக் கொடுக்கக்கூடிய சென்ட்டர்கள். தனுஷ்கோடி பெயின்டிங்குக்கு எப்பவும் நல்ல டிமான்ட் இருக்கும். படம் வரைஞ்சதும் அவுங்களுக்கு அனுப்பி வச்சிடுவார். வித்ததும் அவுங்க பணம் அனுப்புவாங்க. அதுதான் அவருடைய வாழ்க்கைக்கு ஆதாரம்."

அதைக் கேட்பதற்கு சற்றே சங்கடமாகத்தான் இருந்தது. அவர் சொன்னதைக் கேட்டுக்கொண்டு அமைதியாக இருந்தேன்.

“அவர் வரைஞ்ச சென்னை ஓவியங்களையெல்லாம் எடுத்து தொகுத்தா நம்மால ஒரு பழைய சென்னையை பார்க்கமுடியும். துரதிருஷ்டவசமா அப்படி பார்க்கிற பாக்கியம் நமக்கு அமையலை.”

ஒருசில கணங்கள் பேச்சில்லாமல் அமைதியாகக் கரைந்தன. பிறகு எதையோ நினைத்துக்கொண்டவர்போல “இங்க பெங்களூருல ஒரு பிரிட்டன் காலத்து கட்டடத்தைக்கூட தனுஷ்கோடி படமா வரைஞ்சிருக்காரு” என்றார் விட்டல்ராவ்.

“பெங்களூரு கட்டடமா? அது என்ன கட்டடம் சார்?” என்று ஆவலோடு கேட்டேன்.

“கன்ட்டோன்மென்ட் ரயில்வே ஸ்டேஷன்ல இறங்கி ஆர்.டி.நகர் பக்கமா போறதுக்கு ஒரு அன்டர்பாஸ் ப்ரிட்ஜ் வரும். அதைத் தாண்டி கொஞ்ச தூரம் போனதுமே ஒரு பழைய காலத்து பிரிட்டன் பில்டிங் இருக்கும். ரொம்ப பழைய காலத்துக் கட்டடம். கல்கட்டடமா இல்லாம வித்தியாசமா மங்களூரு ஓடுகளை பயன்படுத்திக் கட்டியிருப்பாங்க. அந்தக் கட்டடத்தை சுத்தி ஏராளமான மரங்கள். பார்க்கிறதுக்கு ஊருக்கு நட்டநடுவுல சின்ன தோப்பு பங்களா மாதிரி இருக்கும்.”

“யாராவது இருந்தாங்களா?”

“யாரும் இல்லை. ஒருநாள் பாலன் நம்பியார்ங்கறவரும் நம்ம தனுஷ்கோடியும் பெங்களூரு போயிருந்தாங்க. அவுங்களுக்கு யாரோ இந்த ஸ்டோர் பங்களா அமைப்பைப்பத்தி சொல்லியிருக்காங்க. உடனே காலையிலயே ரெண்டு பேரும் அந்த பில்டிங்க பாக்கிறதுக்கு கௌம்பிப் போயிட்டாங்க. பில்டிங்க பார்த்ததுமே தனுஷ்கோடி மெய்மறந்து நின்னுட்டாரு. என்ன அழகு என்ன அழகுன்னு ஒரே பரவசம். பெய்ன்ட்டிங் மெட்டீரியல்ஸ்ங்கள்ளாம் அவருகிட்ட எப்பவுமே தயாரா இருக்கும். எங்க போனாலும் கையோடு எடுத்துட்டு போவார். அந்த பில்டிங்க பார்த்ததுமே இப்பவே இத பெயின்ட் பண்ணனும் போல இருக்குதேன்னு சொன்னாரு தனுஷ்கோடி. தேவையான ஏற்பாடுகளோடு வந்து இன்னொரு நாள் வரையலாமேன்னு சொல்லியிருக்காரு நம்பியார். ஆனா தனுஷ்கோடி அதுக்கு ஒத்துக்கலை. அப்பவே பெய்ன்ட் பண்ணணும்னு ஆசைப்பட்டாரு. அவரு மனசுக்குள்ள ஒரு எண்ணம் பதிஞ்சிட்டா, அத யாராலும் மாத்த முடியாது. அங்கயே ரோட்டோரமா உக்காந்து படம் போட ஆரம்பிச்சிட்டாரு. நல்ல வெயில். பக்கத்துல பாதையோரமா சில பேரு காய்கறிக்கடைபோட்டிருந்தாங்க.

நம்பியார் அவுங்ககிட ஓடி போய் ஒரு தடுப்புக்குடையை வாங்கி வந்து தனுஷ்கோடி மேலயும் பெயின்ட்டிங் மேலயும் வெயில் படாதபடி புடிச்சிகிட்டாரு. ரெண்டு மணி நேரத்துல அந்த கட்டடத்த பிரமாதமான ஒரு பெயின்ட்டா வரைஞ்சிட்டாரு தனுஷ்கோடி."

"நீங்க அந்த பெயின்ட்டிங்க பார்த்தீங்களா சார்?" என்று ஆவலோடு கேட்டேன்.

"அவர் பெங்களூருலேருந்து திரும்பிய சமயத்துல வழக்கம்போல அவரை சந்திக்கறதுக்காக நான் அவருடைய வீட்டுக்கு போயிருந்தேன். அப்ப என்கிட்ட அந்த பெயின்ட்டிங்க காட்டினாரு. எனக்கு அந்த பெயின்ட்டிங் ரொம்ப புடிச்சி போச்சி. வழக்கமா நான் யார்கிட்டயும் எதயும் கேக்கற ஆள் இல்லை. என்னமோ, அன்னைக்கு அந்த பெயின்ட்டிங்க பார்த்ததும் என்னையும் மீறி ஒரு ஆசை உண்டாயிடுச்சி. நான் இந்த பெயின்ட்டிங்க வச்சிக்கட்டுமா தனுஷ்கோடின்னு கேட்டேன். தனுஷ்கோடி ஒரு நிமிஷம் என்ன நிமுந்து பார்த்தாரு. பிறகு சிரிச்சிகிட்டே எடுத்து கையெழுத்து போட்டு இந்தாங்க எடுத்துட்டு போங்கன்னு கொடுத்துட்டாரு"

நான் அந்த ஓவியத்தைப் பார்க்கும் ஆவலில் "இங்க வீட்டுல இருக்கா சார் அந்த பெயின்ட்டிங்?" என்று கேட்டேன்.

"இங்க இல்லை பாவண்ணன்" என்றார் விட்டல்ராவ். "சென்னை வீட்ட வித்துட்டு பெங்களூருக்கு வந்த சமயத்துல, என்னோடு எடுத்துவந்த பொருள்கள்ல அந்தப் பெயின்ட்டிங்கும் ஒன்னு. இந்த வீட்டுலதான் ரொம்ப நாளா வச்சிருந்தேன். என் ஒய்ஃப்புக்குக்கூட அந்தப் படம் ரொம்ப புடிக்கும். என் பேத்திக்கு பெயின்ட்டிங் மேல கொஞ்சம் ஈடுபாடு உண்டு. ஒரு நாள் இந்த பெயின்ட்டிங்க எனக்கு கொடு தாத்தா, நான் என்னுடைய அறைக்குள்ள வச்சிக்கறேன்னு கேட்டுது. ஒரு சின்ன பொண்ணு ரொம்ப ஆசையோடு கேக்கும்போது எப்படி இல்லைன்னு சொல்லமுடியும்? சரி வச்சிக்கம்மான்னு எடுத்து கொடுத்துட்டேன். என்னைக்காவது நீங்க பொண்ணு வீட்டுக்கு வரும்போது அந்த பெயின்ட்டிங்க காட்டறேன். உங்களுக்கும் ரொம்ப புடிக்கும்."

இணையத்தில் சிற்சில பழைய கால கட்டடங்களின் ஓவியங்களைப் பார்த்திருக்கிறேன். மனோகர் தேவதாஸின் கைவண்ணத்தில் உருவான ஏராளமான மதுரைக்காட்சிகளின் ஓவியங்களையும் பார்த்திருக்கிறேன். சில்பியின் கோடுகள் வழியாக உயிர்த்திருக்கும்

ஏராளமான கோவில் வளாகங்களின் ஓவியங்களையும் பார்த்ததுண்டு. அந்த ஆர்வம்தான் தனுஷ்கோடியின் ஓவியத்தைப் பார்க்கும் ஆவலைத் தூண்டியது.

"அடுத்த வாரமே வரேன் சார். பார்க்கலாம்" என்றேன். "ஓ.எஸ். வாங்க. இந்த வீட்டுக்கே வந்துடுங்க. ரெண்டு பேரும் சேர்ந்து நாம பொண்ணு வீட்டுக்கு போகலாம்" என்றார். அதைத் தொடர்ந்து தன் மருமகனுக்கும் பேத்திக்கும் உள்ள ஓவிய ஆர்வத்தைப்பற்றி சொல்லத் தொடங்கினார்.

சில நிமிடங்களுக்குப் பிறகு "பெங்களூருல அந்த பில்டிங் எந்த இடத்துல வருது? கொஞ்சம் டீடெய்லா சொல்லுங்க சார். ஒருநாள் புறப்பட்டு போய் நேருக்கு நேரா அத பார்த்துட்டு வரேன்" என்றேன்.

"ஐயோ" என்ற குரல் அனிச்சையாக அவரிடமிருந்து வெளிப்பட்டது. "என்ன சார்?" என்று நான் அவருடைய முகத்தைப் பார்த்தேன். அவர் நாக்கு சப்புக் கொட்டியபடி உதட்டைப் பிதுக்கினார்.

"அந்த பில்டிங் இருந்த இடமே இன்னைக்கு இல்லை பாவண்ணன். எல்லாம் தரைமட்டமாயி பல வருஷங்களாயிட்டுது. பழைய பில்டிங்னு சொல்லி அரசாங்கமே இடிச்சி தள்ளிடுச்சி."

நம்பமுடியாமல் நான் அவருடைய முகத்தையே பார்த்தபடி அமர்ந்திருந்தேன்.

"இன்னைக்கு அப்படி ஒரு பில்டிங் இந்த ஊருல இருந்ததுங்கறதுக்கு ஒரே சாட்சி நம்ம தனுஷ்கோடி பெயின்ட்டிங் மட்டும்தான்"

அவர் ஒருகணம் பெருமூச்சு விட்டார்.

"தனுஷ்கோடிகிட்டேர்ந்து அந்த பெயின்ட்டிங்க அன்பளிப்பா வாங்கிட்டு வர சமயத்துலயே அந்த பில்டிங் எந்த இடத்துல இருக்குதுங்கற தகவலையெல்லாம் கேட்டு தெரிஞ்சிகிட்டுதான் வந்தேன். அந்த காலத்துல ஏதாவது ஒரு லீவ்ல பெங்களூருக்கு அடிக்கடி வந்து போயிட்டிருப்பேன். எப்பனா ஒரு சமயம் நேரம் கிடைக்கும்போது அந்த பில்டிங்க நேருக்கு நேர் பார்க்கணும்னு நெனச்சேன். அவரும் எல்லா தகவலையும் சொன்னாரு. நானும் இங்க வந்து பார்த்தேன். ரொம்ப சந்தோஷமா இருந்தது."

"அப்புறம்?"

"அப்பல்லாம் அத இடிக்கலை. எங்க பொண்ணுக்கு கல்யாணம் முடிஞ்ச கையோடு இந்த ஊருல குடித்தனம் வைக்கறதுக்காக

வந்தோம். சுல்தான்பாள்யாங்கற இடத்துலதான் அவுங்க முதமுதலா வாடகைக்கு குடியிருந்தாங்க. கன்டோன்மென்ட்ல எறங்கி ஆட்டோ புடிச்சி அங்க போகணும். அந்த வழியிலதான் இந்த பில்டிங்கும் இருந்தது. அதனால இங்க வரும்போதெல்லாம் அந்த பில்டிங்கயும் பார்த்துட்டு போவேன். நான் அந்த பில்டிங்க பாக்கறது, வீட்டுல இந்த படம் பெயின்ட்டிங்கா தொங்கறது எல்லாம் என் மாப்பிள்ளைக்கும் தெரியும். ஒருநாள் அவருதான் பெங்களூருலேருந்து எனக்கு போன் பண்ணி இந்த பில்டிங்க இடிச்சிட்டாங்க அங்கிள்னு சொன்னாரு. எனக்கு தலையில இடியே உழுந்த மாதிரி இருந்தது. எத்தனையோ முறை அந்த பில்டிங் முன்னால நின்னு பார்த்திருக்கேன். குறுக்கும் நெடுக்குமா நடந்திருக்கேன். ஒருமுறை கூட அத ஒரு ஃபோட்டோ எடுத்து வச்சிக்கணும்னு எனக்கு தோணவே இல்லை. இத்தனைக்கும் கேமிராவோடு சுத்தற ஆளா இருந்தும் அந்த பில்டிங்க படமா எடுக்க முடியாம போயிடுச்சி. அந்த துரதிருஷ்டத்த என்னன்னு சொல்றது? எடுக்கணும்னு தோணின சமயத்துல பில்டிங்கே சாஞ்சி போயிட்டுது.”

பெருமூச்சுடன் தன் நாற்காலியில் ஒருகணம் சாய்ந்தார் விட்டல்ராவ்.

மேச்சேரி நினைவுகள்

கவிஞர் லாவண்யா சுந்தரராஜன் 'விட்டல்ராவின் படைப்புலகம்' என்னும் தலைப்பில் சேலத்தில் ஒரு கருத்தரங்கம் நடத்தவேண்டும் என்று 2020ஆம் ஆண்டு தொடக்கத்தில் திட்டமிட்டார். ஆனால் கொரானா அச்சம் காரணமாக அது திட்டமிட்டபடி நடக்கவில்லை. அதற்குப் பிறகும் இரண்டு முறை திட்டமிட்டு வெவ்வேறு காரணங்களால் நிகழாமல் போய்விட்டது. இறுதியில் 20.11.2021 அன்று சேலத்தில் வெற்றிகரமாக நடைபெற்றது. காலையிலும் மாலையிலுமாக இரு அமர்வுகளில் கருத்தரங்கம் இனிதே நடைபெற்றது. கருத்தரங்கத்தில் இன்றைய தலைமுறையைச் சேர்ந்த பல எழுத்தாளர்கள் கலந்துகொண்டு அவருடைய படைப்புலகத்தை முன்வைத்து கட்டுரைகளை வாசித்தனர்.

உணவு இடைவேளை சமயத்தில் சிலர் அவரை நெருங்கி அறிமுகப்படுத்திக்கொண்டு சிறிது நேரம் உரையாடிவிட்டுச் சென்றனர். அப்போது எனக்கு அருகில் மணல்வீடு ஹரிகிருஷ்ணன் அமர்ந்திருந்தார். நான் அவரை விட்டல்ராவுக்கு அறிமுகப்படுத்தினேன். "இவர் நல்ல சிறுகதை எழுத்தாளர். ரெண்டு தொகுப்பு போட்டிருக்காரு. மணல்வீடுன்னு அழகான பத்திரிகை ஒன்னு நடத்தறாரு. தமிழ்நாட்டுல தெருக்கூத்துக் கலைஞர்களுக்கு ஆதரவா நிக்கக்கூடிய ஒரே அமைப்பு இவருடையதுதான். கொரானாவுக்கு முன்னால ஒவ்வொரு வருஷமும் ஜனவரி ஒன்னாம் தேதி இவருடைய ஊருல தெருக்கூத்து திருவிழா நடத்திட்டிருந்தாரு. அற்புதமா இருக்கும். நான் ரெண்டுமூனு முறை போயிருக்கேன்" என்று குறிப்பிட்டேன்.

அதைத் தொடர்ந்து அவர்கள் இருவரும் சிறிது நேரம் பேசிக்கொண்டிருந்தனர். "சேலத்துல எங்க இருக்கீங்க நீங்க?"

என்று அவரிடம் கேட்டார் விட்டல்ராவ். “நான் இருக்கறது மேச்சேரியில சார். கூட்டம் மாதிரி ஏதாவது வேலை இருந்தாதான் சேலம் பக்கம் வருவேன்” என்றார்.

மேச்சேரி என்ற பெயரைக் கேட்டதும் விட்டல்ராவின் முகம் மலர்ந்துவிட்டது. “மேச்சேரியா? எனக்கு நல்லா தெரிஞ்ச ஊரு சார் அது. நான் அங்க இருக்கிற ஸ்கூல்லதான் மூனாங்கிளாஸ் படிச்சேன்” என்று உற்சாகமுடன் சொன்னார் விட்டல்ராவ். தொடர்ந்து இருவரும் சிறிது நேரம் பேசிக்கொண்டனர். அடுத்த அமர்வுக்கான நேரம் நெருங்கிவிட்டதால் அவர்களுடைய உரையாடல் தொடர வழி இல்லாமல் போய்விட்டது.

எல்லா அமர்வுகளிலுமே நண்பர்கள் சிறப்பாக உரையாற்றினார்கள். நேரம் போனதே தெரியவில்லை. மாலை ஆறு மணியளவில் நிகழ்ச்சி நிறைவு பெற்றதும் எல்லோரும் விடைபெற்றுச் சென்றுவிட்டனர். நண்பர் ஹரிகிருஷ்ணன் எங்கே என்று கேட்டார் விட்டல்ராவ். தொலைவின் காரணமாக அவர் விடைபெற்று புறப்பட்டுச் சென்றுவிட்டதாக அவருக்குச் சொன்னேன். அதற்குப் பிறகு நானும் விட்டல்ராவும் நண்பர் விஜயன் வீட்டுக்குச் சென்றுவிட்டோம். அன்று இரவு அவருடைய வீட்டில்தான் தங்கினோம்.

இரவு சிற்றுண்டிக்குப் பிறகு கூடத்தில் அமர்ந்து பேசிக்கொண்டிருந்தோம். விட்டல்ராவ் முகத்தில் மகிழ்ச்சியின் அடையாளத்தைப் பார்க்கமுடிந்தது. “இப்படி நண்பர்களோடு சேர்ந்து, கலகலப்பா பேசி சிரிச்சே பத்து பதினஞ்சி வருஷமிருக்கும் பாவண்ணன்” என்றார். “சென்னையை விட்டு பெங்களூருக்கு வந்த பிறகு இந்த மாதிரியான நிகழ்ச்சிகளுக்கெல்லாம் வாய்ப்பே இல்லாம போயிட்டுது. இந்த நிகழ்ச்சி எனக்கு ரொம்ப உற்சாகமா இருக்குது” என்றார்.

ஹரிகிருஷ்ணன் அவருக்கு அன்பளிப்பாகக் கொடுத்துவிட்டுச் சென்ற மணல்வீடு இதழ் அவருக்குப் பக்கத்திலேயே மேசை மீது இருந்தது. அதை எடுத்து ஒரு கணம் புரட்டிப் பார்த்தார். சட்டென என் பக்கமாகத் திரும்பி “இவரத்தானே மேச்சேரிக்காரர்னு சொன்னீங்க?” என்று கேட்டார். நான் ஆமாம் என்பது போலத் தலையசைத்தேன். “இவருகிட்ட இன்னும் கொஞ்ச நேரம் பேசி யிருக்கணும். வாய்ப்பில்லாம போயிட்டுது. மேச்சேரியில அந்த காலத்துல நான் பார்த்த இடங்கள்லாம் இப்ப இருக்குதோ என்னமோ தெரியலை. அவர கேட்டிருந்தா தெரிஞ்சிருக்கும்” என்றார்.

"கொரானா பயம்லாம் போகட்டும் சார். ஒவ்வொரு ஜனவரி ஒன்னாம் தேதியிலயும் இவர் ஒரு தெருக்கூத்துக்கு ஏற்பாடு செய்வாரு. ஏதாவது ஒரு ஜனவரியில நாம போய் பார்த்துட்டு வரலாம்"

தெருக்கூத்து என்றதும் அவர் முகத்தில் உற்சாகக்களை படியத் தொடங்கிவிட்டது. "எப்படி ஏற்பாடு செய்வாரு? வேற ஊருலேர்ந்து வரவழைப்பாரா?" என்று கேட்டார்.

"அவரே ஒரு பெரிய கூத்துக்கலைஞர்தான் சார். அவருகிட்டயே ஒரு பெரிய குழு இருக்குது. பெரும்பாலும் அந்தக் குழுவே ஆடும். சில சமயங்கள்ல வேற ஊருலேர்ந்தும் கூத்துக்குழுவ வரவழைச்சி ஆடவைப்பார்."

"சிறுகதை எழுத்தாளர்'னு சொன்னீங்களே?"

"ஆமாம் சார். சிறுகதை எழுத்தாளர். பத்திரிகை ஆசிரியர். கூத்துக்கலைஞர். கிராமியக்கலைகளுக்கு பெரிய புரவலர். இப்படி பல முகங்கள் அவருக்கு."

"அந்தக் காலத்துலயே இந்த வட்டாரத்துல மேச்சேரிக்கு ஒரு நல்ல பேரு இருந்தது. தெருக்கூத்துக்கு பேர் போன இடம் மேச்சேரி. நல்ல நல்ல கலைஞர்கள்லாம் அப்ப இருந்தாங்க. நான் பல கூத்துகளை பார்த்திருக்கேன். ஒருவேளை சின்ன வயசுல நான் பார்த்த கலைஞர்கள் ஏதாவது ஒரு வழியில ஹரிகிருஷ்ணனுருக்கு முன்னோராகவும் கூட இருக்கலாம். அவரோடு கொஞ்ச நேரம் பேசினா கண்டுபிடிச்சிடலாம்."

"சேலம்தான சார் நீங்க? நீங்க எப்ப மேச்சேரி பக்கம் போனீங்க?"

"சின்ன வயசுல அதிக காலம் வாழ்ந்த இடம் சேலம்தான். அதே சமயத்துல சேலத்த சுத்தி எல்லா ஊருலயும் ஒன்னு ரெண்டு வருஷம் இருந்திருக்கோம். மூனாங்கிளாஸ் படிக்கிற சமயத்துல நாங்க மேச்சேரியில இருந்தோம். மேச்சேரியில பத்ரகாளியம்மன் கோவிலுக்கு பின்னால எங்க ஸ்கூல் இருந்தது."

இளமைப்பருவத்தை நினைத்துக்கொள்ளும் போதெல்லாம் வழக்கமாக வரக்கூடிய உற்சாகத்தை அவர் முகத்தில் பார்க்கமுடிந்தது.

"அதுக்குப் பின்னால வாரச்சந்தை நடக்கும். எல்லாக் கடைங்களும் அன்னைக்கு ஒருநாள் திடீர்னு முளைச்சி மறுநாள் மறைஞ்சிடும். சந்தைக்குள்ள குறுக்கும் நெடுக்கும் நடக்கும்போது என்னமோ வெளியூருல கண்காணாத இடத்துல நடக்கறமாதிரி இருக்கும். ஒரு

வேலையும் இருக்காது. ஆனாலும் இந்த பக்கமா புகுந்து அந்த பக்கமா வெளியே வர்ரதுன்னா ஒரே சந்தோஷமாவும் பரபரப்பாவும் இருக்கும். இன்னொரு பக்கத்துல திரௌபதை அம்மன் கோவில் இருக்கும். அங்க ஒவ்வொரு வருஷமும் பதினெட்டு நாள் பாரதம் படிப்பாங்க. நானும் எங்க அக்காவும் கதை கேக்கறதுக்கு போவோம். எங்க அக்காவுக்கு கதை கேக்கறதுன்னா ரொம்ப புடிக்கும். ஆனா எனக்கு கதையைவிட தெருக்கூத்துதான் புடிக்கும்."

"ம்"

"அப்ப மாணிக்கம் வாத்தியாருன்னு ஒருத்தர் மேச்சேரியில இருந்தாரு. அவருகிட்டதான் பெரிய ஜமா இருந்தது. எல்லாருமே நல்லா பாடுவாங்க. ஆடுவாங்க. பாக்கறதுக்கு பிரமாதமா இருக்கும். பாரதம் படிச்சி முடிச்ச மறுநாள் கூத்து வைப்பாங்க. என் வயசுப் பசங்க மூனு நாலு பேரு இருந்தாங்க. நாங்க எல்லாருமே ஒரு செட்டு. எங்க போனாலும் ஒன்னாதான் போவோம். ஒன்னாதான் திரும்புவோம். கூத்து அன்னைக்கு நாங்க எல்லாருமே விடிய விடிய உக்காந்து கூத்து பார்ப்போம். பார்க்கும்போதே அவுங்க பாடற சில பாட்டுங்கள நாங்க மனப்பாடம் செஞ்சிடுவோம். சில சமயத்துல பொடி வச்சி கொஞ்சம் கிளுகிளுப்பான பாட்டுங்கள பாடுவாங்க. அதயெல்லாம் உடனே கத்துக்குவோம்."

"சரி"

"கூத்து முடிஞ்சி ஒரு வாரம் பத்துநாள் ஆன பிறகு ஒரு பையன் டேய் வாங்கடா, நாம எல்லாரும் கூத்து மேட்டுக்கு போய் கூத்து ஆட்டம் விளையாடலாம்னு சொன்னான். நாங்க ஆறேழு பேரு அவன் பின்னாலயே போயிட்டோம். போற வேகத்துல எங்க வீட்டு கொடியில தொங்கிட்டிருந்த எங்க அக்கா பாவாடையை சுருட்டி பைக்குள்ள வச்சிகிட்டு போயிட்டேன். இப்படி ஆளாளுக்கு ஒன்னு கொண்டுவந்துட்டாங்க."

"கூத்து மேடுன்னு சொன்னா?"

"மேச்சேரியில அது ஒரு இடம். ஊருக்கு வெளியில இருக்கும். அங்கதான் எல்லாரும் உக்காந்து கூத்து பாட்ட பாடி பழகுவாங்க. அதனால கூத்துமேடுன்னு பேரு. கூத்துக்கு தேவையான கிரீடம், வாள்கள், புஜக்கிரீடைகள், மார்புக்கவசம் எல்லாத்தயும் ஒரு பொட்டியில போட்டு அங்கதான் வச்சிருப்பாங்க."

"பூட்டமாட்டாங்களா?"

“எல்லாத்தயும் தெறந்துதான் வச்சிருப்பாங்க. அந்த காலத்துல அதயெல்லாம் யாரு தொடப் போறாங்க? அத பார்த்ததுமே ஒரு பையன், டேய், நமக்கு தேவையான கிரீடம், வாள்கள், அலங்கார மணிகள் எல்லாத்தயும் இதுலேர்ந்து எடுத்துக்கலாமாடான்னு கேட்டான். ஏதோ வேகத்துல இன்னொரு பையன், சரி ஆளுக்கொன்னு எடுத்துக்கங்கடான்னு சொன்னான். அடுத்த நிமிஷமே ஆளுக்கொன்னு எடுத்துகிட்டு பெட்டிய சாத்தி வச்சிட்டு ஓடியே போயிட்டோம்.”

“அப்புறம்?”

“அப்புறமென்ன? எடுத்தும் போனதயெல்லாம் அணிஞ்சிகிட்டு ஒரே ஆட்டம். பாட்டம். கொண்டாட்டம்தான். ஏற்கனவே மனப்பாடம் செஞ்சி வச்சிருந்த பாட்டுங்களோடு வாய்க்கு வந்த மாதிரி இன்னும் கொஞ்சம் வரிகளை நாங்களே சேர்த்து சந்தோஷமா பாடி ஆட்டம் போட்டோம்.”

“ம்”

“நேரம் போனதே தெரியலை. இருட்டின பிறகுதான் எங்களுக்கு சுய உணர்வு வந்தது. சரி வாங்கடா, பொட்டியிலேருந்து எடுத்தத பொட்டியிலயே வச்சிட்டு போயிடலாம்ன்னு சொன்னேன். ஆனா அதுக்கு ஒருத்தனும் தயாரா இல்லை. நாமளே வச்சிக்கலாம்டா, இன்னும் ஒரு வாரம் பத்துநாள்னு வச்சிருந்து திருப்தியா வேஷம் போட்டு பார்த்து ஆடி முடிச்சிட்டு, கடைசியா திருப்பி வச்சிடலாம்ன்னு சொல்ல ஆரம்பிச்சிட்டானுங்க.”

“அப்புறம்?”

“கூத்தாடறவங்க வந்து பொட்டிய தெறந்து பார்த்து கண்டுபுடிச்சாங்கன்னா என்னடா செய்யறதுன்னு ஒரு பையன் கேட்டான். அடுத்த கூத்து ஆடப் போற வரைக்கும் இந்த பக்கமே அவுங்க வரமாட்டாங்கடான்னு இன்னொருத்தன் பதில் சொல்லி வாய அடக்கிட்டான்.”

“கடைசியா என்னதான் முடிவாச்சி?”

“அவுங்கவுங்க எடுத்த பொருளை அவுங்கவுங்களே எடுத்தும் போயி பத்திரமா வச்சிக்கணும்ன்னு ஆரம்பத்துல பேசனானுங்க. கடைசியா திடீர்னு மனசு மாறி பேச்ச மாத்திட்டானுங்க. எங்க வீடு ரொம்ப சின்ன வீடுடா, யாருக்கும் தெரியாம மறைச்சி வச்சிக்கறது கஷ்டம்டான்னு ஒவ்வொருத்தனும் கைய விரிச்சிட்டானுங்க, எல்லாரும் சேர்ந்து உங்க வீடுதான்டா பெரிய வீடு, உங்க வீட்டுலயே

எல்லாத்தயும் வச்சிக்கடான்னு சொல்லி என் தலையில கட்டிட்டு போயிட்டானுங்க."

"அப்புறம்?"

"வேற வழியில்லாம எல்லாத்தயும் அக்கா பாவாடைக்குள்ள வச்சி சுருட்டி எடுத்துவந்து வீட்டுக்குப் பின்னால விறகு, வறட்டி வைக்கறதுக்குன்னு இருந்த ஒரு அறைக்குள்ள மறைவா வச்சிட்டேன்."

"யாரும் கண்டுபுடிக்கலையா?"

"யாரும் கண்டுபுடிக்கலை. ஒவ்வொரு நாளும் யாருக்கும் தெரியாம சாயங்காலத்துல எல்லாத்தயும் எடுத்தும் போயி கூத்து மேடையில ஆட்டம் போடுவோம். அப்புறம் இருட்டின பிறகு அமைதியா எடுத்துவந்து மறைச்சி வச்சிடுவோம். இப்படியே ரெண்டு மூனு நாள் போச்சி. நடுவுல ஒரு நாள் ஸ்கூல் லீவ் வந்துட்டுது. கூத்து மேட்டுக்கு சாயங்காலம்தான் போவ முடியும். பகல்ல என்ன செய்யறதுன்னு தெரியாம வீட்டுக்குள்ளயே சுத்தி சுத்தி வந்தன். திடீர்னு ஒரு யோசன வந்துச்சி. மறைச்சி வச்சிருந்த கூத்து பொருளுக்குள்ள வில்லும் அம்புக்கூடையும் இருந்தது. உறுதியான மூங்கிலாலான வில். கூரான அம்புகள். விறகு ரூமுக்குள்ள போய் மெதுவா அதுங்கள எடுத்து வந்தேன்."

"யாரும் பாக்கலையா?"

"ஒருத்தரு கண்ணுலயும் படலை. வில்லயும் அம்பயும் எடுத்துகிட்டு வீட்டுக்கு பின்பக்கமா போயிட்டேன். பின்னால ஒரு பெரிய வாழைத்தோட்டம் இருந்தது. அந்த ஊருல ஒரு செட்டியார் இருந்தார். அவருதான் எங்களுக்கு அந்த வீட்ட வாடகைக்கு கொடுத்திருந்தார். தோட்டத்துக்கு போனதும், அங்க நின்னுட்டிருந்த ஒவ்வொரு வாழை மரமும் எனக்கு எதிரிகள் மாதிரி தெரிய ஆரம்பிச்சிது. யுத்தத்துல நிக்கிற அர்ஜுனன் மாதிரியும் கர்ணன் மாதிரியும் என்ன நானும் நெனச்சிகிட்டேன். வெறியோடு வில்ல எடுத்து ஒவ்வொரு மரத்தயும் குறிபார்த்து அம்பு விட்டேன். ஒரு குறி கூட தப்பலை. நேரா போய் மரத்துல சரக்குன்னு குத்திட்டு நிக்குது. எல்லா அம்புகளும் தீர்ந்து போனதும், மரத்துலேருந்து அம்புங்கள புடுங்கி வந்து மறுபடியும் குறி பார்த்து அம்பாலயே அடிச்சேன். இப்படியே அன்னைய பகல் பொழுது ரொம்ப ஆனந்தமா போச்சி. யாரும் பாக்கலைங்கறதுல கூடுதல் ஆனந்தம்."

"அம்மா அப்பா ஒன்னும் கேக்கலையா?"

“அவுங்களுக்கு தெரிஞ்சாதான கேக்கறதுக்கு? நான் செஞ்ச வேலை யாருக்குமே தெரியாது. ஆனா, எனக்கு சோதனை வேற வடிவத்துல வந்துட்டுது”

“அது என்ன?”

“அடுத்த நாள் ஒன்னாம் தேதி. வீட்டுக்கார செட்டியார் வாடகை வாங்க வந்தாரு. அம்மா தயாரா எடுத்து வச்சிருந்தாங்க. அத எடுத்து வந்து கொடுத்தாங்க. எண்ணி பார்த்து பைக்குள்ள வச்சிகிட்டே வீட்டுக்கு பின்பக்கமா வாழத் தோட்டத்த பார்க்க போனாரு. போன மனுஷன் அடுத்த நிமிஷமே அலறியடிச்சிகினு ஓடி வந்தாரு. என்னம்மா இது? இதுதான் நீங்க வீட்ட பார்த்துக்கற லட்சணமா? ஒவ்வொரு மரத்துலயும் இப்படி ஓட்டை போட்டு வச்சிருக்குதே? எல்லா மரங்களும் செத்துடும்போல இருக்குதே, யாரு செஞ்ச வேலை இது? மரமெல்லாம் குலை விடற நேரத்துல இப்படி குதறி வச்சிருக்கேன்னு ஒரே சத்தம். அம்மாவுக்கு ஒன்னும் புரியலை. எனக்கு ஒன்னும் தெரியாது செட்டியாரே, நாள்பூரா அடுப்பங்கரைக்குள்ளயே என் வேலை முடிஞ்சிடுது. வெளியே வரக்கூட எனக்கு நேரமில்லையே. நான் எதயும் பார்க்கலை செட்டியாரேன்னு சொன்னாங்க. உடனே அவரு பெரியக்காவ பார்த்து உனக்குத் தெரியுமாம்மான்னு கேட்டாரு. அவுங்க நான் பாக்கலைங்க, மாடியறைக்குள்ள இருந்தேன்னு சொல்லிட்டாங்க. எங்க அண்ணன் அறைய விட்டு வெளியவே வரலை. ஆனா செட்டியார் சும்மா விடலை. அப்பாவை சந்திச்சி விஷயத்தை சொல்லிட்டாரு.”

“ம்”

“சாயங்காலமா வீட்டுக்கு வந்ததுமே அப்பா வாழைத்தோட்டம் பக்கம் போயிட்டு வந்தாரு. அப்புறம் ஒவ்வொருத்தவங்களயா கூப்பிட்டு வச்சி விசாரணை பண்ணினாரு. எங்க அப்பா சாதாரண ஆள் கிடையாது. கோர்ட்ல கேக்கறமாதிரி மடக்கி மடக்கி கேள்வி கேட்டு கண்டுபுடிச்சிடுவார். அன்னைக்கும் அப்படித்தான். ரெண்டு மூனு கேள்விங்கள்லயே என்னை மடக்கிட்டாரு. அதுக்கப்புறம் பேச்சே இல்லை. ரெண்டு கன்னத்துலயும் பளார் பளார்னு அறை விட்டாரு. எப்படிடா இந்த மாதிரி ஓட்டை போட்டன்னு கேட்டாரு. நான் எல்லா உண்மைங்களயும் சொல்லிட்டேன். அவரு என்கூடவே வந்து எங்கடா வச்சிருக்கே எல்லாத்தயும், ஒழுங்கா காட்டுடான்னு மிரட்டினாரு. நான் விறகு ரூமுக்கு அழச்சிட்டு போயி எல்லாத்தயும் பிரிச்சி காட்டினேன். அத பார்த்ததும் மறுபடியும்

ரெண்டு அறை முதுகுல விழுந்தது. ஒரு பெரிய கோணிப்பையை எடுத்துவரச் சொல்லி அதுக்குள்ள எல்லாத்தயும் போட்டு மூடி ஒழுங்கு மரியாதையா இன்னைக்கு சாயங்காலத்துக்குள்ள எடுத்த எடத்துல கொண்டு போய் வச்சிட்டு வரணும்னு கண்டிப்பா சொல்லிட்டு போயிட்டாரு. வீட்டுல அக்கா, அம்மா எல்லாரும் என்னடா இப்படி பண்ணிட்ட என்னடா இப்படி பண்ணிட்டன்னு திட்டினாங்க."

"பாவம்தான் நீங்க"

"மெதுவா வெளியில போய் பசங்களுக்கு நடந்ததயெல்லாம் சொன்னேன். இருட்டின பிறகு எடுத்தும் போய் வச்சிடலாம், கவலைப்படாதடான்னு ஆறுதல் சொன்னானுங்க. சொன்ன மாதிரியே பொழுது சாஞ்சதும் அந்த கோணிப்பையை யாருக்கும் தெரியாம தூக்கிட்டு போய் கூத்து மேடைக்கு பக்கத்துல இருந்த பொட்டிய தெறந்து எல்லாத்தயும் அதுக்குள்ள வச்சி மூடிட்டு திரும்பிட்டோம்."

தன் எட்டு வயது நினைவுகளிலிருந்து வெளியே வர இயலாமல் ஒன்றையடுத்து ஒன்றாக சொல்லிக்கொண்டே இருந்தார் விட்டல்ராவ்.

நட்புக்கு மரியாதை

ஆங்கில நாளேடுகளில் வெளிவரும் வாசகர் கடிதங்களைப்பற்றி ஒருநாள் வருத்தமுடன் ஒரு செய்தியைக் குறிப்பிட்டார் விட்டல்ராவ். பெரும்பாலானோர் எழுதும் ஆங்கிலம் இலக்கணப்பிழைகள் நிறைந்ததாக இருப்பதை அவரால் ஏற்றுக்கொள்ளவே முடியவில்லை.

நான் அலுவலகத்தில் வேலை செய்துவந்த காலத்தில் எனக்கு ஆங்கிலத்தில் எழுதப்பட்டு வந்த பல மின்னஞ்சல்கள் ஏராளமான தப்பும் தவறுகளோடும் இருந்ததை நினைவுகூர்ந்தேன். பெரும்பாலான கடிதங்களில் முற்றுப்புள்ளியே இருப்பதில்லை. எல்லா வாக்கியங்களும் இணைந்தே இருக்கும். வாக்கியத்தின் தொடக்கம் எது முடிவு எது என பிரித்தறிய முடியாதபடி எல்லா எழுத்துகளும் சின்ன எழுத்தாகவே இருக்கும். ஐந்துக்கும் மேற்பட்ட எழுத்துகளைக் கொண்ட சொல்லைச் சுருக்கி இரண்டு அல்லது மூன்று எழுத்துகளால் ஆன ஒரு குறுவடிவம் பயன்படுத்தப்பட்டிருக்கும். பல நேரங்களில் ஒவ்வொரு சொல்லுக்கும் ஒரு எழுத்து மட்டுமே இருக்கும்.

ஒருமுறை எனக்கு அறிமுகமில்லாத ஓர் எண்ணிலிருந்து ஒரு செய்தி வந்தது. ரகசியக்குறியீடு போல Wrru என நான்கு எழுத்துகள் மட்டுமே அச்செய்தியில் இருந்தது. அது என்ன என்றே எனக்குப் புரியவில்லை. வேறொரு நண்பர்தான் அது Where are you என்பதன் சுருக்கம் என்று சொன்னார். சில நேரங்களில் ஆங்கில எழுத்துகளால் எழுதப்பட்ட தமிழ் வாக்கியங்களைக் கொண்ட கடிதங்களும் வந்துவிடும். நிறுத்தி நிறுத்திப் படித்துத்தான் அதைப் புரிந்துகொள்ளவேண்டும்.

இப்படி ஆங்கிலம் படும் பாட்டை அல்லது ஆங்கிலத்தை மக்கள் படுத்தும் பாட்டையும் ஒருவித ஆற்றாமையுடன் மாற்றிமாற்றிச் சொல்லிக்கொண்டோம். இலக்கணம் தெரிந்தும் இலக்கணப்படி எழுத வேண்டாம் என்று தீர்மானித்துக்கொண்டு இப்படி எழுதுகிறார்களா அல்லது இலக்கணம் தெரியாத காரணத்தால் இப்படி எழுதுகிறார்களா என்றெல்லாம் இருவருக்குமே எண்ணற்ற ஐயங்கள் இருந்தன. பொதுவாக, அந்தக் காலத்தில் எல்லாம் நன்றாக இருந்தது, இந்தக் காலத்தில் எல்லாம் மோசமாகிவிட்டது என்று சொல்லப்படும் பார்வையோடு எனக்கு ஒருபோதும் உடன்பாடு இருந்ததில்லை. இலக்கணம் ஏன் தவிர்க்கப்படுகிறது என்பதுதான் எனக்குப் புரியாத புதிராக இருந்தது.

“பள்ளிக்கூடத்துல எங்க ஆசிரியர்கள்ட்டேருந்து நான் ஆங்கிலம் கத்துகிட்டதைவிட, எங்க அப்பாகிட்டேருந்து கத்துகிட்டதுதான் அதிகம் பாவண்ணன். எங்க அப்பா சாதாரணமான ஒரு அரசாங்க ஊழியர்தான். ஆனா அவருக்கு அபாரமான ஆங்கில அறிவு இருந்தது” என்றார் விட்டல்ராவ்.

“ஒருவேளை வெள்ளைக்கார அதிகாரிகள்ட்ட தொடக்க காலத்துல வேலை செஞ்சது ஒரு காரணமா இருக்குமோ?” என்று கேட்டேன்.

விட்டல்ராவ் என்னை ஒரு கணம் நிமிர்ந்து பார்த்தார். “அப்படி சொல்ல முடியாது. அவருக்கு இயற்கையாகவே ஆங்கில மொழி மேல ஒரு ஈடுபாடு இருந்தது. இலக்கண சுத்தமா எழுதறதும் பேசறதும் அவருக்கு இயற்கையாவே கைவந்த கலையா இருந்தது.”

“படிக்கிற பழக்கம் இருந்ததா?”

“ஆமாம். ஆங்கில இலக்கியத்துல பல படைப்பாளிகளுடைய படைப்புகளை ரொம்ப தீவிரமா படிச்சிருக்காரு. அவருடைய சின்ன வயசு காலத்திலயே அவருக்கு புத்தகம் படிக்கிற பழக்கம் உண்டாயிட்டுது. அதனால மொழியை கையாள்றதில அவருகிட்ட எப்பவுமே ஒரு மிடுக்கு இருந்தது. இலக்கணப்பிழை அவருகிட்ட வரவே வராது. இலக்கணத்துல பெரிய புலி. ரொம்ப சின்ன வயசுலயே எனக்கு இலக்கணம்லாம் சொல்லிக் கொடுத்தாரு. உண்மையை சொல்லணும்ன்னா தமிழிலக்கணம் படிக்கிறதுக்கு முன்னாலயே நான் ஆங்கில இலக்கணம் படிச்சிட்டேன். அதுக்கு அப்பாதான் காரணம். பொறுமையா, ஒரு விளையாட்டு மாதிரி அவர் ஒவ்வொன்னா எனக்கு சொல்லிக் கொடுத்தாரு.”

தன் அப்பாவைப்பற்றி சொல்லத் தொடங்கியதும் அவருடைய முகத்தில் ஒருவித பரவசக்களை படிந்துவிட்டதை என்னால் பார்க்க முடிந்தது. அவர் சொல்வதையெல்லாம் கேட்டுக்கொண்டிருந்தேன்.

“அப்பாவுக்கு இலக்கணம் ரொம்ப முக்கியம். அப்ப நெஸ்ஃபீல்டு இங்க்லீஷ் க்ராமர்னு ஒரு புத்தகம் உண்டு. அப்பாவுக்கு அது பைபிள் மாதிரி. உலகமே அப்ப ரென் அன்ட் மார்ட்டின் இங்க்லீஷ் க்ராமர் புத்தகம்தான் உயர்வானதுன்னு பின்பற்றிக்கொண்டிருந்த காலகட்டத்துல, எங்க அப்பா நெஸ்ஃபீல்டு க்ராமர் புத்தகம்தான் சிறந்த இலக்கணப் புத்தகம்னு சொல்லிட்டிருந்தார். அதுல இருக்கிற குறிப்பை வச்சித்தான் எங்களுக்கு அப்பா சொல்லிக் கொடுத்தார்”

“சரி”

“அவருடைய உற்சாகத்தையும் ஈடுபாட்டையும் நினைச்சா எனக்கு இப்பவும் ஆச்சரியமாத்தான் இருக்குது. அப்ப எங்க குடும்ப நிலைமையே சரியில்லை. அப்பா வேலையிலிருந்து ரிட்டயராயிட்ட சமயம் அது. திடீர்னு வருமானம் நின்னு போனதால, குடும்பம் அப்படியே ஸ்தம்பிச்சி போச்சி. ஸ்கூல் ஃபீஸ் கட்ட முடியாததால எங்களை பள்ளிக்கூடத்துலேருந்து நிறுத்திட்டாங்க. அவருக்கு பென்ஷன் உடனடியா கெடைச்சிருந்தா நல்லா இருந்திருக்கும். ஆனா எங்கயோ ஏதோ சிக்கல். அந்தப் பேப்பர் சரியில்லை, இந்தப் பேப்பர் சரியில்லைன்னு இழுத்தடிச்சாங்க. முதல் பென்ஷன் வாங்கறதுக்கு கிட்டத்தட்ட ஒன்றரை வருஷமாய்டுச்சி. ஆனா அந்த நெருக்கடியான காலகட்டத்துலயும் எங்க அப்பா மனசு உடைஞ்சி போகாம உறுதியா இருந்தாரு. யாருகிட்ட பேசினாலும் கலகலப்பாதான் பேசுவாரு. கவலையை காட்டிக்கவே மாட்டாரு. படிப்போட தொடர்ச்சி கெட்டுடக்கூடாதுங்கறதுக்காக அப்பப்ப எங்களுக்கு இங்க்லீஷ் சொல்லித் தருவாரு. அவரே வாத்தியாருமாதிரி பாடம் நடத்தனதால, நாங்க ஒருநாளும் ஸ்கூலுக்குப் போக முடியலையேன்னு கவலைப்பட்டதே இல்லை.”

“பென்ஷன் வரலைன்னா, குடும்ப செலவுக்கு என்ன செஞ் சாரு?”

“அவர் செஞ்ச வேலைகளையெல்லாம் சொன்னா ஆச்சரியப்படுவீங்க. போஸ்ட் ஆபீஸ் திண்ணையில போய் உக்காருவாரு. மணியார்டர் பண்றதுக்கு, தந்தி அனுப்பறதுக்கு, வெளியூருக்கு கடிதம் எழுதி அனுப்பறதுக்குன்னு அங்க ஆட்கள் வந்துட்டே இருப்பாங்க. அந்த கூட்டத்துல எழுதப் படிக்கத் தெரியாத சில பேரு நிச்சயம்

இருப்பாங்க. அவுங்களுக்கு அப்பா எழுதிக் குடுப்பாரு. அவுங்க நாலணா, எட்டணான்னு கொடுப்பாங்க. அவருக்கு அது ஒரு வருமானம். அப்புறம் அங்கேருந்து தாலுகா ஆபீஸ், கலெக்டர் ஆபீஸ் பக்கமா போவாரு."

"அங்க என்ன வேலை?"

"இருங்க, சொல்றேன். ஆபீஸர்ங்கள பார்த்து மனு கொடுக்க வரவங்க அங்க நிறைய பேரு இருப்பாங்க. ஒவ்வொரு மனுவையும் ஒவ்வொரு விதமா எழுதணும். ஒவ்வொருத்தவங்களுடைய தேவையும் என்னன்னு பொறுமையா காது கொடுத்து கேட்டுட்டு அதுக்கு தகுந்த மாதிரி மரத்தடியில எழுதிக் கொடுப்பாரு. அந்த ஆபீஸ்ங்கள்ல இருந்தவங்க பல பேரு அப்பாகிட்ட வேலை செஞ்சவங்க. காலாகாலத்துல பென்ஷன் வராததால இந்த மனுஷனுக்கு இப்படியெல்லாம் செஞ்சி கஷ்டப்படறமாதிரி ஒரு நிலைமை வந்துட்டுதேன்னு அவுங்களுக்குள்ள பேசிக்குவாங்க. அதனால அப்பாவுக்காகவே ஆபீஸ் வராந்தாவுக்கு வெளியயே ஒரு மேசை நாற்காலி போட்டுக் குடுத்து அதுல உக்காந்து எழுதுங்கன்னு சொன்னாங்க. அது ஒரு பெரிய உதவி. மனு எழுதிக் கொடுக்கறதுல அப்பாவுக்கு ஒரு நாளுக்கு பத்து பதினைஞ்சி ரூபா கெடைச்சிடும். அப்படித்தான் எங்க குடும்பத்தேர் கொஞ்சம் கொஞ்சமா நகர்ந்தது."

"கேக்கறதுக்கே கஷ்டமா இருக்குது சார்."

"இன்னைக்கு நெனச்சி பார்த்தா, எனக்கும் கஷ்டமாத்தான் இருக்குது. தன்னுடைய குடும்பத்த காப்பாத்தறதுக்கு மன உறுதியோடு எந்த வேலைக்கும் அவர் தயாரா இருந்தாரு. ஆனா எங்க அப்பா அதையெல்லாம் ஒருநாளும் கஷ்டம்னு சொல்லிகிட்டதே இல்லை. சங்கடமா நெனச்சதும் இல்ல. அவரு எப்பவுமே பரபரப்பா சுத்திகிட்டேதான் இருப்பாரு. அந்த சின்ன வருமானத்துலயும் சிக்கனமா பணம் சேத்து எங்களுக்காக கதைப்புஸ்தகம் வாங்கி வந்து குடுப்பாரு."

"புதுசாவா?"

"ஐயையோ, புதுசா வாங்கற அளவுக்கு பணத்துக்கு எங்க போகறது. எல்லாம் பழைய புத்தகக்கடையிலதான் வாங்கிவந்து குடுப்பாரு."

"அந்த காலத்துலயே பழைய புத்தகக்கடை இருந்ததா?"

“ஆமாம். கடைத்தெருவுல அந்த காலத்துல நடேச ஆசாரின்னு ஒருத்தர் பழைய புத்தகக்கடை வச்சி நடத்திட்டிருந்தாரு. ரொம்ப விசித்திரமான மனிதர் அவரு. பகல்முழுக்க ஆசாரி வேலை செய்வார். சாயங்காலம் ஆனதும் கடைத்தெருவுல வந்து பழைய புத்தகம் விப்பாரு.”

“என்ன காரணம்?”

“ஆர்வம்தான் காரணம். வேற ஒன்னுமில்ல”

“பெரிய கடையா?”

“அதுக்கெல்லாம் முதலுக்கு எங்க போறது? நாலஞ்சி மூட்டை யில புத்தகங்கள கட்டி வச்சிருப்பாரு. அத எடுத்துவந்து ஈச்சம்பாய விரிச்சி, அதுல கும்பல்கும்பலா அடுக்கி வைப்பாரு. வேணும்னு சொல்றவங்க புத்தகத்த எடுத்துகிட்டு விலைய விசாரிச்சி கொடுத்துட்டு எடுத்துக்க வேண்டிதுதான்.”

“அந்த அளவுக்கு ஆசாரிக்கு புத்தகம் மேல ஆர்வம் இருந்ததா?”

“என்னமோ ஒரு குருட்டு ஆர்வம். அதையெல்லாம் புரிஞ்சிக்கவே முடியாது. இத்தனைக்கும் அவருக்கு எழுதப் படிக்கவே தெரியாது. புத்தகத்த நேரா புடிச்சாலும் சரி, தலைகீழா புடிச்சாலும் சரி, ஒரு வித்தியாசமும் அவருக்கு தெரியாது.”

“அப்புறம் எப்படித்தான் வியாபாரம் செய்வாரு?”

“யாராவது ஒரு புத்தகம் வேணும்னு சொன்னா, புத்தகத்துக்குள்ள என்ன விலை போட்டிருக்குதுன்னு கூட அவருக்கு பார்க்க தெரியாது. புத்தகத்தை கையில வாங்கி, குத்துமதிப்பா எடை பாக்கிறமாதிரி பார்ப்பாரு. அப்புறம் எடைக்கு தகுந்த மாதிரி எட்டணா குடு, முக்கால் ரூபா குடுன்னு சொல்லி பணத்த வாங்கிக்குவாரு.”

“அது சரி, அவருக்கு எப்படி புத்தகம் கிடைக்கும்?”

“அதுக்கெல்லாம் ஆசாரி ஒரு வழி கண்டுபிடிச்சி வச்சிருந்தாரு. ஊருல இருக்கிற டாக்டருங்க, எஞ்சினீயருங்க, வக்கீல்ங்க எல்லாருமே அவருக்கு பழக்கமானவங்க. அவுங்க படிச்சிட்டு வீட்டுலயே வச்சிருக்கிற புத்தகங்கள நம்ம ஆசாரி போய் சின்னதா ஒரு தொகை குடுத்துட்டு வண்டியில போட்டு எடுத்து வந்துடுவாரு. சில சமயத்துல அவுங்க இலவசமாவே கூட கொடுத்துடுவாங்க. எல்லாத்தயும் மூட்டையா கட்டி கடைக்கு கொண்டாந்தூடுவாரு. கடைத்தெரு பக்கமா போகும்போதெல்லாம் அப்பா அந்தக் கடைக்கு

போய் புத்தகம் வாங்கிட்டு வருவாரு. எங்களுக்கு தேவையான கதை புஸ்தங்களயெல்லாம் அப்பா அங்கதான் வாங்கிட்டு வருவாரு.”

“ஆச்சரியமாத்தான் இருக்குது.”

“அந்த கடையிலதான் அப்பா எங்களுக்காக நெஸ்ஃபீல்டு கிராமர் புக் வாங்கிவந்து குடுத்தாரு. பழைய புத்தகக்கடையில அவருக்கு அந்த புத்தகம் கிடைச்சத பெரிய புதையலே கெடைச்சமாதிரி நெனச்சிகிட்டாரு. அவரு அந்த கடையை பத்தி சொல்லச்சொல்ல எனக்கும் அந்தக் கடையை பாக்கணும்னு ஆசை. அப்பா அப்பா அந்த கடையை எனக்கும் காட்டுப்பான்னு கேட்டேன். அடுத்த நாளே என்னை அந்தக் கடைக்கு அழைச்சிட்டு போனாரு. நாலஞ்சி ஈச்சம்பாய விரிச்சி, அதும் மேல புத்தகங்கள அடுக்கி வச்சிருந்தாரு ஆசாரி. மாம்பழங்களை கூறுகூறா கூட்டி வச்ச மாதிரி இருந்தது.”

“எப்படியோ பழைய புத்தகக்கடைகள் உங்க வாழ்க்கையிலும் அறிமுகமாயிட்டுதுன்னு சொல்லுங்க.”

“ஆமாம். அது ஒரு அற்புதமான அனுபவம். திருவிழாவை வேடிக்கை பார்க்கிறமாதிரி ஒவ்வொரு புத்தகமா எடுத்து எடுத்து பார்த்தேன். அப்பா ஒரு பக்கம், நான் ஒரு பக்கம்னு ஒவ்வொரு புத்தகமா பார்த்துட்டிருந்தோம். ஒரு சில புத்தகங்கள பார்த்ததும் அத அப்பா கையில எடுத்து சந்தோஷமா தொட்டு தொட்டு பார்த்தாரு. உன்ன மாதிரி சின்னப் பையனா இருக்கும்போது நான் இந்தப் புத்தகத்தை படிச்சிருக்கேன்டான்னு சொல்லி சிரிச்சாரு.”

“மலரும் நினைவுகளா?”

“ஆமாம். அவரு அதை சொல்லும்போது அவரே சின்ன பையனா மாறிட்டமாதிரி இருந்தது. அதுக்குள்ள ஆசாரி எங்களப் பார்த்து கலைக்காம பாருங்க கலைக்காம பாருங்கன்னு அதட்டனாரு. வாங்கறதுன்னா வாங்குங்க, இல்லைன்னா போங்கன்னு சொன்னாரு. கலைச்சி புத்தகத்த எடுத்து பிரிச்சிப் பார்க்காம எப்பிடிங்க புத்தகத்த வாங்கறதுன்னு அப்பா கேட்டாரு. நீங்க கலைச்சி போட்டுட்டுப் போனா யாரு அடுக்கறதுன்னு உடனே அடுத்த கேள்வி கேட்டாரு கடைக்காரர். கவலைப்படாதீங்க, நானே மறுபடியும் அடுக்கி வச்சிட்டு போறேன்னு சொன்னாரு அப்பா. அதுக்கப்புறம் கடைக்காரர் ஒன்னும் பேசலை. சரி சரி, பார்த்து எடுங்கன்னு சொல்லிட்டு அமைதியாயிட்டாரு. அன்னைக்கு எங்களுக்கு நாலஞ்சி புத்தகம் கெடைச்சிது. ஆசாரி எல்லாத்தயும்

வாங்கிப் பாத்துட்டு முக்கா ரூபா குடுன்னு கேட்டு வாங்கிகிட்டாரு. வீட்டுக்கு வந்ததுமே அப்பா அந்த புத்தகங்களை படிச்சி எங்களுக்கு கதை சொன்னாரு. அதெல்லாம் மறக்கமுடியாத அனுபவம். எனக்கு பொண்ணு பொறந்து பள்ளிக்கூடம் போற காலத்துல, எங்க அப்பா மாதிரியே புத்தகத்தைப் படிச்சி நானும் கதை சொல்லியிருக்கேன்."

"புத்தகக்கடைக்கு போகும்போதெல்லாம் நீங்களும் போக ஆரம்பிச்சிங்களா?"

"வாரத்துக்கு ஒரு முறை அப்பா அந்த கடைப்பக்கமா போய் வருவாரு. நேரம் இருக்கற சமயத்துல வீட்டுக்கு வந்து என்னையும் அழைச்சிட்டு போவாரு. சில சமயத்துல அவரு மட்டும் தனியா போய் புத்தகங்களை வாங்கிட்டு வருவாரு."

"ம்"

"ஒரு தரம் கம்ப்ளீட் வர்க்ஸ் ஆஃப் ஷேக்ஸ்பியர்னு தடியா ஒரு புத்தகம் வாங்கி வந்தாரு. எங்களையெல்லாம் சுத்தி உக்கார வச்சிகிட்டு ஒவ்வொரு நாடகமா படிச்சி காட்டி அர்த்தம் சொன்னாரு. கிங் லியர், ரோமியோ அண்ட் ஜூலியட், ஜூலியஸ் சீசர், டெம்பெஸ்ட்னு பல நாடகங்கள்ல பல வரிகள் எனக்கு மனப்பாடமாவே ஆயிடுச்சி. மார்க் ஆன்ட்டனி ஸ்பீச்ச நான் பாக்காமயே சொல்வேன். சாயங்கால நேரத்துல செடி கொடி மரங்கள பாத்து அந்த வசனத்தை பேசுவேன். அதுதான் அப்ப எனக்கு பொழுதுபோக்கு. ஒரு சமயம் எங்க அம்மா என்னை காரணமே இல்லாம திட்டி அடிச்சிட்டாங்க. எனக்கு கோபம்ன்னா சரியான கோபம். அந்த ஆத்திரத்துலயும் ஹேம்லட் நாடகத்துல வரக்கூடிய ஒரு வரி ஞாபகம் வந்திச்சி. உடனே அம்மாவை பார்த்து (Fraility – Thy name is women) ஃப்ரெய்லிட்டி – தை நேம் ஈஸ் விமன்னு வெறப்பான குரல்ல சொன்னேன். நான் ஏதோ பினாத்தறேன்னு எங்க அம்மா நெனச்சிகிட்டாங்க. எங்க அப்பா சிரிச்சிகிட்டே ஒன் புள்ள ஒன்ன இங்க்லீஷ்ல திட்டறான்டின்னு சொல்லி சிரிச்சாரு. அப்படியான்னு சொல்லிகிட்டே அடிக்கறதுக்கு என்ன தேடினாங்க அம்மா. நான் ஒரே ஓட்டமா ஓடி தப்பிச்சிட்டேன். இங்க்லீஷ் மேல ஒரு பெரிய ஈடுபாடு பிறக்கிற மாதிரி ஒவ்வொன்னயும் பார்த்து பார்த்து எங்க அப்பா சொல்லிக் கொடுத்தாரு."

"நல்ல அப்பா, நல்ல புள்ளைங்க"

"அடிக்கடி போய் புத்தகம் வாங்கறதால அப்பாவும் நடேச ஆசாரியும் நல்ல சிநேகிதக்காரங்களா ஆயிட்டாங்க. அப்பா பென்ஷன் வராம கஷ்டப்படறவரு, தாலுகா ஆபீஸ்ல மனு

எழுதி கொடுக்கிற வேலை பாக்கறாருங்கற விஷயத்தயெல்லாம் தெரிஞ்சிகிட்டாரு. அதனால ஒரு கட்டத்துல ஆசாரி அப்பாகிட்ட பணமெல்லாம் வேணாம் ராயரே, புத்தகத்தை வீட்டுக்கு எடுத்துட்டு போய் படிச்ச பிறகு திருப்பி கொடுங்க, அது போதும்னு சொல்லிட்டாரு. அதுக்கப்புறம் அவரு அப்பாகிட்ட பணமே வாங்கறதில்லை. தமிழ் புத்தகம், இங்க்லீஷ் புத்தகம்னு எது நல்லதா இருந்தாலும் அத வீட்டுக்கு கொண்டாந்திடுவாரு. நாங்க எல்லாரும் படிப்போம். அவரும் படிப்பாரு. அதுக்கப்புறம் எடுத்தும் போய் திருப்பிக் கொடுத்துடுவாரு."

"அந்த கஷ்டத்துலயும் உங்க அப்பா படிக்கறத நிறுத்தாம தொடர்ந்து படிச்சிகிட்டே இருந்தது, உண்மையிலயே பெரிய விஷயம் சார்."

"படிக்கறது மட்டுமில்லாம, படிச்சதயெல்லாம் அவர் நல்லா ஞாபகத்துல வச்சிக்குவார். எத்தன வருஷம் கழிச்சி கேட்டாலும் அத திருப்பி சொல்வாரு. அவருக்கு நல்ல ஞாபக சக்தி உண்டு. ஒரு புத்தகத்த படிக்கும்போதே, அதுல புடிச்ச வரிகள உடனே ஒரு பென்சிலாலயோ பேனாவாலயோ அடிக்கோடு போட்டு வச்சிக்குவாரு. சில சமயங்கள்ல கூடுதலா அந்தக் கோட்டுக்கு பக்கத்துலயே பென்சிலால ரெண்டு மூனு வார்த்தைங்க எழுதி வைப்பாரு. முழுசா ஒரு புத்தகத்த படிச்சி முடிச்சதும், அந்த வரிகளை மட்டும் மெனக்கிட்டு ரெண்டாந்தரம் படிப்பாரு. அதுல ஒரு சுவாரசியம் அவருக்கு. ரொம்ப புடிச்சிருந்தா அந்த வாக்கியங்கள பார்த்து தனியா ஒரு நோட்டுல எழுதி வச்சிக்குவாரு."

"நல்ல பழக்கம்தான சார்"

"அது எப்படி நல்ல பழக்கமாகும்? நாம காசு கொடுத்து வாங்கற புத்தகத்துல நாம கோடு போட்டு வச்சிகிட்டா பரவா யில்லை. ஆசாரிகிட்டு கடன் கேட்டு வாங்கிவந்த புத்தகங்கள்ல கூட கோடு போடறது எப்படி நல்ல பழக்கமாகும்? ஒரு தரம் புத்தகத்த திருப்பிக் கொடுக்கிறபோது ஆசாரி தற்செயலா புத்தகத்தை உள்பக்கமா திருப்பி பார்த்திருக்காரு. ஏன் இப்படி ஒவ்வொரு வரிக்கு கீழயும் கோடுகோடா போட்டிருக்கீங்கன்னு கேட்டாரு. அதெல்லாம் ரொம்ப முக்கியமான வரிகள்ங்கறதால அடிக்கோடு போட்டிருக்கேன்னு சொன்னாரு அப்பா. ஆசாரி மேற்கொண்டு ஒன்னும் கேக்கலை. படிக்கறதுன்னா இப்படித்தான் படிக்கணும்போலன்னு நெனச்சிகிட்டு அமைதியா ஆயிட்டாரு. நாளாக நாளாக, அவுங்க ரெண்டு பேருக்குள்ள ஒரு நல்ல

புரிதலும் நெருக்கமும் உண்டாயிடுச்சி. புத்தகம் வாங்கனாலும் சரி, வாங்காட்டாலும் சரி, எப்படியாவது வாரத்துக்கு ஒரு தரம் ஆசாரி கடைக்கு போய் ஒரு மணி நேரம் உக்காந்து பேசிட்டு வருவாரு அப்பா. பென்ஷன் கெடைக்க ஆரம்பிச்சி, குடும்பம் கொஞ்சம் தலைநிமுந்த நேரத்துலயும் அப்பா அந்தக் கடைக்கு போய்வந்துட்டுதான் இருந்தாரு."

"ஆசாரி படிக்க தெரியாத ஆளுன்னு சொன்னீங்க. இவரோ நல்லா இங்க்லீஷ் படிக்கிற மனுஷர். ரெண்டு பேரும் மணிக்கணக்குல பேசிக்கிறாங்கன்னா, எதைப்பத்தி பேசுவாங்க?"

"அப்பா எப்பவுமே படிச்சவங்க, படிக்காதவங்கன்னு வித்தியாசம் பார்க்கமாட்டாரு. எல்லார்கிட்டயும் ரொம்ப இயல்பா நெருக்கமா பேசுவாரு. இந்த உலகத்துல எல்லா விஷயங்கள பத்தியும் அவரால பேச முடியும். ஆசாரி கூட பேசி பழகனதுகூட அப்படித்தான். ராயரே ராயரேன்னு ரொம்ப பாசமா பேசுவாரு ஆசாரி. அவருடைய பாசத்துக்கு அளவே இல்லை. எங்க அப்பா செத்த சமயத்துல நான் பல பேரை தேடிப் போய் பார்த்து சொல்லிட்டு வந்தேன். யாருமே சாவுக்கு வரலை. ஆனா புத்தகக்கடை நடேச ஆசாரி வந்து விசாரிச்சாரு. காடு வரைக்கும் வந்து காரியங்கள் முடியற வரைக்கும் கூடவே இருந்துட்டு போனாரு. தங்கமான மனுஷன்."

அத்தருணத்தை விட்டல்ராவ் நெகிழ்ச்சியுடன் நினைவுகூர்ந்தபோது என் மனம் கலங்கியது. எங்கள் உரையாடலின் தன்மையையே அத்தருணம் மாற்றிவிட்டது. தன் தந்தையாரின் மரணத்தின் போது உற்றார் உறவினர்கள் உதவி கிட்டாமல் தவித்து நின்றதையும் அக்கம்பக்கத்தில் வசித்த நண்பர்கள் உறுதுணையாக நின்று தாங்கிக்கொண்டதையும் பற்றி ஏற்கனவே பலமுறை விட்டல்ராவ் வழியாகக் கேட்டிருக்கிறேன். ஆனால் அதைக் கேட்கும் ஒவ்வொரு முறையும் மனம் பதற்றம் கொண்டு நடுங்கி சில கணங்களுக்குப் பிறகே அமைதியுறும். அதை ஒருபோதும் என்னால் தவிர்க்கமுடிந்ததில்லை. அன்றும் ஒரு சில கணங்கள் பேச்சே எழாதபடி உறைந்துவிட்டேன். உரையாடலை எப்படி தொடர்வது என்று புரியாமல் அமைதியாகவே இருந்தேன்.

அதைப் புரிந்துகொண்டவர்போல விட்டல்ராவ் திடீரென "பதினஞ்சி இருபது வருஷங்கள் கழிச்சி தற்செயலா ஒருமுறை நடேச ஆசாரியை பார்த்தேன் பாவண்ணன்" என்று புதியதொரு நிகழ்ச்சியைச் சொல்வதுபோல தொடங்கினார். அவருடைய விழிகளில் ஒரு பிரகாசம் சுடர்விட்டதை அப்போது பார்த்தேன்.

அந்தச் சந்திப்பு எப்படி அமைந்திருக்கும் என அறிந்துகொள்வதில் ஆர்வமெழுந்தது. "உங்களை அவருக்கு அடையாளம் தெரிஞ்சிதா?" என்னும் கேள்விதான் முதலில் எழுந்தது.

இல்லை என்பதுபோல தலையசைத்தார் விட்டல்ராவ். "நான் அவரை முதல்முதலா பார்க்கும்போது ரொம்ப சின்ன பையன். நல்லா வளர்ந்து பேன்ட் சட்டை போட்டுகிட்டு மீசை கண்ணாடியோடு போய் நிக்கற ஆள அவருக்கு எப்படி அடையாளம் தெரியும்? ஆனா அந்த முகம், அந்த உருவம் எல்லாம் எனக்கு நல்லா ஞாபகம் இருந்தது. அதனால நான்தான் வச்ச கண்ண எடுக்காம அவரையே கொஞ்ச நேரம் பார்த்திட்டிருந்தேன். ரொம்ப தளர்ந்திருந்தார். வழக்கம்போல அந்தக் கடைக்கும் தனக்கும் சம்பந்தமே இல்லைங்கற மாதிரிதான் உக்காந்திருந்தாரு. அவரைப் பார்க்கப் பார்க்க எனக்கு எங்க அப்பா ஞாபகம் வந்துட்டுது. அவரும் நானும் அந்தக் கடைக்கு வந்து புத்தகம் வாங்கிட்டு போன நாட்கள் ஞாபகம் வந்துட்டுது" என்றார்.

"நீங்க உங்கள இன்னாரு புள்ளைன்னு சொல்லி அறிமுகம் செஞ்சிகிட்டிருக்கலாம் சார். நிச்சயம் அவரு சந்தோஷப்பட்டிருப்பாரு" என்று ஆற்றாமையுடன் சொன்னேன்.

"செஞ்சிட்டிருக்கலாம்தான். என்னமோ அன்னைக்கு அப்படி தோணலை. காரணமே இல்லாம ஒரு கூச்சம். அது யாரு, எனக்கு ஞாபகம் இல்லையேன்னு சொல்லிட்டா என்ன பண்றதுன்னு ஒரு தயக்கம். அதனால அவரை பார்த்ததுக்கு அடையாளமா ரெண்டு புத்தகங்கள வாங்கிகிட்டு கௌம்பிப் போயிடலாம்ன்னு அமைதியா புத்தகம் பார்க்க ஆரம்பிச்சிட்டேன்."

"ம். அதுவும் சரிதான்"

"எல்லாத்தயும் மனசுக்குள்ள அசைபோட்டுகிட்டே ஒவ்வொரு பழைய புத்தகமா எடுத்து பொரட்டி பார்த்துட்டிருந்தேன். கடையுடைய அமைப்பே அப்ப மாறியிருந்தது. ஓரமா ஒரு மர அலமாரி கூட இருந்தது. அதுல எல்லா தட்டுங்கள்லயும் புத்தகம் அடுக்கி வச்சிருந்தாரு. தரையில வச்சிருந்த புத்தகங்கள பார்த்துட்ட பிறகு, அலமாரி பக்கமா போய் நின்னு புத்தகங்கள எடுத்து பொரட்டி பார்த்தேன். அப்ப ஒரு புத்தகத்தைப் பிரிச்சி பார்த்தும் அப்படியே உடம்பு தூக்கிவாரிப் போட்டுட்டுது. ஒரு நிமிஷம் திகைச்சி நின்னுட்டேன்."

"ஏன்?"

"அந்தப் புத்தகத்துல பல பக்கங்கள்ல பல வரிகளுக்குக் கீழ அடிக்கோடு இருந்தது. போதாக்குறைக்கு மார்ஜின் ஓரமா கொஞ்சம் கிறுக்கலான கையெழுத்துல ஏதோ எழுதியிருந்தது. புத்தகத்தை ஒரு பக்கமா திருப்பித்தான் அதைப் படிக்கமுடிஞ்சது. எல்லாமே எங்க அப்பா கையெழுத்து. எங்க அப்பா படிச்ச புத்தகம் அது. ஒரு நிமிஷம் எனக்கு உடம்பே சிலிர்த்துப்போச்சி. எங்க அப்பாவே பக்கத்துல வந்து நின்னமாதிரி இருந்தது. இத்தனை வருஷமா அந்தப் புத்தகத்தை யாருமே வாங்காம அலமாரிக்குள்ளயே இருக்கறத நெனச்சி ஆச்சரியமா இருந்தது. நான் கண்டுபிடிச்சி வாங்கணும்கறதுக்காகவே விதி அந்த புத்தகத்தை அப்படியே அங்கயே காலம்காலமா விட்டுவச்சிருக்குதுபோலன்னு தோணிச்சி. அந்தப் புத்தகத்தை ஆசாரிகிட்ட நீட்டி இத எடுத்துக்கறேன், விலை சொல்லுங்கன்னு கொடுத்தேன். அவரு அதை வாங்கி கையில வச்சி எடை பார்த்துட்டு சும்மா பிரிச்சி பார்த்தாரு. உள்ள ஒவ்வொரு பக்கத்துலயும் கோடு போட்டிருக்கறத பார்த்துட்டு சட்டுனு புத்தகத்தை மூடிட்டாரு. வேற ஏதாச்சிம் புத்தகம் வேணும்ன்னா தேடி எடுத்துக்குங்க, இது விக்கறதுக்கில்லைன்னு சொல்லிட்டு அந்தப் புத்தகத்தை தனக்கு பக்கத்துலயே வச்சிகிட்டாரு."

"அப்புறம்?"

"அவர் சொன்னதைக் கேட்டு எனக்கு ஒரு மாதிரி ஆயிடுச்சி. எனக்கு அந்தப் புத்தகம்தான் வேணும்னு ரொம்ப தயக்கத்தோடு சொன்னேன். இல்லைங்க தம்பி, அதான் கொடுக்கறதுக்கில்லைன்னு சொல்றேனே, புரியலையா? வேற ஏதாச்சிம் தேடி எடுங்கன்னு கொஞ்சம் அதட்டலா சொன்னாரு. நான் கொஞ்சம் எறங்கித்தான் அவருகிட்ட பேசணும்ன்னு முடிவுசெஞ்சி, அது எங்க அப்பா படிச்ச புத்தகம், அவர் ஞாபகமா வச்சிக்கறதுக்கு இந்தப் புத்தகம் வேணும்ன்னு குரலைத் தாழ்த்தி சொன்னேன். அவரு உடனே என்னை உத்துப் பார்த்து அது எப்படி உங்க அப்பா படிச்ச புத்தகம்னு உறுதியா சொல்றேன்னு கேட்டாரு. இது எல்லாம் அவரு போட்ட கோடு, இது அவருடைய கிறுக்கல் கையெழுத்து. இத எழுதும்போது நான் அவருக்கு பக்கத்துல நின்னுட்டிருந்தேன்னு சொன்னேன். அதுக்கப்புறம் ஆசாரி கொஞ்சம் நிதானமான குரல்ல நீங்க யாருன்னு கேட்டாரு. நான் அவருடைய சின்ன புள்ளைன்னு சொன்னேன். அவர் என்னையே ஒரு நிமிஷம் உத்து பார்த்துட்டு கொஞ்சம் கண்ணாடிய கழட்டிட்டு என்ன பாருங்கன்னு சொன்னாரு. நானும் உடனே கண்ணாடிய எடுத்துட்டு அவரை பார்த்தேன். அவரும் என்னை உத்து பார்த்தாரு. ஏதோ ஒரு

பிடி கிடைச்சிட்டுதுன்னு நெனைக்கறேன். மெதுவா மேலயும் கீழயும் தலையை ஆட்டினாரு. என்னையும் எங்க அம்மாவையும் குடும்பத்த பத்தியும் விசாரிச்சாரு. நான் எல்லா விவரங்களயும் சொன்னேன். பக்கத்துல யாரோ ஒரு பையன்கிட்ட சொல்லி டீ வரவழைச்சி குடிக்கச் சொன்னாரு.”

என்னால் அந்தப் பரபரப்பான கட்டத்தில் பொறுமையாக இருக்கமுடியவில்லை. “புத்தகத்தை கொடுத்தாரா இல்லையா, அதை சொல்லுங்க” என்றேன்.

“டீ குடிச்சி முடிக்கிறவரைக்கும் ஏதேதோ கேள்வி கேட்டாரு. அதுக்கப்புறம் இந்தப் புத்தகத்தை கொடுக்கறதுக்கில்லை தம்பி. தப்பா எடுத்துக்காதீங்க. இந்தப் புத்தகம் உங்க அப்பாவுக்கும் எனக்கும் இருந்த உறவின் அடையாளம். இது எங்கிட்டதான் இருக்கணும். நீங்க வேற ஏதாச்சிம் தேடி எடுத்துக்குங்கன்னு சொல்லிட்டாரு. அதுக்கப்புறம் அவரை வற்புறுத்த எனக்கும் விருப்பமில்லை. அவர் வார்த்தைக்கு மரியாதை குடுக்கற மாதிரி வேற ரெண்டு புத்தகங்கள தேடி எடுத்து வாங்கிகிட்டேன். போய்வரேன்னு அவருக்கு வணக்கம் சொன்னேன். அம்மாவை நல்லபடியா பார்த்துக்குங்க தம்பி, இந்த பக்கம் வந்தா கடைபக்கம் ஒருதரம் வந்து போங்க. புத்தகம் இங்கயேதான் இருக்கும்னு சொல்லி சிரிச்ச முகத்தோடு ஆசாரியும் வணக்கம் சொல்லி அனுப்பி வச்சாரு.”

நான் நேரில் பார்க்காத விட்டல்ராவின் அப்பாவும் நடேச ஆசாரியும் சேர்ந்து நிற்பதுபோல ஒரு காட்சியை மனத்துக்குள் தீட்டிப் பார்த்துக்கொண்டேன். எவ்வளவு அருமையான நண்பர்கள் என்று எனக்குள் ஒருமுறை சொல்லிக்கொண்டேன்.

பீட்டர் ஓட்டோலும் ஏழுமுறை தவறிய விருதும்

சமீபத்தில் பார்த்த FEEL THE BEAT என்ற படத்தைப் பற்றி ஒருநாள் விட்டல்ராவுடன் பேசிக்கொண்டிருந்தேன். பெரும்பாலும் சிறுவர் சிறுமிகளே அந்தப் படத்தில் நடித்திருந்தார்கள். மிகச்சிறந்த நடனக்காரியாக வளர்ச்சி பெறவேண்டும் என்ற கனவோடு சொந்த ஊரிலிருந்து நியூயார்க்குக்குச் செல்லும் ஓர் இளம்பெண்ணைப்பற்றிய கதை. நடனத்துறையில் வெற்றிபெற்றவளாக விளங்கவேண்டும் என்பதற்காக அவள் மாதக்கணக்கில் கடுமையாக பயிற்சி செய்கிறாள். ஆனால் அவள் எங்கு சென்றாலும், கூட்டத்தில் பத்து பேரோடு பதினோராவது ஆளாக நடனமாடும் வாய்ப்புதான் கிடைக்கிறதே தவிர, தனிநடனத்துக்கான வாய்ப்பு அமையவில்லை. அப்படிப்பட்ட ஒரு வாய்ப்பு பிரகாசமாக அமைய இருந்த முக்கியமான தருணத்தில் ஒரு சின்ன பிழையின் காரணமாக, அது நிகழாமல் போய்விடுகிறது. அவள் மனக்கசப்போடு ஊருக்குத் திரும்பி வருகிறாள். எனினும் அவள் ஆழ்நெஞ்சில் அந்த வாய்ப்பை எப்படி அடைவது என்னும் கனவு உள்ளூர ஓடிக்கொண்டே இருக்கிறது. அதற்கிடையில் அந்தக் கதைக்கு இணையாக இன்னொரு கதை மௌனமாக நிகழ்கிறது. அதுதான் அந்தப் படத்துக்கு அழகு சேர்க்கும் பகுதி.

கதையின் தொடக்கம் என்னைக் கவர்ந்ததுபோலவே விட்டல்ராவுக்கும் பிடித்துவிட்டது. ஆவலுடன் "ஆகா, கதைக்குள் ஒரு கதையா? அந்த இரண்டாவது கதையில் எப்படி என்ன மேஜிக்?" என்று கேட்டார்.

"உண்மையிலேயே மேஜிக்தான் சார். அவள் ஊருக்குத் திரும்பிவந்த சமயத்தில அவளுடைய பழைய நடனப்பள்ளி ஆசிரியை தன்னுடைய மாணவிகளை ஒரு போட்டிக்குத் தயார் செய்றா. அதற்கு பயிற்சியாளராக இருந்து உதவணும்னு அந்த இளம்பெண்ணிடம் ஒரு கோரிக்கையை வைக்கிறா. அந்தப் பெண்ணுக்கு அதில் விருப்பமே இல்லை. ஆனால் பல கட்டமாக நடைபெறவிருக்கும் போட்டிகளில் வெற்றி பெற்று மாநில அளவில் கலந்துகொள்ளும் வாய்ப்பு ஒரு வேளை அமையுமென்றால், அந்தப் போட்டி தேசிய அளவில் முதல் இடத்தை வகிக்கும் ஒரு நடன மேதையின் முன்னிலையில் நடக்கும்ங்கற அறிவிப்பு அவளுக்குள்ள சட்டுனு ஒரு உற்சாகத்தை கொடுக்குது."

"முடிவை மாத்திக்கறாளா?"

"ஆமாம். பிள்ளைகளின் நடனம் வழியாக அந்த இடத்தைத் தொட்டுட்டா, அந்த நடுவரின் முன்னிலையில் தன் திறமையையும் காட்ட வழியிருக்கும்னு அவள் மனசு ஒரு குறுக்குத்திட்டம் போடுது."

"அது தன்னலம் இல்லையா?"

"முழுக்கமுழுக்க தன்னலத்துடன்தான் அவள் அந்த முடிவை எடுக்கிறா. ஆனால் பயிற்சிக்காலத்தில் பிள்ளைகளுடன் உருவாகும் நெருக்கம் கொஞ்சம்கொஞ்சமா அவளை கரைச்சிடுது. அவளுடைய கடுமையான உழைப்பின் விளைவா, அந்தப் பிள்ளைகளின் குழு ஒவ்வொரு கட்டத்துலயும் வெற்றி பெற்று வெற்றி பெற்று, முன்னேறி போயிட்டே இருக்குது. அவள் கனவு கண்டிருந்த நடுவர் முன்னால் நடனமாடிக் காட்டும் வாய்ப்பும் அவளுக்குச் சாதகமாகவே அமையுது. அந்தக் குழு இறுதிப்போட்டிக்குத் தேர்வு பெற்றதா அறிவிக்கப்படுது. அதே நேரத்துல அவளுடைய நடனத்தால ஈர்க்கப்பட்ட அந்த நடுவர் உடனடியாக தன் குழுவுக்கு வந்து சேரும்படி அழைப்பு விடுக்கிறார். விடிந்தால் இறுதிப்போட்டி நடக்கணும்க்கற நிலையில, தன்னுடைய வெற்றிப்பாதையில நடக்கணுமா, தான் பயிற்சி கொடுத்த பிள்ளைகளுடைய வெற்றிப்பாதையில நடக்கணுமான்னு ஒரு நொடி அவளுக்குள்ள தடுமாற்றமா இருக்குது."

"கடைசியா என்னதான் முடிவு எடுக்கிறா?"

"தனக்குக் கிடைச்சிருக்கிற வாய்ப்பை உதற அவளுக்கு மனசு வரலை. வேற வழியில்லாம பிள்ளைகளை விட்டுட்டு புறப்பட்டு போயிடறா. ஆனா போன இடத்துலயும் அவளால நிம்மதியா

இருக்கமுடியலை. ஒரே மனப்போராட்டம். இதுவா அதுவான்னு ஒரே குழப்பம். தூக்கமே வரலை. ஒரு கட்டத்துல தனிப்பட்ட நடனக்காரிங்கற மகிழ்ச்சியைவிட பிள்ளைகளின் நடனப் பயிற்சியாளர்ங்கறதுல கிடைக்கக்கூடிய மகிழ்ச்சிதான் பெரிசுன்னு அவளுக்கு தோணுது. உடனே நடுவருக்கு வருத்தம் தெரிவிச்சிட்டு, இறுதிப்போட்டி நடக்கற இடத்துக்கு ஓடி வந்துடறா. அவளப் பார்த்த உற்சாகத்துல பிள்ளைகள் மேடையில சிறப்பா ஆடறாங்க. அவுங்களுக்குத்தான் வெற்றிக்கோப்பை கிடைக்குது. விருப்பமில்லாம ஏத்துகிட்டாலும் கூட, ஒரு பொறுப்பு ஒருத்தவங்க மனச எப்படி மாத்தி திசைதிருப்பி, வாழ்க்கையில மத்த எல்லாத்தயும்விட முக்கியமானதா நினைக்கவைக்குதுங்கற விஷயத்த பார்த்தபோது, உண்மையிலயே எனக்கு மேஜிக் மாதிரிதான் இருந்தது."

"நல்ல படமா இருக்குதே, எங்க பார்த்தீங்க?"

"இந்த படத்த பத்தி தற்செயலா ஒரு பத்திரிகையில படிச்சேன். அத வச்சி, நெட்ஃபிளிக்ஸ்ல தேடிப் பிடிச்சேன். நீங்க கூட நேரம் இருக்கும்போது பாருங்க சார்."

"அவசியம் பார்க்கறேன்" என்றபடி அந்தப் படத்தின் பெயரை ஒரு குறிப்பேட்டில் மூலையில் குறித்துவைத்துக்கொண்டார் விட்டல்ராவ். சில கணங்களுக்குப் பிறகு "அதெல்லாம் வாழ்க்கையில ரொம்ப அபூர்வமான கணங்கள் பாவண்ணன். அவ்வளவு சுலபமா நம்மால அதுக்கான காரணங்களை புரிஞ்சிக்க முடியாது. ஒரே ராத்திரியில அரசனா இருக்கவேண்டிய இளங்கோவடிகள் துறவியா மாறிடாறாரு. அரசனாகக்கூடிய வாய்ப்பே இல்லாம இருந்த செங்குட்டுவன் அரசனாகிறாரு. பிறகு ரெண்டு பேருமே கொஞ்சம் கொஞ்சமா தான் ஏத்துகிட்ட பொறுப்புக்கு தகுதியானவங்களா தன்னைத்தானே மாத்திகிட்டாங்க, இல்லையா? எல்லாமே மேஜிக் மொமண்ட்ஸ்தான். அதுக்கெல்லாம் நம்மால விளக்கம் சொல்லவே முடியாது" என்றார்.

மேசையின் மீது வைக்கப்பட்டிருந்த பழத்தட்டிலிருந்து ஒரு ஆப்பிளை எடுத்து சில கணங்கள் உருட்டிக்கொண்டிருந்தார். எதையோ சொல்வதற்காக மனத்துக்குள்ளேயே தேடுகிறார் என்பதைப் புரிந்துகொள்ள முடிந்தது.

"சந்தர்ப்பவசத்தால ஒரு வேலையை செய்ய ஆரம்பிச்சி, பிறகு அதுவாகவே மாறுகிற பாத்திரம்ங்கற கான்செப்ட் ரொம்ப அற்புதமான கான்செப்ட். உலகம் முழுக்க அதுக்கு ஒரு மதிப்பு

இருக்குது. அப்படி ஒரு படத்தை சரியா எடுத்துட்டா, அது நிச்சயமா வெற்றிப்படம்தான். ஒரு அம்பது அம்பத்தஞ்சி வருஷத்துக்கு முன்னால நான் மெட்ராஸ்க்கு வந்த புதுசுல அப்படி ஒரு படத்த பார்த்திருக்கேன்."

ஆட்காட்டிவிரலை உயர்த்தி புன்னகையுடன் அவர் சொன்னபோது அவர் முகம் மலர்ந்திருந்தது. அந்தப் படத்தின் நினைவின் வழியாக அவர் தன்னுடைய இளமைக்காலத்துக்கே சென்றுவிட்டதைப் புரிந்துகொள்ளமுடிந்தது.

"என்ன படம் சார்?"

"பெக்கெட்னு ஒரு படம். ஆஸ்கார்ல பத்து பன்னெண்டு அவார்டுக்காக நாமினேஷனான படம். அற்புதமான படம். அந்தப் படத்துடைய கதையும் கிட்டத்தட்ட இந்த மாதிரிதான்னு வச்சிக்குங்க."

"நடனம் தொடர்பான படமா?"

"இல்லை இல்லை. நான் அந்த அர்த்தத்துல சொல்லலை. ஒரு நெருக்கடியான சூழலின் காரணமா ஒரு பொறுப்பை ஏற்றுக்கொண்டு நடக்கறதுங்கற அர்த்தத்துல சொல்றேன்."

நான் என் தவறை உணர்ந்து நாக்கைக் கடித்தபடி தலையை அசைத்தேன்.

"பத்தாவது பதினோராவது நூற்றாண்டுல நடக்கறமாதிரியான கதை. பிரிட்டன்ல ஹென்றின்னு ஒரு அரசன். அவனுடைய நண்பன் பெக்கெட். ரெண்டு பேரும் நண்பர்களா மாறுகிற இடம் எது தெரியுமா? ஒரு பெரிய மதுவிடுதி. அந்த அரசன் மகா சோம்பேறி. அரண்மனைக்காரியங்களை பார்க்கிறதைவிட குடிக்கறதுலயும் பெண்களோடு சுகமா இருக்கறதுலயும் ஆர்வம் உள்ள ஆளு. அது அந்த நாட்டு பிஷப்புக்கு புடிக்கலை. ஹென்றியுடைய கவனத்தை நாட்டு விஷயங்கள் பக்கமா திருப்பறதுக்கு ஆத்மார்த்தமா ரொம்ப முயற்சி செய்றாரு. அது அரசனுக்கு புடிக்கலை. அதனால, அடிக்கடி குடைச்சல் கொடுக்கிற பிஷப்பயே மாத்திடணும்னு திட்டம் போடறான் அரசன். பிறகு எப்படியோ திருட்டு வேலை செஞ்சி அந்த பிஷப்ப நீக்கிடறான். அந்த இடத்துக்கு தன்னுடைய குடிகார நண்பன் பெக்கெட்ட கொண்டு வரான். அவன ஒரு பொம்மையா வச்சிகிட்டு தனக்கு புடிச்சமாதிரி ஆட்சி செய்யலாம்ங்கறது அவனுடைய திட்டம். ஆனா, பிஷப்பா வேலை செய்ய எனக்கென்ன தெரியும், நான் ஒரு குடிகாரன்னு தயங்கறான் பெக்கெட். ஒனக்கு ஒன்னும் தெரிய

வேணாம், நீ சும்மா பேருக்கு பிஷப்பா இரு. மத்ததயெல்லாம் நம்ம ஆளுங்க பார்த்துக்குவாங்கன்னு சொல்றான் அரசன். வேற வழி யில்லாம பெக்கெட் பிஷப் வேலைய ஏத்துக்கிறான். தொடக்கத்துல பாக்கிறவங்க எல்லாருமே அவன பார்த்து சிரிக்கிற அளவுக்கு மோசமா நடந்துக்கிறான். அப்புறம் கொஞ்சம் கொஞ்சமா அவன் மனசு மாறுது. அவன் வகிக்கக்கூடிய பொறுப்பு எப்படிப்பட்டதுன்னு அவனுக்கு புரிய ஆரம்பிக்குது. தேவாலயத்துக்குள்ள நடமாடக் கூடிய சூழல் அவன வேற ஒரு ஆளா மாத்துது. தொடக்கத்துல அரசன் சொல்ற பேச்சுக்கு ஆமாம் சாமின்னு தலையாட்டற பிஷப்பா இருந்த பெக்கெட், கொஞ்சம் கொஞ்சமா தன்னுடைய கடமைகள் என்னன்னு தெரிஞ்ச உண்மையான பிஷப்பா மாறிடறான். அரசன் செய்யற தப்புகளை சுட்டிக் காட்டி தடுக்கிற அளவுக்கு போயிடறான் அவன். நண்பர்களா இருந்தவங்க நடுவுல முரண்பாடுகள் உருவாக ஆரம்பிக்குது. பெக்கெட் மேல சில பொய்க் குற்றச்சாட்டுகளை அரசனே உருவாக்குறான். அப்புறம் பேருக்கு ஒரு விசாரணைக்கமிஷன் நடக்குது. அதன் முடிவுல பெக்கெட்டுக்கு மரண தண்டனை கொடுக்கிறாங்க. பெக்கெட் அந்த தண்டனையை ஏத்துக்கிறான். அற்புதமான கதை. அருமையான படம். ஒருத்தன் ஒரு பொறுப்பை ஏத்துகிட்ட பிறகு அவனுக்குள்ள உருவாகிற மாற்றங்கள் எதையுமே நாம விளக்க முடியாது. அது எல்லாமே மேஜிக்தான்."

"கதை அருமையா இருக்குது சார். நீங்க சொல்றத கேக்கறபோது ஏதோ ஒரு நாடகத்த பாக்கிறமாதிரி இருக்குது."

"உண்மையாகவே இது ஒரு நாடகம்தான் பாவண்ணன். பிரெஞ்ச் மொழியில நடிக்கப்பட்ட நாடகம். தற்செயலா அத பாத்த எட்வர்ட் அனால்ட்ங்கற கதையாசிரியர்தான் அதுக்கு ஆங்கிலத் திரைக்கதை வடிவம் கொடுத்தாரு. அவருக்குத்தான் ஆஸ்கர் விருது கெடைச்சிது."

"பத்து பன்னெண்டு அவார்டுக்கு நாமினேஷன் ஆச்சின்னு சொன்னீங்களே."

"உண்மைதான். சிறந்த நடிகர், சிறந்த படம், சிறந்த இயக்குநர், சிறந்த திரைக்கதைன்னு ஏகப்பட்ட பிரிவுல நாமினேஷனாச்சி. ஆனா திரைக்கதை பிரிவுக்கு மட்டும்தான் விருது கிடைச்சிது. பீட்டர் ஓட்டோல்னு ஒரு நடிகர் இதுல ஹென்றியா நடிச்சிருப்பாரு. அந்த காலத்துல நாங்க எல்லாரும் அவருக்குத்தான் சிறந்த நடிகர்ங்கற விருது கிடைக்கும்னு நெனச்சிட்டிருந்தோம். உண்மையிலயே

சிறந்த நடிகர் அவர். ஆனா கிடைக்கலை. இந்தியாவுல அவரை மாதிரி நடிகர்களே இல்லை" என்று நாக்கு சப்புக்கொட்டியபடி சில கணங்கள் அமைதியாக ஓடிக்கொண்டிருந்த மின்விசிறியையே பார்த்தபடி இருந்தார்.

"பீட்டர் ஓட்டோலுடைய வாழ்க்கையே ஒரு பெரிய நாவல் மாதிரி. பெரிய படிப்புலாம் கிடையாது. ஸ்கூல் படிப்பு மட்டும்தான் படிச்சார். பத்திரிகையில கொஞ்ச காலம் வேலை செஞ்சாரு. அதுக்கப்புறம் போட்டோகிராபரா இருந்தாரு. கப்பல் படையில கூட வேலை செஞ்சிருக்காரு. நடிப்பு மேல அவருக்கு தணியாத ஒரு ஆர்வம் இருந்திருக்குது. ஏதோ ஒரு ஸ்காலர்ஷிப் கிடைச்சதால, ரெண்டு வருஷம் ஒரு அகாடெமியில நடிப்புப்பயிற்சி எடுத்துக்கறாரு. அத முடிச்ச பிறகு அவருக்கு கொஞ்சம் கொஞ்சமா மேடை நாடகங்கள்ல நடிக்கிறதுக்கு வாய்ப்பு கிடைச்சது. ஷேக்ஸ்பியர் நாடகங்கள் எல்லாத்துலயும் அவரு நடிச்சிருக்காரு. ஏழு எட்டு வருஷம் அவர் நடிக்காத மேடையே இல்லை. அதுக்குப் பிறகு டிவில சின்னச்சின்ன வாய்ப்புகள் கிடைச்சது."

"ரொம்ப கஷ்டமான தொடக்கம்தான்."

"எல்லோருடைய வாழ்க்கையிலயும் ஒரு முக்கியமான திருப்புமுனை இருக்கும்னு சொல்வாங்க இல்லையா? அது அவருடைய வாழ்க்கையில ஒரு முக்கியமான காலகட்டத்துல ஏற்பட்டது."

"என்ன சார் அது?" என்று அவருடைய முகத்தை ஆவலுடன் பார்த்தேன்.

விட்டல்ராவ் சட்டென்று அந்த விஷயத்திலிருந்து விலகி "டைரக்டர் டேவிட் லீன் பத்தி உங்களுக்கு தெரியும்தான?" என்று கேட்டார்.

"நல்லாவே தெரியும் சார். பேசேஜ் டு இந்தியா எடுத்தவர்தான? அதுக்கு முன்னால டாக்டர் ஷிவாகோ எடுத்தவர். இந்தியாவுல சக்கை போடு போட்ட படமாச்சே."

"உண்மைதான். அதுக்கு முன்னால சக்கை போடு போட்ட இன்னொரு படத்த அவர் எடுத்திருக்காரு. இந்தியாவில மட்டுமில்ல, உலகத்துலயே சக்கைபோடு போட்ட படம்."

"என்ன படம் சார்?"

"லாரன்ஸ் ஆஃப் அரேபியா"

அப்படி ஒரு படத்தைப் பார்த்த நினைவே இல்லை. பார்க்கவில்லை என்பதன் அடையாளமாக நான் உதட்டைப் பிதுக்கினேன்.

"அவர் எடுத்த படம்தான். அறுபத்திரெண்டுல வந்த படம். அதுல லாரன்ஸா நடிக்கிறதுக்கு அவர் ஆரம்பத்துல ஆல்பர்ட் ஃபின்னிங்கற ஒரு நடிகரத்தான் தேர்ந்தெடுத்து வச்சிருந்தாரு. கடைசி நேரத்துல அவர் நடிக்க முடியாம போன சமயத்துல அவருக்கு பீட்டர் ஓட்டோல் ஞாபகம் வந்து லாரன்ஸா நடிக்க வச்சாரு. அற்புதமான படம். அற்புதமான நடிகர்னு உலகம் முழுக்க அவர பாராட்டிச்சி. உலகத்துல எல்லா பத்திரிகைகள்லயும் அவர பாராட்டி எழுதனாங்க. அந்த படத்துலதான் அவருக்கு சிறந்த நடிகர் விருதுக்காக ஆஸ்கர்ல முதன்முதலா அவர் பேரு நாமினேஷனாச்சி."

"ஏன் அப்படி சொல்றீங்க, விருது கிடைக்கலையா?" என்று தயக்கத்துடன் கேட்டேன். "த்ச். கிடைக்கலை. ஒருமுறை இல்லை, ரெண்டு முறை இல்லை. ஏழுமுறை அவருக்கு அந்த விருது தட்டி போயிருக்குது" என்று உதட்டைப் பிதுக்கினார்.

"1962இல் முதமுறையா லாரன்ஸ் ஆஃப் அரேபியாவுல நடிச்சதுக்காக அவர் பெயர் நாமினேஷனாச்சி. 2006இல் வீனஸ்னு ஒரு படத்துக்காக ஏழாவது முறையா நாமினேஷனாச்சி. ஆனா ஒருமுறை கூட அவருக்கு கிடைக்கலை. உலகத்துல திறமையை மதிக்கக்கூடிய இடம்னு நாம நினைக்கிற இடத்துல கூட, சில நேரங்கள்ல திறமைக்கு மதிப்பிருக்காதுங்கறதுக்கு பீட்டர் ஓட்டோல் கதையே ஒரு பெரிய எடுத்துக்காட்டு. கோல்டன் க்லோபல் அவார்ட், எம்மி அவார்ட் எல்லாம் வாங்கனாரு. ஆனா ஆஸ்கார் கெடைக்கலை.

அதற்குப் பிறகு ஓட்டோலைப்பற்றியும் அவர் நடித்த படங்களைப்பற்றியும் சொல்லத் தொடங்கினார் விட்டல்ராவ். அவர் சொன்ன படங்கள் எதையுமே நான் பார்த்ததில்லை. எல்லாமே அறுபதுகளிலும் எழுபதுகளிலும் வெளிவந்த படங்கள்.

"நைட் ஆஃப் ஜெனரல்ஸ்னு ஒரு படத்தை அந்த காலத்துல பாக்கறதுக்கு நான் பட்ட பாடு இருக்கே, அத வச்சி ஒரு கதையே எழுதிடலாம்" என்று சொல்லத் தொடங்கும்போதே அவருக்கு சிரிப்பு வந்துவிட்டது. ஆர்வத்தோடு நான் அவர் முகத்தையே பார்த்துக்கொண்டிருந்தேன்.

"ஓட்டோ நடிச்ச படமா?"

“ஆமாம். வண்ணாரப்பேட்டையில தமிழ்நாடுன்னு ஒரு தியேட்டர் உண்டு. நைட் ஆஃப் ஜெனரல்ஸ் படத்தை அந்த தியேட்டர்ல ரிலீஸ் பண்ணிட்டாங்க. எங்க வீடு இருந்தது நங்கநல்லூர் பக்கம். ஆபீஸ் இருந்த இடம் மைலாப்பூர். வண்ணாரப்பேட்டையோ இன்னொரு பக்கம். ஆனா படத்த எப்படியாவது பார்த்தே ஆவணும்னு மனசுக்குள்ள ஒரு வேகம். என் மனைவியுடைய அண்ணன் ஒருத்தன் இருந்தான். கோபின்னு பேரு. அன்னைக்கு எங்க வீட்டுக்கு வந்திருந்தான். அவனயும் கூப்ட்டுகிட்டு வண்ணாரப்பேட்டைக்கு கெளம்பிட்டேன். பார்க் ஸ்டேஷன்ல எறங்கும்போதே சாய்ங்கலாமாய்டுச்சி. பஸ் புடிச்சி போகறதுக்கு நேரமில்லை. ஆட்டோவுல போயிடலாம்னு கூப்ட்டா அவ்ளோ தொலைவா, அவ்ளோ தொலைவான்னு ஒருத்தரும் வரமாட்டறாங்க. நேரம் வேற போய்கிட்டே இருக்குது. கடைசியா ஒரு ஆட்டோகாரரர் வந்தாரு. மூனார்ரூபா கொடுப்பியான்னு கேட்டாரு. அவர் கேட்ட தொகை அதிகம்தான், ஆனா வேற வழியில்லை. சரி, தரோம்னு ஏறி ஒக்காந்துட்டோம். இப்ப உங்ககிட்ட ஓட்டோ பத்தி சொல்றனே, அதே மாதிரி அன்னைக்கு வழி முழுக்க நான் கோபிகிட்ட ஓட்டோ பத்தி சொல்லிகிட்டே வந்தேன். அந்த டிரைவர் நாங்க பேசனதயெல்லாம் அமைதியா கேட்டு வந்திருப்பாரு போல. தியேட்டர் வாசல்ல நிறுத்தும்போதே உள்ள நியூஸ் ரீல் ஓடற சத்தம் கேட்டுது. போங்க சார், சீக்கிரமா போங்க . படம் போட்டுடப் போறான்னு அவர் எறக்கி விட்டாரு. பணத்த எண்ணி கொடுக்க போகும்போது அந்த ஆட்டோக்காரரு அட, பணத்த பைக்குள்ள வை நைனா, பணம் எங்க போயிட போவுது. படத்த பார்த்துட்டு திரும்பி எப்பிடி போவ? இம்மாந்தூரம் உன்ன யாரு கூப்ட்டுகினு போவா? எல்லாரும் என்ன மாதிரி இருப்பானுங்களா? நீ போ நைனா. நல்லா ஜாலியா படத்த பார்த்துட்டு வா. தோ, இங்கயே உனக்காக வெயிட் பண்றேன். பணத்த மொத்தமா வாங்கிக்கறேன்னு சொன்னாரு. ஒரு நிமிஷம் எனக்கு என்ன பேசறதுன்னு ஒன்னுமே புரியலை. நீங்களும் வாங்க படம் பார்க்கலாம்னு ஒரு வார்த்த சொன்னேன். ஐயே, இந்த படம்லாம் நமக்கு எங்க புரிய போவுது, நீ போ நைனா. படம் போட்டுடப் போறான், சீக்கிரமா போன்னு சொல்லி அனுப்பி வச்சிட்டாரு.”

“நீங்க சந்திக்கிற ஆளுங்க எல்லாருமே ஆச்சரியமூட்டக் கூடிய ஆளாவே இருக்காங்க சார்.”

“என்னமோ தெரியலை, கடவுள் நமக்காகவே இவுங்கள உருவாக்கி அனுப்பி வைப்பாரு போல.”

“அது சரி, படம் முடிஞ்சி வர வரைக்கும் காத்திருந்தாரா?”

“படம் முடிஞ்சி நாங்க வெளிய வரும்போது ஓம்பதரை ஆயிடுச்சி. பாவம், அந்த ஆட்டோக்காரர் ஒரு பெட்டிக்கடை ஓரமா வண்டிய நிறுத்தி வச்சிகிட்டு உக்காந்திருந்தாரு. எங்கள பார்த்ததுமே என்னா நைனா, படம் ரசிக்கிற மாதிரி இருந்ததா, வா வா குந்து, நேரமாய்டுச்சின்னு சொன்னாரு. வழியில ஒரு இடத்துல நிறுத்தி எல்லாரும் டீ குடிச்சோம். அதுக்கப்புறம் பார்க் ஸ்டேஷன் வந்துதான் நிறுத்தினாரு. அப்பவே பதினோரு மணியாய்டுச்சி. ட்ரெய்ன் புடிச்சி வீட்டுக்கு போயிடு நைனான்னு சொன்னாரு. நமக்காக மூனு மணி நேரம் காத்திருந்து கூப்ட்டு வந்திருக்காரேன்னு ஒரு பத்து ரூபாயா கொடுத்தேன். அவர் வாங்கமாட்டேனு சொல்லிட்டாரு. பேசனது பேசன மாதிரி குடு சார், போதும். மூன்றயும் மூன்றயும் ஏழு ரூபா மட்டும் கொடு சார், அதான் என் கூலின்னு நின்னுட்டாரு. அப்பறமா சில்லற நோட்டா எண்ணி ஏழு ரூபா கொடுத்ததும் வாங்கிகிட்டு பாத்து போ நைனான்னு சொல்லிட்டு போயிட்டார். அன்னைய ராத்திரி நாங்க பார்த்த படத்தயும் மறக்கமுடியாது. அந்த ஆட்டோ டிரைவரயும் மறக்க முடியாது.”

படத்தைப்பற்றி தொடங்கிய பேச்சு எப்படியோ ஆட்டோ டிரைவர் பற்றியதாக மாறிவிட்டதை அப்போதுதான் நான் உணர்ந்தேன். மீண்டும் பீட்டர் ஓட்டோலைப்பற்றியதாக உரையாடல் மாறும் விதமாக “படத்த பத்திய விஷயத்தையே விட்டுட்டமே, அத சொல்லுங்க சார்” என்று தொடங்கினேன்.

“ஆமாமாம். நம்ம ஆட்டோ டிரைவர் கதை வந்ததும் அந்த கதை அப்படியே அந்தரத்துல நின்னுட்டுது” என்று சொல்லிக்கொண்டே மேசை மீதிருந்த செம்பை எடுத்து தண்ணீர் பருகினார் விட்டல்ராவ். பிறகு உதடுகளைத் துடைத்துக்கொண்டே நைட் ஆஃப் ஜெனரல்ஸ் கதையைச் சொல்லத் தொடங்கினார்.

நீர்க்காகம்

சேலத்தைச் சேர்ந்த இலக்கிய அமைப்பான எழுத்துக்களம் ஏற்பாடு செய்திருந்த நிகழ்ச்சியொன்றில் பங்கேற்பதற்காக விட்டல்ராவும் நானும் 02.05.2022 அன்று சேலத்துக்குச் சென்றிருந்தோம். அடுத்த நாள் காலையில்தான் விழா. எழுத்துக்களத்தோடு தொடர்புடைய கவிஞர் சூர்யநிலா நாங்கள் அன்றிரவு தங்குவதற்காக விடுதியொன்றில் ஓர் அறைக்கு ஏற்பாடு செய்திருந்தார். விட்டல்ராவ் தன் இளமைக்காலத்தில் வாழ்ந்த ஊர் சேலம். அன்று இரவு உணவுக்குப் பிறகு, சிறிது தொலைவு நடக்கச் சென்றோம். அப்போது ஒரு பெரிய கட்டிடத்தின் முன்னால் நின்று ஒருகணம் உறைந்தவர்போலப் பார்த்தார் விட்டல்ராவ். அவருக்குள் பல பழைய நினைவுகள் மூண்டெழுந்திருக்கக்கூடும் என நினைத்து நான் அமைதியாக அருகிலேயே நின்றிருந்தேன். சில கணங்களுக்குப் பிறகு அவர் கண்கள் மின்ன "அதுதான் நான் சின்ன வயசில படிச்ச சிறுமலர் பள்ளிக்கூடம்" என்று சுட்டிக்காட்டினார்.

அறைக்குத் திரும்பும்போது சூர்யநிலாவும் எங்களோடு சேர்ந்து வந்து சிறிதுநேரம் உரையாடிக்கொண்டிருந்தார். நீர்க்காகம் என்னும் தலைப்பில் அவருடைய புதிய கவிதைத்தொகுதி வெளிவந்திருந்தது. அத்தொகுதியை அவர் எங்கள் இருவருக்கும் கையெழுத்திட்டு வழங்கினார். அட்டைப்படத்தில் அழகானதொரு வண்ண ஓவியம் இடம்பெற்றிருந்தது. தொகுதிக்கு உட்பக்கங்களிலும் சில கோட்டோவியங்கள் சேர்க்கப்பட்டிருந்தன. விட்டல்ராவ் அப்படங்களை கூர்ந்து கவனித்த பிறகு நன்றாக இருப்பதாகச் சொன்னார். மேலும் சிறிது நேரம் உரையாடிய பிறகு சூர்யநிலா விடைபெற்றுச் சென்றார்.

நாங்கள் உறக்கம் வராமல் ஏதேதோ உரையாடிக்கொண்டிருந்தோம். விட்டல்ராவ் படுக்கை ஓரமாக இருந்த நீர்க்காகம் தொகுதியை எடுத்து அந்த அட்டைப்படத்தை ஒருமுறை பார்த்தார். அதைத் தொடர்ந்து "நீங்கள் நீர்க்காகம் பார்த்திருக்கிறீர்களா பாவண்ணன்?" என்று கேட்டார்.

"பார்த்திருக்கேன் சார். இதுதான் நீர்க்காகம்னு தெரியாமலே ஊருல பார்த்திருக்கேன். அப்ப அத கறுப்பு வாத்துன்னு விளையாட்டா கூப்புடுவோம். படிச்சி முடிச்சி ஜே.இ.யா வேலைக்குச் சேர்ந்து ஹொஸ்பேட்டையில துங்கபத்திரை நதிக்கரை ஓரமா தங்கியிருந்த சமயத்துலதான் அதனுடைய உண்மையான பெயர் நீர்க்காகம்னு தெரிஞ்சிகிட்டேன். துங்கபத்திரை அணைக்கட்டுல முப்பத்திரெண்டு மதகு இருக்குது. எல்லாக் கதவயும் அடைச்சிதான் வச்சிருப்பாங்க. நூல் மாதிரி தண்ணி கசிஞ்சி போகிற அளவுக்கு மட்டும் தெறந்து வச்சிருப்பாங்க. தண்ணி வழிஞ்சி ஓடறது என்னமோ பால் வழிஞ்சி ஓடறமாதிரி இருக்கும். சில சமயங்கள்ல அதன் வழியா மீன்கள் வந்துடும். அப்ப அதை புடிக்கிறதுக்காக இந்த நீர்க்காகங்கள் தாவிப் பறந்துபோய் தண்ணிக்குள்ள போறத அடிக்கடி பார்த்திருக்கேன். நான் முதல்ல மீன்கொத்தியா இருக்குமோன்னுதான் நினைச்சேன். ஆனா அதன் நிறம், மூக்கு, உடம்பு எல்லாத்தயும் பார்த்து குழப்பமாவும் இருந்தது. அப்ப என் கூட இருந்த நண்பர்கள்தான் அதை நீர்க்காகம்னு சொன்னாங்க. அதுக்கப்புறம் நான் போன பல இடங்கள்ல நீர்க்காகங்கள பார்த்துட்டேன். பெங்களூர் லால்பாக் போகிற ஒவ்வொருமுறையும் நீர்க்காகங்கள பாக்காம வந்ததே கிடையாது."

விட்டல்ராவ் நான் சொன்னதையெல்லாம் அமைதியாகக் கேட்டுக்கொண்டார். "பொதுவா நாம பார்க்கிற காகத்துக்கும் நீர்க்காகத்துக்கும் ஒரு முக்கியமான வேறுபாடு உண்டு பாவண்ணன்" என்றார்.

"என்ன வேறுபாடு?"

"இந்த காகம் இருக்குதே, மனிதர்கள் கூட பழகிப்பழகி, ஊருக்குள்ள அதனால ரொம்ப இயல்பா இருக்கமுடியும். கிடைச்சத சாப்பிட்டு வயித்த நிரப்பிக்கமுடியும்" என்று சொல்லிவிட்டு ஒருகணம் புன்னகைத்தார். தொடர்ந்து "ஆனால் நீர்க்காகங்களால அப்படி வாழமுடியாது. அது தண்ணீர் இருக்கிற இடத்துக்குப் பக்கத்துலதான் வாழமுடியும். ஏதாவது ஒரு ஏரி, ஒரு குளம், ஒரு குட்டையாவது அதுக்கு வேணும். குறைந்தபட்சம் சேறு மண்டிய

குளமாவது வேணும். அதனுடைய உணவே நீரில் வசிக்கக்கூடிய மீன்கள், சேத்துல வசிக்கக்கூடிய புழு பூச்சிகள்தான். சேறு உலர்ந்து வெறும் மண்ணாகறதுக்குள்ள அடுத்த மழை வரணும். அப்பதான் அதுங்க நிம்மதியா இருக்கும். இல்லைன்னா அது உயிர் வாழறது ரொம்ப கஷ்டமாயிடும். ஆனா இயற்கை ஒருமுறை கூட அந்த உயிர்களை நிராதரவா விட்டதில்லை பாவண்ணன். அதுதான் இயற்கையுடைய சக்தி. ஒருவேளை மழையே பொய்த்தாலும் ஈரமும் சேறும் இருக்கக்கூடிய இடங்களக் கண்டுபுடிச்சி தேடிப் போகிற ஒரு சக்தி அந்த உயிர்களுக்கு இருக்குது."

"புல்பூண்டுல ஆரம்பிச்சி, இந்த உலகத்துல எல்லா உயிர்களுக்குள்ளயும் அந்த உயிர்வாழும் இச்சை வேலை செய்யுது."

"ஒரு படைப்புக்குள்ள நீர்க்காகம் வரும்போது அதுக்கு பல பரிமாணங்கள் கிடைச்சிடுது. அது ஒரு நம்பிக்கையின் அடையாளம். காதல் நம்பிக்கை, தொழில் நம்பிக்கை, கல்வி நம்பிக்கை. எல்லாத்தயும் நீர்க்காகம்ங்கற குறியீடு வழியா காட்டிட முடியும்."

விட்டல்ராவ் உற்சாகமாக பேசத் தொடங்கிவிட்டார். "நான் ஆரம்பத்துல குளத்துக்குள்ள இந்த நீர்க்காகங்கள ரொம்ப நேரம் பார்த்துகிட்டே உக்காந்திருப்பேன். படிக்கிற சமயத்துலயும் எழுதற சமயத்துலயும் அப்பப்ப கொஞ்ச நேரம் கவனத்தை திசைதிருப்பி இந்த நீர்க்காகங்கள பார்ப்பேன்."

"சென்னையிலயா?" என்று நான் மெதுவாகக் கேட்டேன். "ஆமாம்" என்பதுபோல அவர் மெல்ல தலையசைத்துக்கொண்டார். பிறகு ஒரு தணிந்த குரலில் "கல்யாணம் முடிஞ்சி குழந்தை பொறந்து ஒரு ரெண்டு வருஷம் முடிஞ்சிருக்கும். எதிர்பாராத ஒரு காரணத்தால நாங்க குடியிருந்த சொந்த வீட்டைவிட்டு வெளியேறி, மடிப்பாக்கம் பக்கத்துல வாடகைக்கு ஒரு வீட்டுல இருந்தோம். கிட்டத்தட்ட ஏழு வருஷம்."

நான் அவரையே பார்த்துக்கொண்டிருந்தேன்.

"வாடகைக்கு வீடு தேடணும்னு முடிவு செஞ்சதுமே எங்க எக்சேஞ்ச்ல எல்லா நண்பர்கள்கிட்டயும் எங்கயாவது நல்ல வீடு இருக்கிற தகவல் கிடைச்சா சொல்லுங்கப்பான்னு சொல்லி வச்சிருந்தேன். ஆளாளுக்கு ஒரு இடம் சொன்னாங்க. சில இடங்களுக்கு அழைச்சிம்போய் காட்டவும் காட்டினாங்க. ஆனா அதெல்லாம் எனக்கு கொஞ்சமும் புடிக்கலை. கொஞ்சம் அமைதியாவும் எழுதறதுக்கு தோதான இடமாவும் இருக்கணுமேன்னு நெனச்சேன்."

"அப்புறம்?"

"அப்ப என்கூட நெருக்கமா பழகக்கூடிய நண்பர் ஒருத்தர் எங்க எக்சேஞ்ச்சில மானிட்டரா இருந்தாரு. துரைசாமின்னு பேர். ரொம்ப ஸ்ட்ரிக்டானவர். ஆனா அடிப்படையில நல்ல மனுஷன். வீட்டுக்காக நான் எங்க எங்கயோ அலையறேன்னு கேள்விப்பட்டதும் என்னைக் கூப்ட்டு வீரராகவன்னு ஒரு போன் இன்ஸ்பெக்டர போய்ப் பார்க்கச் சொன்னார். அவர் எங்க யூனியன்ல வைஸ் ப்ரெசிடென்ட்டா இருக்கிறவர். வேற எக்சேஞ்சில வேலை செய்றவரு. சிபிஎம் கட்சியோடு தொடர்புல இருக்கிறவர். அவர் பேரக் கேட்டதும் என்ன சார், அவரயா போய் பார்க்க சொல்றீங்கன்னு ஆச்சரியமா கேட்டேன். ஆமாம், அவரத்தான் போய் பார்த்துப் பேசுங்க. அவருடைய வீட்டுலயே ஒரு போர்ஷன் காலியா இருக்கறதா சொன்ன ஞாபகம். போய்ப் பாருங்கன்னு சொன்னார்."

"பார்த்தீங்களா?"

"போய்ப் பார்த்தேன். அப்ப அவரு ஏதோ ஒரு மீட்டிங்ல இருந்தார். மடிப்பாக்கத்துல வீடு. அட்ரஸ் கொடுத்து ஒரு டைம் சொல்லி வந்து பார்க்கச் சொன்னார். போய்ப் பார்த்தோம். சின்ன வீடுதான். வசதிகளும் குறைவுதான். ஆனா எங்களுக்கு வேற வழி இல்லை. எனக்கு ஒரு எழுபத்தஞ்சி ரூபா வாடகை குடுங்க போதும்னு சொன்னார். அந்த இடத்துல எனக்குப் புடிச்ச ஒரே ஒரு விஷயம், வீட்டுக்குப் பின்னால இருந்த ஒரு பெரிய குளம்."

"குளமா?"

"ஆமாம். மடிப்பாக்கம் இப்ப இருக்கிற அளவுக்கு வளர்ச்சி அடையாத காலம் அது. அங்க நாலு வீடு இங்க நாலு வீடு. அப்படித்தான் இருக்கும். வீரராகவன் வீடு ரோட்டுக்கு ஒரு பக்கமா இருக்கும். ரோட்டுக்கு அந்தப் பக்கம் ஒரே வெட்டவெளி. வீடு கட்டறவங்க எல்லாரும் மணலுக்காக தோண்டித் தோண்டி ஒரு பெரிய பள்ளத்தயே உருவாக்கிட்டாங்க. மழைக்காலத்துல தண்ணி வந்து பள்ளம் ரொம்பி குளமாய்டுச்சி. அந்த குளம் கடைசி வரைக்கும் வத்தவே இல்லை. வத்தி, சேறாயி, காயப் போற நேரத்துக்கு சரியா அடுத்த மழை வந்துடும். உடனே மறுபடியும் அந்தக் குளம் ரொம்பிடும். மக்களும் மணல் எடுக்கறத நிறுத்தவே இல்லை. பள்ளம் பெரிசாவ பெரிசாவ, அந்தக் குளமும் பெரிசாய்ட்டே போயிட்டுது."

“அந்த வீட்டுக்கே குடிவந்துட்டீங்களா?”

“ஆமாம். அட்வான்ஸ் கூட வேணாம்னு சொல்லிட்டாரு வீரராகவன். அவருக்கும் செலவு ஒன்னுமில்லை. வெள்ளையடிச்சி கொடுத்தாரு. பணம் நான்தான் கொடுத்தேன். அந்த செலவயும் ஒவ்வொரு மாசமும் வாடகைல கழிச்சிக்க சொல்லிட்டாரு. அதுக்கப்புறம் வண்டியில வீட்டு சாமான்கள ஏத்திகிட்டு வந்து பால் காய்ச்சிட்டோம். படிக்கிறதுக்கும் எழுதறதுக்கும் ரோட க்ராஸ் பண்ணி அந்தக் கொளத்துக்குப் பக்கமா போயிடுவேன். படிச்சாலும் சரி, எழுதினாலும் சரி, தொடர்ச்சியா ஒரே வேலைய செய்யமாட்டேன். நடுவுல ரெண்டு மூனு நிமிஷம் கொஞ்ச நேரம் அந்தப்பக்கம் இந்தப்பக்கம் வேடிக்கை பார்ப்பேன். தண்ணி நிறைஞ்ச குளத்த பாக்கறதுல என்னமோ ஒரு சந்தோஷம். அப்பதான் ஒரு நாள் வாத்து மாதிரி கருப்பா ஒரு பறவை நீந்திகிட்டே வந்தத பார்த்தேன். எனக்கு ஆச்சரியமா இருந்தது. யாராவது கருப்பு சாயத்த அதும் மேல ஊத்திட்டாங்களோன்னு எனக்குள்ள ஒரு சின்ன குழப்பம் இருந்தது. அதயே பார்த்துட்டிருந்த சமயத்துல திடீர்னு தண்ணிக்குள்ள முழுகிட்டுது. ரொம்ப நேரம் கழிச்சிதான் மேல வந்தது. அப்படி ஒரு காட்சிய நான் அதுவரைக்கும் பார்த்ததே இல்லை. அதனால விசித்திரமா இருந்தது. இதும் பேரு என்னவா இருக்கும்ன்னு நானே கொழப்பிகிட்டிருந்தேன். என்னால கண்டுபுடிக்கவே முடியலை.”

“அப்ப யார்தான் உங்களுக்கு சொன்னாங்க?”

“வீட்டுக்கு போன பிறகு என் மனைவிகிட்ட நான் பார்த்ததயெல்லாம் சொன்னேன். வீட்டிலேருந்து ஜன்னல் வழியா அவுங்க குளத்த பார்த்தாங்க. அந்தப் பறவை அங்க இல்லை. மரத்துல எங்கயாச்சிம் ஒக்காந்திருந்ததோ என்னமோ தெரியலை. மொத்தத்துல கண்ணுக்குத் தெரியலை. சரி நான் பாக்கிற சமயத்துல சொல்றேன்னு சொல்லிட்டாங்க.”

“அப்புறம்?”

“அடுத்த நாளே அவுங்க அந்த பறவையை பார்த்துட்டாங்க. அதுக்கு பேரு நீர்க்காகம்னு அவுங்கதான் எனக்குச் சொன்னாங்க. தண்ணிக்குள்ள முழுகி மீன புடிக்கற ஆற்றல் அதுக்குண்டுன்னு அவுங்க சொல்லித்தான் தெரிஞ்சிகிட்டேன். சமையல்கட்டு ஜன்னல் வழியா பார்த்தாவே அந்தக் கொளத்த பார்த்துட முடியும். அந்த கொளத்த சுத்தி நிறைய மரங்கள் செடிகள் கொடிகள்னு இருக்கும்.

பசுமை படர்ந்து ஒரு மாதிரி இயற்கையான சூழ்நிலையோடு இருக்கும். பாக்கறதுக்கு மனசுக்கு இதமா இருக்கும். இப்படி வேடிக்கை பார்க்கிறதுல என் மனைவிக்கு ரொம்ப ஆர்வம் உண்டு. திடீர்னு அவுங்க ஒரு சந்தேகம் கேட்டாங்க."

"என்ன சந்தேகம்?"

"எல்லாம் நீர்க்காகத்துடைய நிறத்தைப் பத்திதான். வீட்டு ஜன்னல் வழியா பார்க்கிறதால, அதனுடைய நிறம் கருப்பா, கரும்பழுப்பான்னு அவுங்களால உறுதியா எடுத்துக்கமுடியலை. அதத்தான் சந்தேகமா கேட்டாங்க."

"நீங்க என்ன சொன்னீங்க?"

"நான்தான் தெனமும் பக்கத்துலேருந்து பார்க்கிற ஆளாச்சே. அசலான கருப்புதான்னு சொன்னேன். ஒருமுறை ரோட்ட கடந்து குளத்தங்கரை வரைக்கும் அழைச்சிம் போய் ரொம்ப பக்கத்துல மரக்கிளையில உக்காந்திருக்கிற நீர்க்காகத்தைக் காட்டினேன். அதுக்கப்புறம்தான் அவுங்களுக்கும் நம்பிக்கை வந்தது."

"சரி"

"மழைக்காலம் முடிஞ்சி வெயில் காலம் தொடங்கியதுமே குளம் வத்திடுச்சி. ஒருநாள் குளத்தங்கரையில உக்காந்து எழுதிட்டிருந்தேன். ஏறத்தாழ ரெண்டு மணி நேரமாச்சிம் உக்காந்திருப்பேன். அந்த இடைவெளியில ஒருமுறை கூட ஒரு நீர்க்காகத்தைக்கூட பார்க்கலை. எனக்கு அதிர்ச்சியாவும் ஆச்சரியமாவும் இருந்தது. தண்ணி வத்திட்டதால, பாவம் நீர்க்காகங்கள் எல்லாம் எங்கயோ தண்ணி இருக்கிற இடம் தேடி போயிடுச்சோன்னு நெனைச்சேன். வீட்டுக்கு வந்ததும் என் மனைவிகிட்ட கொஞ்சம் வருத்தத்தோடு அதப்பத்தி சொன்னேன். அப்ப ரெண்டுமூனு நாளா தானும் நீர்க்காகத்தை பாக்கலைன்னு அவுங்களும் சொன்னாங்க. சரி, உயிர் வாழறதுக்கு எங்கயோ ஒரு இடம் தேடி போயிடுச்சி போலன்னு நெனச்சிட்டேன்"

"அதுக்கப்புறம் வேற எந்த இடத்துலயாவது பார்த்தீங்களா?"

"சொல்றேன் கேளுங்க. அது அப்படியெல்லாம் இடம் மாறி போகிற பறவை இல்லை போல. ஒரு வாரம் கழிச்சி ஒருநாள் எங்கிட்ட என் மனைவி எல்லா நீர்க்காகங்களும் இங்கதாங்க இருக்குதுன்னு சொன்னாங்க. எனக்கு நம்பிக்கையே வரலை. நீ எங்க பார்த்தன்னு கேட்டேன். எல்லாமே இங்கதான் இருக்குது. எதுவும் எங்கயும் போகலைன்னு ஒரு புதரை சுட்டிக் காட்டினாங்க.

எல்லாமே அந்தப் புதருக்குள்ள இருக்குதுங்க. அந்தப் புதருக்கு அடியில கொஞ்சம் சேறும் சகதியுமா இருக்குது. அங்க நிறைய பூச்சி புழுங்க இருக்குது போல. அதுங்கள கொத்தி கொத்தி தின்னுகிட்டு எல்லா நீர்க்காகங்களும் அந்த புதருக்குள்ளயே அடங்கியிருக்குன்னு சொன்னாங்க. என்னமோ புதையலையே கண்டுபுடிச்சிட்ட மாதிரி அன்னைக்கு எங்க ரெண்டு பேருக்கும் சந்தோஷமா இருந்தது."

விட்டல்ராவின் முகத்தில் ஒரு பிரகாசம் படர்ந்ததை அப்போது பார்த்தேன். அவர் தன் இளமைப்பருவத்துக்கே சென்றுவிட்டதுபோல இருந்தது. அந்த மனநிலையை மாற்றும் வகையில் எதையும் கேட்டு குறுக்கிடவேண்டாம் என்ற எண்ணத்தில் அமைதியாக நான் அவரையே பார்த்துக்கொண்டிருந்தேன்.

சில கணங்களுக்கு பிரகாசம் விலகாத அதே மனநிலையில் "வாழணும்னு நெனைக்கிற ஒரு ஜீவராசிக்கு இந்த உலகத்துல எல்லா கதவும் தெறந்துதான் இருக்குதுன்னு அன்னைக்கு நான் புரிஞ்சிகிட்டேன் பாவண்ணன். அதுக்கப்புறம் சில மாதங்கள்லயே மழைக்காலம் தொடங்கிடுச்சி. குளத்துக்குள்ளயும் தண்ணி நிக்க ஆரம்பிச்சிடுச்சி. சுற்றுப்புறத்துல மரம்செடிகொடிகள்ல பச்சை படர ஆரம்பமாச்சி. நீர்க்காகங்கள் ஒவ்வொன்னா வெளியே பறந்துவந்து மரக்கிளையில உட்காரத் தொடங்கிடுச்சி. ஒரு யுகம் முடிஞ்சி இன்னொரு யுகம் தொடங்கறத நேருக்கு நேர் பார்க்கிறமாதிரி இருந்தது எனக்கு."

"நீங்க சொல்றத கேக்கும்போது எனக்கே அப்படித்தான் சார் தோணுது."

"சில மாதங்கள் கழிச்சி அந்தச் சூழலை வச்சி மரம் வைத்தவன்னு ஒரு சிறுகதை எழுதினேன். தீபத்துல அந்தக் கதை வந்தது. நா. பார்த்தசாரதிக்கு அந்தக் கதை ரொம்ப புடிச்சிருந்தது. என்னை பார்க்கிற சமயத்துல எல்லாம் அந்தக் கதையைப் பத்தியே பேசுவாரு. ஒரு தொகுப்புக்கான கதைகள் சேர்ந்ததும் அந்தத் தொகுப்புக்கு மரம் வைத்தவன்னுதான் தலைப்பு வச்சேன்."

அதைத் தொடர்ந்து எங்கள் உரையாடல் தீபம் பத்திரிகை, நா.பார்த்தசாரதி என்று திசைதிரும்பிவிட்டது. உறக்கம் வரும் வரையில் அதைப்பற்றியே பேசியிருந்துவிட்டு உறங்கிவிட்டோம்.

தஸ்தாவெஸ்கியின் முதலை

"தஸ்தாவெஸ்கியுடைய வெண்ணிற இரவுகள், குற்றமும் தண்டனையும், கரம்சோவ் சகோதரர்கள், அசடன், சூதாடி எல்லாம் படிச்சிருப்பீங்க, இல்லையா?" என்று ஒருநாள் விட்டல்ராவ் கேட்டார். "படிச்சிருக்கேன் சார்" என்றேன் நான்.

"அது எல்லாமே மனச பதறவைக்கிற படைப்புகள். படிக்கிற சமயத்துல அடுத்து என்ன என்னன்னு ஒரு கேள்வி மனசுக்குள்ள குடைஞ்சிகிட்டே இருக்கும். தஸ்தாவெஸ்கியுடைய படைப்புலகமே அப்படி பதற்றமும் படபடப்பும் நிறைந்த உலகம். அவர் ஒன்னு ரெண்டு பகடிக்கதைகளும் எழுதியிருக்காரு, தெரியுமா உங்களுக்கு?"

எனக்கு அது புதிய தகவலாக இருந்தது. தஸ்தாவெஸ்கிக்கும் பகடிக்கும் தொடர்பிருக்க வாய்ப்பே இல்லை என்பதுதான் என் மனப்பதிவாக இருந்தது. அதனால் விட்டல்ராவ் சொன்ன தகவலைக் கேட்டு சற்றே திகைத்துவிட்டேன்.

"அப்படி ஒரு கதை இருக்குதுங்கற செய்தியே இப்ப நீங்க சொல்லித்தான் நான் தெரிஞ்சிக்கறேன். என்ன கதை சார் அது" என்று ஆவலோடு கேட்டேன்.

"சொல்றேன். சொல்றேன். அதுக்கு முன்னால ஒரு விஷயம் தெரிஞ்சிக்கணும். அந்தக் கதை ராதுகா பதிப்பகம் போட்ட புத்தகங்களிலோ, அல்லது மத்த மொழிபெயர்ப்பாளர்கள் மொழிபெயர்த்து போட்ட புத்தகங்களிலோ இல்லை. அந்தக் காலத்துல ஒரு அமெரிக்கன் பப்ளிகேஷன் பெஸ்ட் ரஷ்யன் ஸ்டோரிஸ்னு ஒரு புத்தகம் போட்டான். ஒருநாள் எனக்கு செக்கெண்ட் ஹேண்ட்

புக்ஸ்டோர்ல அது கிடைச்சது. அதுல இப்படி ஒரு கதை இருந்தது. அவருடைய சீரியஸ் கதைகளை எல்லாம் தள்ளிட்டு இப்படி ஒரு பகடிக் கதையை சேத்துவச்சிருக்கான் அந்த பப்ளிஷர்."

அவர் சொன்ன ஒவ்வொரு செய்தியும் ஆச்சரியமாகவே இருந்தது. தஸ்தாவெஸ்கியையும் பகடியையும் என்னால் இணைத்துப் பார்க்கவே முடியவில்லை. ஆவலைக் கட்டுப்படுத்திக்கொள்ள முடியாமல் "என்ன கதை சார் அது?" என்று மீண்டும் கேட்டேன்.

"முதலை. அதுதான் கதையுடைய தலைப்பு"

நான் ஒருமுறை முதலை என்று மனத்துக்குள் சொல்லிப் பார்த்துக்கொண்டேன். "கதையை சொல்லுங்க சார். என்ன மாதிரியான பகடின்னு தெரிஞ்சிக்கறேன்" என்றேன்.

கதையைச் சொல்லச் சொன்னதுமே அவருக்கு உற்சாகம் பிறந்துவிட்டது. கதையைத் தொடங்குவதற்கு முன்னால் முதலையைப்பற்றிய சில செய்திகளைச் சொன்னார்.

"முதலை எல்லா நாடுகள்லயும் இருக்கக்கூடிய உயிரினம் கிடையாது. அத மொதல்ல நாம தெரிஞ்சிக்கணும். ஆப்பிரிக்கா, இந்தியா மாதிரி வெப்ப நாடுகள்ல மட்டுமே வாழக்கூடிய உயிரினம். துருவப்பகுதியில உள்ள குளிர்மண்டல நாடுகள்ல அதனால உயிர்வாழ முடியாது. ரஷ்யா ஒரு குளிர்மண்டல நாடு. அங்க முதலை கிடையாது. அவுங்களுக்கு முதலைங்கறது ஓர் அரியவகை உயிரினம். இப்படி ஒரு பின்னணியிலதான் தஸ்தாவெஸ்கி முதலை கதையை எழுதியிருக்காரு."

அவர் கதையைத் தொடங்கும் முன்பே முதலை ஒரு புதிய சமூக அமைப்பின் உருவகமாக வடிவமைக்கப்பட்டிருக்குமோ என்றொரு ஐயம் எனக்குள் எழுந்தது. ஆனாலும் வாய்விட்டு கேட்கவில்லை. முதலில் கதையைக் கேட்டுவிடுவோம் என அமைதியாக இருந்தேன்.

"நம்ம ஊருல அதிக அளவுல மக்கள் கூடுற இடமான மால் மாதிரி ரஷ்யாவுல மக்கள் கூடுற இடத்துக்குப் பேரு ஆர்கேட். ஒருபக்கம் ஏராளமான கடைகள். இன்னொரு பக்கம் கேளிக்கைக்கூடங்கள். மற்றொரு பக்கத்துல பெரிய பெரிய கண்காட்சிகள். வேற ஒரு பக்கத்துல கூட்டங்கள். இசைக்கச்சேரிகள். பீட்டர்ஸ்பர்க்ல அப்படி ஒரு பிரபலமான இடம் இருக்குது. அந்த இடத்துல ஒரு ஜெர்மனிக்காரன் ஒரு முதலையை வச்சி ஒரு கண்காட்சி நடத்தப்போறதா விளம்பரப்படுத்தறான். அந்த ஊருல

யாருமே முதலையைப் பார்த்ததில்லை. அதனால எல்லாருக்கும் நாளுக்கு நாள் ஆர்வம் அதிகமாயிட்டே போவுது. ஒவ்வொரு நாளும் ஜெர்மனிக்காரன்கிட்ட வந்து முதலை எப்ப வரும் எப்ப வரும்னு கேட்டுட்டு போறாங்க. அதுக்கான தொட்டியைத்தான் இப்ப கட்டிகிட்டிருக்கேன். ஸ்டேஜ் வேலை முடிஞ்சதும் முதலை வந்துரும்னு அவன் சொல்றான்."

"நம்ம ஊருல சர்க்கஸ் பாக்கிற மாதிரியா?"

"ஆமாம். முதலை எவ்வளவு நீளம் இருக்கும், அது இந்த நாட்டு குளிர தாங்குமா, அதுக்கு சாப்பாடு என்னவா இருக்கும்ங்கற மாதிரி ஒவ்வொருத்தவங்ககிட்டயும் ஏராளமான கேள்விகள். தெனமும் அவன்கிட்ட வந்து கேட்டு தெரிஞ்சிகிட்டு போறாங்க. ஒருநாள் ராத்திரி யாரும் பார்க்காத வேளையில வெளிநாட்டுலேருந்து முதலை வந்து சேந்துட்டுதுன்னு அறிவிக்கிறான் ஜெர்மனிக்காரன். அதுக்காக கட்டப்பட்ட தொட்டியில அந்த முதலையை விடறான். அந்த தொட்டிக்குள்ள இதமான சூட்டோடு வெந்நீர் இருக்குது. அதுக்குள்ள இருந்து முதலை வாய மட்டும் தெறந்து காட்டியபடி சுத்தி சுத்தி வருது."

"ஊருல செய்தி பரவலையா?"

"காலையிலயே செய்தி பரவிடுது. ஏராளமான ஆட்கள் கண்காட்சிக் கொட்டகைக்கு முன்னால நான் முந்தி நீ முந்தின்னு கூடிடறாங்க. ஆட்களுடைய எண்ணிக்கையை பார்த்ததும் ஜெர்மனிக்காரன் கட்டணத்தொகையை ரெண்டுமூனு மடங்கா அதிகமாக்கிடறான். அப்படியும் கூட்டத்த கட்டுப்படுத்த முடியலை. ஜேஜேன்னு இருக்குது. எல்லாரும் சீட்டு வாங்கிட்டு உள்ள போய் முதலையை பார்த்துட்டு வராங்க. எங்கயும் நகராம முதலை ஒரே இடத்துல இருக்கறத பாத்துட்டு நம்ம நாட்டுக் குளிரத் தாங்கமுடியாமதான் அது சுருண்டு படுத்திருக்குதுன்னு பேசிக்கறாங்க. ஜெர்மனிக்காரன் ஒரு குச்சியால அத குத்தி அசையவைக்கிறான். அதப் பார்த்துட்டு ஜனங்களுக்கு ஒரே சந்தோஷம். அதுக்கப்புறம் எங்க போனாலும் முதலையைப் பத்திய பேச்சாவே மாறிடுது."

"சரி"

"ஒருநாள் அந்த ஊருல இருக்கிற பெரிய அரசாங்க அதிகாரியும் அவருடைய மனைவியும் ஒரு நண்பனும் முதலையைப் பார்க்க வராங்க. சீட்டு விலை இன்னும் அதிகாயிடுது. அந்த அதிகாரி இன்னும் கொஞ்ச நாள்ல ஐரோப்பா டூர் பொறப்பட போறான்.

அதுக்கு முன்னால முதலையைப் பத்தி தெரிஞ்சி வச்சிக்கறது நல்லதுன்னு அவனுக்கு ஒரு எண்ணம். அதனால அந்த ஆர்கேடுக்கு வரான். கூட்டமெல்லாம் குறைஞ்சிட்ட பிறகு தனியா நின்னு பார்த்து ரசிக்கிறமாதிரி அதிகாரியையும் அவன் மனைவியையும் நண்பனையும் உள்ள விடறான் ஜெர்மனிக்காரன். எல்லாரும் உள்ள போய் முதலையைப் பார்க்கறாங்க."

"அப்புறம்?"

"அதிகாரியுடைய மனைவிக்கும் நண்பனுக்கும் கல்லு மாதிரி அசையாம கெடக்கிற முதலை மேல அவ்வளவா ஈர்ப்பு வரலை. அதனால பக்கத்துல குரங்குகளைப் பார்க்கறதுக்குப் போயிடறாங்க. அந்த நேரத்துல அதிகாரி அந்த முதலையை சீண்டிகிட்டே ஒரு ஆர்வத்துல முதலைக்கு பக்கத்துல போயிடறான். ஏதோ ஒரு நேரத்துல அவன் தடுமாறி முதலை வாய்க்குள்ள விழுந்துடறான். அந்த முதலை அவனை அப்படியே விழுங்கிடுது."

"ஐயையோ, அப்புறம்?"

"எல்லாமே கண்ண மூடி கண்ணத் தெறக்கற நேரத்துல நடந்துடுது. அவன் மனைவியும் நண்பனும் ஓடி வராங்க. அந்த ஜெர்மனிக்காரனும் ஓடி வரான். அங்கங்க வேடிக்கை பார்த்துட்டிருந்த ஜனங்களும் ஓடி வராங்க. அதிகாரிய காப்பாத்தணும்ன்னா முதலையை வெட்டிச் சாகடிச்சாதான் முடியும். அதனால முதலையை வெட்டுங்கன்னு அவன் மனைவி கூவுறா. சுத்தி நிக்கிற ஜனங்களும் வெட்டு வெட்டுன்னு கூவறாங்க. முதலை மேல எந்த தப்பும் இல்லை, எல்லாமே அதிகாரி செஞ்ச தப்புதான்னு ஜெர்மனிக்காரன் எதிர்வாதம் பண்றான். முதலையை வெட்டினா, தனக்கு ஏகப்பட்ட பொருள்நஷ்டம் ஆயிடும்னு சொல்றான். உடனே ஜனங்க இந்த ஜெர்மனிக்காரனுங்களே இப்படித்தான். இரக்கமே இல்லாத ஆளுங்க. மனுஷ உயிரவிட ஒரு விலங்குடைய உயிர் முக்கியமான்னு சத்தம் போடறாங்க."

"கடைசியா என்னதான் முடிவு எடுக்கறாங்க?"

"அந்த நேரம் பார்த்து முதலையுடைய வயித்துக்குள்ளேருந்து அதிகாரி பேசறான். அடுத்து என்ன செய்யணும்னு அவன் இன்ஸ்ட்ரக்ஷன் கொடுக்கிறான். ஜெர்மனிக்காரன் கொஞ்சம் கொஞ்சமா தனக்கு சேரவேண்டிய நஷ்ட ஈட்டுத்தொகையை அதிகமாக்கிட்டே போறான். முதலை வயித்துக்குள்ள இருக்கிற அதிகாரி அவனுடைய மூத்த அதிகாரியை கூப்ட்டு வாங்கன்னு

சொல்றான். சொந்தப் பணத்துலேருந்து நஷ்ட ஈட்டுத் தொகையை கொடுக்கவேண்டிய நிலை உருவானா, ஐரோப்பா போகிற திட்டமே பாழா போயிடுமேன்னும் அவனுக்கு கவலையா இருக்குது. கொஞ்ச நேரத்துல அவர் வந்து எல்லாத்தயும் விசாரிக்கறாரு. கடைசியா, இதுக்கும் அரசாங்கத்துக்கும் எந்தத் தொடர்பும் இல்லை, அரசாங்கத்தால இதுக்கு நஷ்ட ஈடு கொடுக்கமுடியாது. இது தனிப்பட்ட பிரச்சினைன்னு சொல்லிட்டு போயிடறாரு.”

“அந்த அதிகாரிக்கு இருந்தது அந்த ஒரு வாய்ப்புதான். கடைசியில அதுக்கும் வழி இல்லாம போயிட்டுதா?”

“ஆமாம். அதிகாரி தன் மனைவிகிட்டயும் நண்பன்கிட்டயும் அவன் கேக்கற பணத்தக் கொடுத்துட்டு முதலையை வெட்டி என்னைக் காப்பாத்தற வேலையை பாருங்கன்னு கெஞ்சறான். சூழலைப் புரிஞ்சிகிட்டு ஜெர்மனிக்காரன் மறுபடியும் தொகையை கூட்டிகிட்டே போறான். கடைசியா அவன் கேட்ட தொகையைக் கொடுக்கறாங்க. ஜெர்மனிக்காரன் எல்லாரயும் வெளியே அனுப்பிட்டு முதலையை வெட்டி அதிகாரியை காப்பாத்தறான். வெளிய வந்த அதிகாரி உயிர் பிழைச்சதே பெரிய புண்ணியம்னு திரும்பிப் பாக்காம அந்தக் கூடத்தவிட்டு வெளியே வந்துடறான்.”

“அப்புறம்?”

“வெளிய வந்ததும் அவன அந்தக் காலத்துப் பத்திரிகை ஆட்கள் எல்லாம் சூழ்ந்துக்கறாங்க. முதலை வயித்துக்குள்ள இருந்த அனுபவம் எப்படி இருந்ததுன்னு விசித்திரமான கேள்விகள் கேக்கிறாங்க. மொதல்ல இருட்டா இருந்ததுங்கறான் அதிகாரி. அப்புறம் மெத்துமெத்துன்னு இருந்ததுங்கறான். கொஞ்ச நேரம் கழிச்சி வழவழன்னு இருந்ததுங்கறான். கடைசியா ரப்பர்மாதிரி இருந்ததுங்கறான். என்ன சொல்றதுன்னே தெரியலை. மாத்திமாத்தி சொல்லி சமாளிச்சிட்டு வீட்டுக்கு வரான். வீட்டுல அவனுக்கு சரியான வரவேற்பு இல்லை. நடந்தது எதுவுமே அவன் மனைவிக்கு புடிக்கலை. அவன விவாகரத்து செய்யறதா சொல்லிட்டு வெளியே போயிடறா. அதிகாரியுடைய வெளிநாட்டுப் பயணம் ரத்தாயிடுது. அந்த சம்பவத்துக்குப் பிறகு தான் உண்டு தன் வேலை உண்டுன்னு ஒழுங்கா வேலைக்கு போக ஆரம்பிக்கறான். அப்படி போகுது கதை.”

எனக்கு அவர் சொன்ன கதையும் அதைச் சொன்ன விதமும் மிகவும் பிடித்துவிட்டன. முதலில் முதலையைப்பற்றி என் மனத்துக்குள்

உருவான உருவகம் இன்னும் அடர்த்தி பெற்றுவிட்டதாகத் தோன்றியது. "ரொம்ப அருமையாவும் புதுமையாவும் இருக்குது சார்" என்றேன்.

"அந்தக் காலத்துல இந்தக் கதையை ஒரு பெரிய அரசியல் நையாண்டியா பார்த்தவங்க பல பேரு. இன்னைக்கு யாராவது ஒரு நாட்டுக்காரன் இந்தக் கதையை படிச்சாலும் கூட, நிச்சயமா அவனுக்கும் பொருந்தக் கூடிய ஒரு நையாண்டிக்கதையா இருக்கும். இதுல இருக்கிற பகடியே இந்தக் கதை மேல பழமை படியாம காப்பாத்தியிருக்குது."

"நீங்க சொல்றது உண்மைதான் சார். நூத்துக்கு நூறு பர்செண்ட் புது கதைமாதிரிதான் இருக்குது."

"நான் இந்தக் கதையைப் படிச்சி அம்பது வருஷத்துக்கு மேல ஆவுது. இன்னும் என்னால இந்தக் கதையை மறக்கமுடியலை. முதலையை ஒரு சாக்கா வச்சி அவுங்க பேசற ஒவ்வொரு வசனமும் அரசியல் உரையாடல்தான். பகடி கூர்மையாக கூர்மையாக, அரசியல் விமர்சனமும் கூர்மையாகுது."

விட்டல்ராவ் விவரித்த ஒவ்வொரு காட்சியும் ஒரு சலனச்சித்திரத்தின் காட்சியைப்போல நகர்ந்தபடி இருந்தது. கதையைத் தொடர்ந்து அந்தக் கதையின் அழகு பற்றியும் உரையாடல்களில் மறைபொருளாக இருக்கும் அரசியல் பகடியைப்பற்றியும் அவர் ஆர்வத்துடன் சொல்லத் தொடங்கிவிட்டார். அடுத்து ஒருமணி நேரம் கழிந்ததே தெரியவில்லை.

❖

சாளக்கிராமக்கல்

ஒருமுறை விட்டல்ராவ் எங்கள் புதிய வீட்டுக்கு வந்திருந்தார். வரவேற்பறையில் ஆறேழு தடுப்பறைகளைக் கொண்ட ஒரு பெரிய பேழையைச் செய்து நிறுத்தியிருந்தோம். நடுவில் இருக்கும் தடுப்பில் தொலைக்காட்சிப்பெட்டி இருந்தது. புகைப்படங்கள், பொம்மைகள், புத்தகங்கள் போன்றவை சுற்றியிருந்த தடுப்பறைகளில் இடம்பெற்றிருந்தன.

புத்தக அடுக்கைப் பார்த்த பிறகு பொம்மைகள் அடுக்கை ஆர்வமுடன் பார்த்தார் விட்டல்ராவ். "என்ன இவ்வளவு பொம்மைகள் இருக்கு? இந்த அடுக்கு முழுக்க யானை பொம்மைகளாவே இருக்குதே? எங்க வாங்கனீங்க?" என்று வியப்போடு கேட்டபடி ஒவ்வொரு யானை பொம்மையையும் எடுத்து உள்ளங்கையில் வைத்து பார்த்தார். எல்லாமே ஓர் எலுமிச்சம்பழம் அளவுக்கே உயரமானவை.

"இது எதுவும் ஒரே நேரத்துல வாங்கனதில்லை சார். ஒவ்வொரு யானைக்கும் பின்னால ஒவ்வொரு கதை இருக்குது. ஏறத்தாழ பதினேழு பதினெட்டு வருஷத்துக்கதை" என்றேன். "பதினெட்டு வருஷத்துக் கதையா?" என்று அவர் திரும்பி வியப்போடு என் முகத்தைப் பார்த்தார்.

"ஆமாம் சார்" என்றேன். "இது எல்லாமே எங்க மகன் மயன் விருப்பப்பட்டு வாங்கின பொம்மைகள். அவனுக்கு சின்ன வயசில யானை பொம்மைன்னா ரொம்ப புடிக்கும். விதவிதமான யானை பொம்மையை வச்சித்தான் விளையாடுவான். ஒவ்வொரு முறையும் வெளியூருக்கு பயணம் போற சமயத்துல, அந்த ஊரு ஞாபகமா

ஒரு யானை பொம்மை வாங்கி வச்சிக்குவான். இது எல்லாமே அப்படி சேர்த்த பொம்மைகள்"

"ஒவ்வொரு பொம்மையும் ஒவ்வொரு விதமா இருக்குதே. மியூசியத்துல வச்சிருக்கிற மாதிரி வச்சிருக்கீங்க."

விட்டல்ராவ் அடுக்கிலிருந்து ஒவ்வொரு யானையாக எடுத்து, அதன் வேலைப்பாடுகளைப் பார்த்து ரசித்தார். சில யானைகள் மரத்தாலானவை. சில உலோகத்தாலானவை. சில மாவுக்கற்களாலானவை. சில சலவைக்கற்களால் ஆனவை.

அவர் ஒவ்வொரு பொம்மையையும் எடுக்கும்போது, "இது மைசூர்ல வாங்கிய பொம்மை. இது நர்மதைக்கரையில வாங்கியது. இது திருவனந்தபுரத்துல....." என்று அந்த யானை தொடர்பான பின்னணிக்கதையை விவரித்தேன். விட்டல்ராவ் ஆர்வத்துடன் எல்லாத் தகவல்களையும் கேட்டபடியே பொம்மைகளை எடுப்பதும் வைப்பதுமாக இருந்தார். அப்போது அந்த யானைப்பொம்மைகளுக்கு இடையில் கத்தரிக்காய் வடிவில் இரு பெரிய கூழாங்கற்களைப் பார்த்தார். குழப்பமுடன் "இந்த யானை என்ன, குண்டா, புதுவிதமா இருக்குது?" என்று கண்களைச் சுருக்கி என்னிடம் கேட்டார்.

"சார், அது யானை இல்லை. கூழாங்கல்"

"கூழாங்கல்லா? ரொம்ப கச்சிதமா வெட்டியெடுத்த மாதிரி வழவழன்னு இருக்குதே?"

"ஆமாம் சார். இது ரெண்டுமே கங்கை நதிக்கரையிலிருந்து எடுத்துவந்த கூழாங்கற்கள்"

"கங்கை நதிக்கரையிலிருந்தா?"

"ஆமாம் சார். ஒருமுறை டில்லி, ஹரித்வார், ரிஷிகேஷ், டேராடூன் வரைக்கும் ஒரு பயணம் போயிருந்தேன். அப்ப ஹரித்வார்ல கங்கையில குளிக்கும்போது, இந்தக் கற்களை எடுத்து வந்தேன். இத பார்க்கும்போது கங்கை நதியே கண்முன்னால ஓடற மாதிரி இருக்கும். ஒரு நிமிஷம் கண்ண மூடிகிட்டா, கங்கைக்கரையில நிக்கறமாதிரியே இருக்கும்."

"ஒரு காலத்துல அதையெல்லாம் பாக்கணும்னு எனக்கும் ஆசை இருந்தது பாவண்ணன். ஏதேதோ காரணங்கள். எங்கயும் போகமுடியாம போயிடுச்சி. இந்தக் கூழாங்கற்கள் ரொம்ப அழகா இருக்குது. பாக்கிறதுக்கு சின்ன அளவு சிவலிங்கம் மாதிரியே இருக்குது"

"சூரியனுடைய முதல் கிரணம் பூமியில படற நேரத்துல அன்னைக்கு நான் கங்கையில இறங்கி குளிச்சேன். நம்ம முட்டிக்கால் அளவுக்குத்தான் ஆழம். அதுலதான் உக்காந்து குளிச்சிகிட்டிருந்தேன். சூரிய வெளிச்சம் படப்பட கங்கை மேல ஒரு பளபளப்பு பெருகிகிட்டே போச்சு. அத பாக்கிறதுக்கு ஆயிரம் கண்கள் இருந்தாலும் போதாது சார். ஒரு அஞ்சு நிமிஷம்தான். அதுக்குள்ள அந்த பளபளப்பு மறைஞ் சிடும். அப்புறம் வெள்ளிக்குழம்பு மாதிரி தெரிய ஆரம்பிச்சிடும். அற்புதமான அனுபவம் சார். இன்னும் எனக்கு கண்ணுக்குள்ளயே இருக்குது. மெதுவா குனிஞ்சி தண்ணிக்குள்ள பார்த்தேன். இப்படி கோடிக்கணக்கான கூழாங்கற்கள் தண்ணிக்குள்ள இருந்து சூரியனை பாக்கிறமாதிரி ஜொலிச்சிகிட்டிருந்தது. அப்பதான், ஒரு அடையாளமா இருக்கட்டும்ன்னு இந்த ரெண்டு கல்லுகளையும் கொண்டுவந்தேன். அங்க கடைத்தெருவுல அலைஞ்சி பார்த்தேன். யானை பொம்மைகள் எங்கயும் கிடைக்கலை. இந்த கற்களையே யானையா வச்சிக்கடான்னு மயன்கிட்ட கொடுத்தேன். அவன்தான் அன்னையிலேருந்து இன்னைக்கு வரைக்கும் இத பாதுகாத்துட்டு வரான்."

"நீங்க சொல்லறத கேக்கறதே அற்புதமா இருக்குது. அப்படியே என்னையும் அழைச்சிட்டு போய் கங்கைக்கரையில நிக்க வச்ச மாதிரி இருக்குது."

"ஹரித்துவார்ல அந்த இடம் ரொம்ப முக்கியமான இடம் சார். கங்கை அதுவரைக்கும் மலைக்கு நடுவுல, காட்டுக்கு நடுவுல, பனிச்சிகரங்களுக்கு நடுவுல ஓடி வருது. ஹரித்துவார்க்கு வந்த பிறகுதான் இமயமலையின் அடிவாரத்தைவிட்டு இறங்கி தரையில ஓட ஆரம்பிக்குது. பல வருஷங்களா உருண்டு உருண்டு வந்த கற்கள் அங்க ஒதுங்கி தேய்மானம் அடைஞ்சி இப்படி மாறுது. தொட்டுப் பாருங்களேன். இன்னும் கூட தண்ணிக்குள்ள இருக்கிறமாதிரியே குளுமையா இருக்கும். இங்க நம்ம பக்கத்துல இருக்கிற கூழாங்கல்லுல இப்படிப்பட்ட குளுமை இருக்காது."

விட்டல்ராவ் அக்கற்களை ஒருகணம் உள்ளங்கைக்குள் வைத்து மூடிப் பிடித்து அதன் குளிர்ச்சியை உணர்ந்தார். அவர் உதடுகளில் ஒரு புன்னகை படிந்ததைப் பார்த்தேன். "க்ரேட்" என்று புருவங்களை உயர்த்திச் சொன்னார். கற்களை பேழைத் தடுப்புக்குள் வைத்துவிட்டுத் திரும்பி வந்து நாற்காலியில் அமர்ந்தோம்.

"இதேபோல கற்கள் நேபாளத்துல கிடைக்கும்னு சொல்வாங்க பாவண்ணன். அத பார்த்திருக்கீங்களா?" என்று கேட்டார் விட்டல்ராவ். "இல்லையே சார், அந்தப் பக்கமா போகறதுக்கான

வாய்ப்பு கிடைக்கலை" என்றேன். "நானும் பார்த்ததில்லை. எல்லாமே சொல்லி கேள்விப்பட்டதுதான்" என்றார் விட்டல்ராவ்.

"முக்திநாத் யாத்திரை போறவங்களுக்கு இந்த கற்கள பாக்கிறதுக்கு வாய்ப்பு உண்டு. நேபாளத்துல உற்பத்தியாகி இந்தியாவுக்குள்ள ஓடி வரக்கூடிய நதி கண்டகி. அந்த நதிக்கரையோரத்துலதான் இந்த முக்திநாத் இருக்குது."

"கங்கை நதியின் துணைநதி அல்லவா?"

"நேபாளத்துலேர்ந்து பீகார் வரைக்கும் ஓடி வந்து கங்கையோடு கலக்குது அது. அதுவரைக்கும் அது தனி நதி. தனிப்பயணம். முக்திநாத் போறவங்க அந்த நதியில எறங்கி குளிப்பாங்க. நீங்க ஹரித்வார்ல பார்த்த எல்லாமே அங்கயும் இருக்கும். இந்த மாதிரியான கூழாங்கற்கள் உட்பட. ஆனா, இன்னும் கொஞ்சம் அடர்த்தியான நெறத்தோடு கருப்பா இருக்கும். கிட்டத்தட்ட நம்ம கடவுள் கிருஷ்ணபகவானுடைய நிறம். ஆத்துலயே இந்தக் கற்கள் பல காலமா கிடக்கிறதால, கற்கள் மேல சில சமயங்கள்ல நேரா இழுத்த மாதிரியும் வளைஞ்ச மாதிரியும் சில கோடுகள் இருக்கும். அது எல்லாமே திருமாலுடைய சங்கு அடையாளம், சக்கரம் அடையாளம், தாமரை அடையாளம்னு ஒரு அழுத்தமான நம்பிக்கை இருக்குது. இந்தியாவுல பல வைணவர்கள் அந்தக் கற்களை கொண்டுவந்து வீட்டுல வச்சி வழிபாடு செய்வாங்க. அதனுடைய பேரே சாளக்கிராமக்கல். அவுங்களைப் பொறுத்தவரை யில அது கல் கிடையாது. திருமாலுடைய அவதாரம்."

அதைப்பற்றிய எவ்விதமான விவரமும் தெரியாதவன் என்பதால், அவர் சொன்னதையெல்லாம் ஆர்வத்துடன் கேட்டுக்கொண்டிருந்தேன்.

"சாளக்கிராமக்கல் வழிபாடுங்கறது வைணவர்களுக்கு ஒரு முக்கியமான வழிபாடு பாவண்ணன். ஒவ்வொரு நாளும் அதுக்கு பூசை செய்யணும். அது ஒரு கடமை. ஒரு சாளக்கிராமக்கல்லை தலைமுறை தலைமுறையா வழிபடும் குடும்பங்கள் இந்தியாவிலயே ஏராளமா உண்டு. சில குடும்பங்கள்ல இருநூறு வருஷம் முன்னூறு வருஷத்து கல் கூட இருக்கும். பரம்பரை பரம்பரையா அந்தக் கல்லுக்கு வழிபாடு செய்வாங்க."

"ம்"

"அந்த காலத்துல பொண்ணுங்களுக்கு கல்யாணம் செஞ்சி குடுத்து புகுந்த வீட்டுக்கு அனுப்புற சமயத்துல ஒரு பித்தளைப்பொட்டி கொடுப்பாங்க. அதுக்குள்ள ஒரு பூஜை செட் இருக்கும்."

“செட்டா? அதுக்குள்ள என்னென்ன இருக்கும் சார்?”

“ஆமையுடைய உடம்பு மாதிரி சின்னதா ஒரு அடிப்பீடம் இருக்கும். ஒரு வெற்றிலை அளவுல இருக்கும். அதுக்கு மேல விஷ்ணு பாதம் வச்ச தட்டு இருக்கும். அதுக்கு மேல சாளக்கிராமக்கல் இருக்கும். அப்புறம் ஒரு ராமேஸ்வரம் சங்கு இருக்கும். அதுக்குள்ளயே ஒரு மணி வச்சிருப்பாங்க.”

“மணியா?”

“ஆமாம். வீட்டுக்குள்ள நாம கற்பூரம் ஏத்தும்போது அடிக்கறமே, அதே மணிதான். ஆனா, அதுல ஒரு முக்கியமான அம்சம் இருக்குது.”

“அப்படியா?”

“ஆமாம். நீங்க நினைக்கிறமாதிரி எல்லா மணிகளும் ஒரே மாதிரி இருக்காது. விதவிதமான மணிகள் உண்டு. சைவர்கள் அடிக்கிற மணி உச்சியில நந்தி இருக்கும். வைணவர்கள்ல ஒரு பிரிவு ஆட்களுடைய பூசையில அடிக்கிற மணி உச்சியில நாமம் இருக்கும். இன்னொரு பிரிவு ஆட்களுடைய மணி உச்சியில அஞ்சநேயர் இருக்கும். எல்லாமே ஒரு கற்கண்டு அளவுலதான் இருக்கும். அவ்வளவு சுலபமா அந்த வித்தியாசங்களை கண்டுபிடிச்சிட முடியாது. அந்தந்த பிரிவுல இருக்கிறவங்க அவுங்கவுங்களுக்குப் பொருத்தமான மணிய அடிச்சி பூசை செய்யணும். ஒருநாள் கூட தவறாம சாளகிராமத்துக்கு பால் ஊத்தி பூசை செய்யணும். அது ரொம்ப முக்கியம்.”

விட்டல்ராவ் அடுக்கிச் சொன்ன நடைமுறைகளைக் கேட்கும்போதே மலைப்பாக இருந்தது.

“நீங்க சொல்ற எல்லாமே அந்தப் பெட்டிக்குள்ள இருக்குமா?”

“ஆமாம். பூசை நேரத்துல மட்டும்தான் வெளிய எடுக்கணும். சுத்தபத்தமா பூசை செய்யணும். அதுக்கப்புறம் பொட்டிக்குள்ள எடுத்து வச்சி மூடிடணும்.”

“பூசையறைன்னு ஒன்னு தனியா இருக்குமில்லயா? அங்க பூசை செய்யும்போது இங்கயும் செய்யணுமா?”

“ஆமாம். ரெண்டும் செய்யணும். அப்படி ஒரு நம்பிக்கை” என்று சொல்லிவிட்டு புன்னகைத்தார். “சாளக்கிராமத்தப் பத்தி பேச்ச எடுத்ததுமே எங்க அம்மா ஞாபகம்தான் நெஞ்சில மோதிகிட்டே இருக்குது” என்றார். அவர் முகம் மேலும் மலர்ந்துவிட்டது.

“அவுங்க சாளக்கிராம பூசை செய்றவங்களா?”

"அதுல எல்லாம் அம்மாவுக்கு ஆழமான நம்பிக்கை உண்டு. எங்க அப்பாவுக்குத்தான் அதெல்லாம் கிடையாது. ராணுவத்துல இருந்து பல ஊர பார்த்தவரு அவரு. பல விதமான மனிதர்களோடு பழகியவரு. அதனால அவருக்கு இந்த மாதிரியான விஷயங்கள் மேல எந்த ஈடுபாடும் கிடையாது. அதனால வெறுத்து ஒதுக்குற ஆளும் இல்லை. அப்படியே பட்டும் படாம இருப்பாரு. ஆனா அம்மா அப்படி இல்லை."

"அப்படின்னா, உங்க வீட்டுலயும் அந்த சாளக்கிராமக்கல் பொட்டி இருந்ததா?"

"ஆமா. எங்க அம்மா ரொம்ப பயபக்தியோடு அத ரொம்ப காலம் வரைக்கும் காப்பாத்திட்டு வந்தாங்க. எங்க அம்மாவுக்கு எங்க பாட்டி கொடுத்தது. அந்தப் பாட்டிக்கு அவுங்க பாட்டி கொடுத்தது. அப்படி மூனுநாலு தலைமுறைகளைக் கண்ட பித்தளைப்பெட்டி அது. அதன் மேல அழகான செதுக்கு வேலையெல்லாம் இருக்கும். தேங்கா நார் போட்டு தேச்சி அம்மா அந்தப் பொட்டிய பளபளன்னு வச்சிருப்பாங்க. தெனமும் அவுங்கதான் சாளக்கிராமத்துக்கு பால் விட்டு பூசை செய்வாங்க. எப்பனா என்னைக் கூப்பிட்டு மணியடிக்க சொல்வாங்க. எங்க அக்காவுக்கும் எனக்கும் அதுல போட்டியே வரும். அம்மா அந்த நேரத்துல நல்ல நல்ல பாட்டுலாம் பாடுவாங்க."

"சரி"

"அப்பாவுக்கு அடிக்கடி இடமாற்றல் வந்துட்டே இருக்கும். எங்களுக்கு சொந்தமான வீடுன்னு ஒன்னும் கிடையாது. போஸ்டிங் போடற ஊருல வாடகைக்கு ஒரு வீடு பாத்துட்டு வந்து எங்கள எல்லாம் அழச்சிட்டு போவாரு அப்பா. அங்க போய் சில வருஷங்கள் இருப்போம். அடுத்த மாற்றல் வந்ததும் மூட்டை முடிச்ச கட்டிகிட்டு கௌம்பிடுவோம். எங்க போனாலும் அம்மா அந்த சாளகிராம பெட்டி வச்சிருக்கிற மூட்டையை மட்டும் மறக்கமாட்டாங்க."

"ம்"

"அது மட்டுமில்லை. பூசை மாடத்துல அம்மா ஒரு பெரிய லட்சுமி படத்தை மாட்டியிருப்பாங்க. ரவிவர்மா வரைஞ்ச ஓவியம் அது. பெரிய அளவுல ஃப்ரேம் செஞ்சது. அம்மாவுக்கு அந்த படத்து மேல ரொம்ப பிரியம் உண்டு."

"சரி"

“ஒருமுறை நாங்க ஓமலூருன்னு ஒரு ஊருல இருக்கும்போது, வீட்டுல ஏதோ கஷ்டம், செலவுக்கு பணமில்லைன்னு அப்பா அந்த பித்தளை பெட்டிய எடுத்தும் போய் வித்துட்டு வந்துட்டாரு. அம்மாவால தடுத்து பேச முடியலை.”

“ஐயோ, பொட்டிக்குள்ள இருந்த மத்த சாமான்கள்?”

“அதயெல்லாம் எடுத்து துணியலமாரிக்குள்ள வச்சிட்டு பொட்டிய மட்டும் எடுத்தும் போயி வித்துட்டாரு. சாளிக்கிராமம் அலமாரிக்குள்ளயே இருந்தது. ஒருநாள் விளையாடறதுக்கு எதுவும் கிடைக்காம நான் அந்தக் கல்ல எடுத்தும்போய் தனியா குண்டு மாதிரி வச்சிகிட்டு விளையாடிட்டிருந்தேன். எங்கண்ணன் அத பார்த்துட்டு எங்க அம்மாகிட்ட போய் ரகசியமா சொல்லிட்டான். அவுங்க கோவத்தோடு வந்து என்ன அடிஅடின்னு அடிச்சிட்டாங்க. அது என்ன ஆட்ட சாமானா? அது நம்ம படைச்ச பகவானுடைய உருவம்டா மடையான்னு சொல்லி சொல்லி அடிச்சாங்க. நம்ம பொட்டி நம்ம கைய விட்டு போகாம இருந்தா இந்த நிலை வருமா, எல்லாம் நம்ம நேரம்னு அழுதாங்க. அப்புறம் எல்லாத்தயும் எடுத்து ஒரு துணியில சுத்தி முடிச்சு போட்டு வச்சிட்டாங்க.”

“ம்”

“அந்த நேரத்துல எங்க அப்பாவுக்கு வழக்கம்போல இடமாற்றல் ஆர்டர் வந்துட்டுது. ஓமலூருலேருந்து தர்மபுரிக்கு மாத்திட்டாங்க. வீடு மாத்தியாவணும். ஏற்கனவே மூனு மாச வாடகை பாக்கி அப்படியே நிக்குது. அந்த வீட்டு ஓனருகிட்ட எப்படி இன்னும் கொஞ்ச கால அவகாசம் கேக்கறதுங்கற சங்கடத்துல மாற்றல் விஷயமா ஓனர்கிட்ட அப்பா பேசவே இல்லை. சத்தமில்லாம ஒரு ஆள் மூலமா, தர்மபுரியில ஒரு வீட்ட வாடகைக்கு புடிச்சி, ஒரு வண்டி சாமானுங்கள ஏத்தி எடுத்தும் போயிட்டார்.”

“அதுவரைக்கும் ஓனருக்கு ஒன்னுமே தெரியப்படுத்தலையா?”

“இல்லை. ஆனாலும் ஒரு கட்டத்துல சொல்லவேண்டியதா போயிட்டுது. சொல்லாம கொள்ளாம வண்டி வச்சி சாமானுங்கள ஏத்தி விட்டு அனுப்பிய ஆளு வாடகை பாக்கிய மட்டும் ஒழுங்கா குடுப்பாருன்னு எப்படி நம்பறதுன்னு அவருக்கு ஒரு அவநம்பிக்கை வந்துட்டுது. அதனால, இருக்கிற கொஞ்சநஞ்சம் சாமானுங்கள ஏத்திகிட்டு கௌம்பற சமயத்துல தடுத்து நிறுத்திட்டாரு. நீங்க ஒரு காரியம் பண்ணுங்க. அந்த மூட்டைமுடிச்சுகளை விட்டுட்டு போங்க.

அப்பதான் சாமானுக்காவது திரும்பி வரணும்னு உங்களுக்கும் தோணும். பாக்கி கிடைச்சிடும்னு எனக்கும் ஒரு நம்பிக்கை வரும்னு சொன்னாரு."

"எப்படியோ ஒரு சமரசத்துக்கு வந்தாரே, அதுவே பெரிய விஷயம்தான்."

"அந்த நிபந்தனைக்கு அப்பாவும் உடனே ஒத்துகிட்டாரு. அவர் என்ன செஞ்சாருன்னா, சின்ன சின்ன தட்டுமுட்டு சாமான்கள், பூசை சாமான்கள், சாமி படங்கள், ரெண்டு மூனு தவலை, பாத்திரம் எல்லாத்தயும் ஒரு அறைக்குள்ள வச்சி பூட்டு போட்டுட்டு ஓனருக்கு தகவல் சொல்லிட்டாரு. ஓனரும் சரின்னு சொல்லிட்டாரு. நாங்களும் தர்மபுரிக்கு போய் புது ஸ்கூல்ல படிக்க ஆரம்பிச்சோம்."

"வாடகை பாக்கி என்னாச்சி?"

"நின்னு போன வாடகை பாக்கி அப்படியே நின்னு போச்சி. அடுத்த மாசம் அடுத்த மாசம்னு சொல்லிட்டே இருப்பாரு அப்பா. ஆனா புதுசுபுதுசா ஒரு செலவு வந்துடும். ரெண்டு மூனு வருஷமா அந்த பாக்கிய கொடுக்க முடியாம அவஸ்தைப்பட்டாரு..."

"அப்புறம்?"

"அப்பாவுக்கும் ஒரு வைராக்கியம். பாக்கி பணம் இல்லாம ஓமலூரு பக்கமே போகக்கூடாதுன்னு நினைச்சாரு. அப்பாவுக்கு அப்படி ஒரு துக்கம்ன்னா, அம்மாவுக்கு வேற விதமான துக்கம். பரம்பரை பரம்பரையா செஞ்சிட்டு வந்த சாளக்கிராம பூஜையை செய்யமுடியலையேன்னு துக்கம். அப்பாகிட்ட பேசும்போதெல்லாம் அவங்களுக்கு அந்தக் கல் ஞாபகம் வந்துடும். அழுவாங்க. சில சமயத்துல சண்டை கூட போடுவாங்க. அப்பா பதிலே பேச மாட்டாரு. எழுந்து வெளியே போயிடுவாரு. கொஞ்சம் கொஞ்சமா சில்லறையை சேத்து கையில பணம் நிக்கறதுக்கு ரெண்டு ரெண்டர வருஷம் ஆயிடுச்சி. உடனே அத எடுத்துகிட்டு அந்த ஓமலூர் ஓனரப் பாக்கறதுக்கு கௌம்பனாரு அப்பா. லீவு நாளுங்கறதால நானும் அவரோடு சேர்ந்து போயிருந்தேன்."

"ம்"

"அந்த ஓனரு அத எதிர்பார்க்கவே இல்லை. நினச்சி பாக்கமுடியாத அளவுக்கு ஏதேதோ செலவு வந்துட்டுது. ரொம்ப தாமதமாயிடுச்சி. தப்பா எடுத்துக்காதீங்கன்னு சொல்லிகிட்டே பணத்த எடுத்து ஓனருகிட்ட

குடுத்தாரு அப்பா. இருக்கட்டும் சார், பரவாயில்லைன்னு அவரும் பெருந்தன்மையா ஒன்னும் சொல்லாம பணத்த வாங்கிட்டாரு. ஆனா, நாங்க வச்சிட்டு போயிருந்த எந்த மூட்டை முடிச்சும் அங்க இல்லை.”

“ஐயோ, அப்புறம்?”

“ரெண்டுமூனு வாரத்துல வரேன்னு சொல்லிட்டு போனவரு வரவே இல்லைன்னா, நான் என்ன செய்ய முடியும் சொல்லுங்க சார்? புதுசா ஆள் பாத்து வாடகைக்கு விட்டாதான என் கையிலயும் கொஞ்சம் காசு பணம் நிக்கும், அதனால நல்ல நம்பிக்கையான ஆள் கிடைச்சதுமே அவருக்கு வீட்ட வாடகைக்கு விட்டேன்னு சொன்னாரு. அப்ப அந்த சாமான்கள என்ன பண்ணீங்கன்னு கேட்டாரு அப்பா. எல்லாமே தட்டுமுட்டு சாமானுங்க சார். ஒருநாள் பழைய சாமான வாங்கறவன் வந்தான். அவனுக்கு எடைக்கு கொடுத்துட்டேன்னு தலையை சொறிஞ்சாரு அவரு. அறையை காலி பண்ண எனக்கு வேற வழி தெரியலை”

“ம்”

“அப்பதான் அப்பாவுக்கு சாளிக்கிராமம், பூசை சாமான் மூட்டை, சாமி படம் எல்லாம் ஞாபகம் வந்தது. அத பத்தியும் கேட்டாரு. அது எல்லாத்தயும் தூக்கி போட்டுட்டேன் சார். ஒரே ஒரு சாமி படத்த மட்டும் நல்லா இருக்குதே, நாம பூசை பண்ணலாம்னு என் பூசை அறைக்குள்ள வச்சிகிட்டேன். வேணும்னா அத எடுத்து குடுக்கறேன்னு சொல்லி பூசை மாடத்த காட்டினாரு. அங்க அந்த லட்சுமி படம் அலங்காரத்தோடு ஆணியில தொங்கிட்டிருந்தது. அப்பாவால ஒன்னும் சொல்ல முடியலை. சரி, பூசை அறைக்குள்ள வச்சிருக்கிற பொருள ஏன் கழட்டறீங்க, இங்கயே இருக்கட்டும்னு சொல்லிட்டு வந்துட்டாரு. சாளக்கிராம மூட்டை இல்லாம வெறும் கையோடு வந்து நிக்கறாரேன்னு அப்பா மேல அம்மாவுக்கு வருத்தம். மூஞ்சிய தூக்கி வச்சிகிட்டாங்க. ரொம்ப நாள்வரைக்கும் சாளக்கிராமம் சாளக்கிராமம்னு சொல்லி புலம்பிட்டே இருந்தாங்க.”

“அப்பா ஒன்னுமே சொல்லலையா?”

“சொல்றதுக்கு என்ன இருக்குது? கைமீறி நடந்துட்ட ஒரு விஷயத்துக்கு யார்தான் என்ன செய்யமுடியும்? அப்பா எல்லாத்தயும் கேட்டுக்குவாரு. ஆனா யாருக்கும் பதில் சொல்லமாட்டாரு. ஒரு

கால நேரம் வந்தா தானா புரிஞ்சிக்குவாங்கன்னு அமைதியா போயிடுவாரு. காலம்தான் எல்லாத்துக்கும் கைகண்ட மருந்து"

அதற்குமேல் கேட்பதற்கு ஒன்றுமில்லாதவனாக நான் அமைதியாக இருந்தேன். அவர் கொடுத்த விவரங்களை வைத்துக்கொண்டு விட்டல்ராவின் அப்பாவுடைய சித்திரத்தை மனத்துக்குள் தொகுத்துக்கொள்ள முயற்சி செய்தேன். கிட்டத்தட்ட என் அப்பாவும் அதே குணமுடையவர்தான். அதனால் அவரிடம் வித்தியாசமாக உணர ஒன்றுமில்லை. ஒருகணம் எல்லாருமே அந்த அப்பாவின் வயதை அடையும்போது அனைவரும் அப்படித்தான் நடந்துகொள்வார்களோ என்று தோன்றியது.

ஸ்டாம்ப் ஆல்பம்

ஆங்கிலேயர் ஆட்சிக்கு எதிராக ஒத்துழையாமை இயக்கத்தை மகாத்மா காந்தியடிகள் தொடங்கியதும் நாடு தழுவிய ஒரு பயணத்தை மேற்கொண்டார். அதன் ஒரு பகுதியாக 1921இல் ஒரிசாவுக்குச் சென்றார். அதுதான் அவருடைய முதல் ஒரிசா பயணம். அந்தப் பயணம் நிகழ்ந்து நூறாண்டுகள் நிறைவடைந்துவிட்டன. அந்த நூற்றாண்டு நிறைவைக் கொண்டாடும் விதமாக இந்திய அஞ்சல் துறை 2021இல் ஒரு சிறப்பு அஞ்சல்தலையை வெளியிட்டது.

ஐந்து ரூபாய் மதிப்புள்ள அந்த அஞ்சல்தலையின் படம் அழகான ஒரு வரலாற்றுத்தருணத்தின் அடையாளமாக இருந்தது. ஒரு மேடை. அந்த மேடை மீது போடப்பட்ட ஒரு நாற்காலி. பார்வையாளர்கள் அனைவரும் பார்க்கத்தக்க வகையில் அதில் காந்தியடிகள் அமர்ந்திருக்கின்றார். மேடையில் உள்ள மற்றொரு நாற்காலியில் காந்தியடிகளின் மனைவி கஸ்தூர் பா அமர்ந்திருக்கிறார். சுற்றிலும் தொண்டர்கள் நிறைந்திருக்கின்றனர். அந்த அஞ்சல் தலையின் படத்துடன் செய்தித்தாளில் ஒரு செய்தி வெளிவந்திருந்தது.

தேநீர்க்கோப்பையோடு வந்த விட்டல்ராவிடம் அச்செய்தியைக் காட்டி "சார், இந்த ஸ்டாம்ப் ஆர்ட்டிஸ்ட் வரைஞ்ச ஓவியமா, புகைப்படமா?" என்று கேட்டேன். விட்டல்ராவ் அந்தப் படத்தை ஒருமுறை பார்த்துவிட்டு "ஓவியம்தான். 1921ல் போயிருக்காருன்னா, அவருக்கு அப்ப அம்பத்திரெண்டு வயசு இருந்திருக்கும். அந்த வயசுக்குரிய தோற்றத்தை ஆர்ட்டிஸ்ட் அழகா கொண்டுவந்திருக்காரு. இளமையும் இல்லை, முதுமையும் இல்லை. ஒரு நடுத்தரமான

முக அமைப்பை கச்சிதமா கொண்டுவந்திருக்காரு. படத்துல காந்தி மேல்சட்டை போட்டிருக்காரு பாருங்க. இந்தப் பயணத்துடைய நீட்சியா தமிழ்நாட்டுக்குள்ள வரும்போதுதான் அவர் அரையாடைக்கு மாறறாரு" என்று பல தகவல்களை அடுக்கிக்கொண்டே சென்றார். நான் தேநீரை அருந்தியபடி அந்த அஞ்சல்தலையின் படத்தின் பக்கம் பார்த்தேன். அந்தப் பொருத்தத்தைப் பார்த்து நானும் வியப்பில் ஆழ்ந்தேன்.

"அந்த காலத்துல இந்த மாதிரி ஸ்டாம்ப்கள ரிலீஸ் செய்யும்போது, ஓடி ஓடி வாங்கி வந்து சேர்த்துவைக்கிற பழக்கம் இருந்தது பாவண்ணன். புத்தம்புதுசா ஒரு ஸ்டாம்ப ரிலீஸ் செய்றாங்கன்னு கேள்விப்பட்டா, அன்னைக்கே கவுண்ட்டர் முன்னால வரிசையில நின்னு வாங்கறது ஒரு பரவசமான அனுபவம். ரிலீஸாகிற அன்னைக்கு சினிமா பாக்கிறமாதிரி ஸ்டாம்ப் ரிலீஸாகிற அன்னைக்கே அதை வாங்கறதும் ஒரு அனுபவம்தான்" என்றார் விட்டல்ராவ்.

"ஓ. அப்படின்னா ஆல்பம் வச்சிருந்தீங்களா?"

"ஆமாம். அதுக்காக பைத்தியம் மாதிரி அலைஞ்சி பழைய ஸ்டாம்ப், புது ஸ்டாம்ப், உள்நாட்டு ஸ்டாம்ப், வெளிநாட்டு ஸ்டாம்ப்னு ஏராளமான ஸ்டாம்ப்கள திரட்டி ஆல்பத்துல வச்சிருந்தேன். உண்மையைச் சொல்லணும்ன்னா, என் ஒய்ஃப்தான் ஸ்டாம்ப் கலெக்ட் பண்றதுல என்னைவிட ரொம்ப ஆர்வமா இருந்தா. அவளுக்கு சின்ன வயசுலேருந்தே அந்தப் பழக்கம் இருந்திருக்கு. அவளும் அவள் அண்ணனும் சேர்ந்து ஒரு பெரிய ஆல்பம் சேத்து வச்சிருந்தாங்க. கல்யாணத்துக்கப்புறம் எங்க வீட்டுக்கு வந்தபோது அந்த ஸ்டாம்ப் ஆல்பத்தையும் கொண்டுவந்துட்டா. அவளோடு சேர்ந்து சேர்ந்து எனக்கும் அந்தப் பழக்கம் ஒட்டிகிட்டுது."

விட்டல்ராவ் தன் மனைவியைப்பற்றி உரையாடத் தொடங்கினாலே நெகிழ்ந்துபோய்விடுவார். அவரையறியாமலேயே அவர் பார்வை சுவரோரமாக சந்தனமாலையிட்ட அவருடைய மனைவியின் புகைப்படத்தின் பக்கம் சென்றுவிடும். அன்றும் அவர் ஒரு புன்னகையுடன் அந்தப் படத்தைப் பார்த்தார். "அந்த ஆல்பங்களை இன்னும் பாதுகாப்பா நான் வச்சிருக்கேன். கொண்டுவரேன். பாருங்க" என்றபடி அறைக்குள் சென்றார்.

சில நிமிடங்களுக்குப் பிறகு இரு பெரிய ஆல்பங்களைக் கொண்டுவந்து மேசைமீது வைத்தார். அவற்றைப் பார்த்ததும் எனக்கு சுந்தர ராமசாமியின் ஸ்டாம்ப் ஆல்பம் சிறுகதை நினைவுக்கு வந்தது. ஆவலோடு ஒரு ஆல்பத்தை எடுத்துப் பிரித்தேன்.

இந்தியா, பிரான்ஸ், இங்கிலாந்து, ஆப்பிரிக்கா, ஆஸ்திரேலியா என பல தேசத்தின் அஞ்சல்தலைகள். ஒரு நூற்றாண்டின் வரலாற்றையே எடுத்துரைக்கும் அளவுக்கு பல உலகத்தலைவர்களின் படங்களும் பறவைகள், விலங்குகள், மாளிகைகள், நினைவுச்சின்னங்கள் ஆகியவற்றின் படங்களும் அந்த அஞ்சல்தலைகளில் காணப்பட்டன. சிறிது நேரத்தில் உலகத்தையே ஒரு சுற்று சுற்றி வந்ததைப்போல இருந்தது.

"இங்க பாருங்க. இந்த விக்டோரிய மகாராணி படம் போட்ட ஸ்டாம்ப். அரையணா ஸ்டாம்ப். காலணா ஸ்டாம்ப், ஓரணா ஸ்டாம்ப்னு பல விதத்துல போட்டிருக்காங்க. மூனு பைசா ஸ்டாம்ப்னு கூட ஒன்னு இருக்குது பாருங்க."

சற்றே மங்கலான பச்சை, ஆரஞ்சு, சிவப்பு நிறங்களில் சதுர வடிவிலும் செவ்வக வடிவிலும் மகாராணியின் படம் அச்சிட்ட அஞ்சல் தலைகளை மாறிமாறிப் பார்த்தபடி இருந்தேன். ஒரு காலத்தில் மகாராணியின் ஆட்சியின் கீழ் இந்திய தேசம் இருந்தது என்பதற்குச் சாட்சியாக அந்த அஞ்சல்தலை என்றென்றும் நிரந்தரமாக இருக்கும் என்று தோன்றியது.

ஒவ்வொரு பக்கமாகப் புரட்டியபடி அஞ்சல்தலைகளில் அச்சிடப்பட்டிருந்த முகங்களைப் பார்க்கத் தொடங்கினேன். ஒவ்வொரு முகத்தைப்பற்றியும் விட்டல்ராவ் ஏதேனும் ஒரு குறிப்பை எனக்குச் சொல்லிக்கொண்டே வந்தார். ஏதோ ஒரு பக்கத்தில் நடனமாடும் ஓர் இளம்பெண்ணின் படத்தைக் கொண்ட அஞ்சல்தலையைப் பார்த்துவிட்டு பக்கத்தைத் திருப்பவிருந்த தருணத்தில் "ஒரு நிமிஷம். திருப்பாதீங்க. திருப்பாதீங்க. இந்தப் படத்துல ஒரு கதை இருக்குது" என்று தடுத்தார். நான் அப்படியே என் கையை விலக்கிக்கொண்டேன். கதை என்றதும் அதைக் கேட்கும் ஆர்வம் பிறந்துவிட்டது. "என்ன சார் கதை?" என்று கேட்டேன்.

"அந்த ஸ்டாம்ப நல்லா பாருங்க. அந்தப் படத்துல இருக்கிற பொண்ணு யாருன்னு உங்களால கண்டுபிடிக்க முடியுதா?"

நான் அவர் முகத்தை ஒரு கேள்விக்குறியுடன் பார்த்துவிட்டு, மீண்டும் அஞ்சல்தலையின் பக்கம் பார்வையைத் திருப்பினேன். அழகான முகம். அழகான உடல்வாகு. அழகான நடன நிலை. யாரென்று என்னால் கண்டுபிடிக்க முடியவில்லை. "தெரியலை சார்" என்று உதட்டைப் பிதுக்கி நாக்கு சப்புக்கொட்டியபடி சொன்னேன்.

"கலாக்ஷேத்திராவுல நடனம் கத்துகிட்ட பொண்ணு. நல்ல டேன்சர். எழுத்தாளர் சிவபாதசுந்தரத்துடைய மகள். பிரசன்னவதனி"

திருப்பங்கள் நிறைந்ததொரு கதையைச் சொல்லத் தொடங்குவதுபோல விட்டல்ராவ் தொடங்கினார்.

“அப்படியா? அவர் இலங்கைக்காரர் இல்லையா?”

“அடிப்படையில இலங்கைக்காரர்தான். ஒரு காலத்துல சிலோன் ரேடியோவுல ஆங்கிலப் பிரிவுல எடிட்டரா இருந்தவர். ஈழகேசரின்னு ஒரு பத்திரிகையில கூட கொஞ்ச காலம் வேலை செஞ்சிருக்காரு. லண்டன் பிபிசியில தமிழ்ப்பிரிவு தொடங்கிய சமயத்துல, லண்டனுக்குப் போய் வேலை செஞ்சார். அஞ்சாறு வருஷம் கழிச்சி மறுபடியும் இலங்கைக்கு வந்து லீவர் பிரதர்ஸ் நிறுவனத்துல வேலை செஞ் சாரு. இனக்கலவரம் பெருகிய சமயத்துல மகளோடு இலங்கையை விட்டு வெளியேறி சென்னைக்கு வந்து செட்டிலாயிட்டாரு. பிபி சியில வேலை செஞ்ச அனுபவங்களை ஆதாரமாகக் கொண்டு, ஒலிபரப்புத்துறையில ஈடுபடறவங்களுக்கு உதவக்கூடிய ஒரு கையேடு மாதிரி ஒலிபரப்புக்கலைன்னு ஒரு புத்தகம் கூட எழுதினாரு. அண்ணாதுரை, காமராஜர் காலமான சமயத்துல, அவுங்க இறுதி ஊர்வலத்தைப் பார்த்து நேர்முக வருணன செஞ்சது அவருதான்.”

“அது சரி, அவுங்க பொண்ணு எப்படி இந்த விளம்பரத்துல வந்தாங்க?”

“சொல்றேன் சொல்றேன். இந்திரா காந்தி பிரதமரா இருந்த நேரத்துல இந்தியாவில பல்வேறு பகுதிகள்ல இருக்கக்கூடிய பரதநாட்டியம், கதக், குச்சுப்புடி, ஒடிசி, கதகலி, சத்ரியா, மணிபுரி, மோகினியாட்டம்னு சொல்லக்கூடிய எல்லா .செவ்வியல் நடனக்கலைகளுடைய மதிப்பையும் உலகத்துக்கு தெரிவிக்கும் வகையில அஞ்சல் தலைகள் வெளி யிடணும்னு முடிவு செஞ்சாங்க. அப்ப ஒரு குழு டில்லியிலிருந்து பரதநாட்டியம் தொடர்பான புகைப்படத்துக்காக தமிழ்நாட்டுக்கு வந்திருந்தது. சென்னையில கலாக்ஷேத்திராதான் பரதநாட்டியத்துக்கு இருந்த ஒரே மையம். அங்க நடனம் படிக்கிற மாணவிகளுடைய நடனத்தை பார்த்து ஆள தேர்ந்தெடுக்கலாம்னு ஒரு பெரிய டெஸ்ட் நடந்திச்சி. டில்லி குழுவில் இருந்த ஆளுங்க அத மாணவிகளுடைய நடனத்தை பார்த்து பெஸ்ட் டேன்சர் யாருன்னு தேர்ந்தெடுத்தாங்க. அந்த டெஸ்ட்ல தேர்வான பொண்ணுதான் இந்த பிரசன்னவதனி. சிவபாதசுந்தரத்துடைய மகள்.”

“ஒரு பெரிய நாவல் படிக்கிறமாதிரி இருக்குதே சார் இந்தக் கதை. ஒரு ஸ்டாம்ப்புக்கு பின்னால இத்தனை விஷயங்கள் இருக்கும்னு நான் நெனச்சி பார்த்ததே இல்லை.”

“இன்னும் இருக்குது கேளுங்க...”

“இந்த படங்களை எடுக்கிறதுக்கு சென்ட்ரல் கவர்ன்மெண்ட் டீம் ஒரு போட்டோகிராபரை ஏற்பாடு செஞ்சாங்க. அவர் அன்னைய தேதியில சென்னையில மிகச்சிறந்த போட்டோகிராபர். பேரு புருஷோத்தமராவ். ஆழ்வார்பேட்டையில எழுத்தாளர் நடைபாதை இதயன் அறையெடுத்து தங்கியிருந்தாருன்னு சொல்வேனில்லையா? அப்ப, அவருடைய ரூம் மேட்டா இருந்தவர் இந்த புருஷோத்தமராவ். குடிப்பழக்கம், ரேஸ் பழக்கம் ரெண்டும் சேர்ந்து, அவருக்கு கிடைக்கவேண்டிய பேரையும் புகழையும் கிடைக்கவிடாம செஞ்சிட்டுது. இதயன் அறைக்கு அடிக்கடி வந்து போற ஆள்ங்கற வகையில அவர் எனக்கும் நண்பராயிட்டாரு. ஒருநாள் இதயன் அறைக்கு போயிருந்த சமயத்துல புருஷோத்தமராவ்தான் இந்த சங்கதியை சொன்னாரு. படம் எடுத்து கொடுக்கிறதுக்கு அவருக்கு பத்தாயிரம் ரூபா சம்பளம் பேசியிருந்தாங்க. அவரு அப்படியே வானத்துல பறந்துட்டிருந்தாரு.”

“ஒரு படத்துக்கா அவ்வளவு சம்பளம்?”

“தேர்ந்தெடுக்கப் போறது ஒரு படம்னு சொன்னாலும், அதுக்கு ஏராளமான படங்கள் எடுக்கணும். ஆர்ட்டிஸ்ட் ரொம்ப ஃப்ரெஷ்ஷா இருக்கணும். களைப்பு தெரியக்கூடாது. தொடர்ச்சியா எடுக்கமுடியாது. மூனு நாள் விட்டுவிட்டு எடுக்கணும். அதுக்காகத்தான் அவ்வளவு சம்பளம்.”

“சரி சரி”

“படம் எடுக்கும்போது அடிக்கடி ஃப்ளாஷ் பல்ப் போடணும். நீ என் கூட வந்து ஃப்ளாஷ் பல்ப் போடறதுக்கு உதவி செய்யறியான்னு புருஷோத்தமராவ் எங்கிட்ட கேட்டாரு. சரின்னு தலையாட்டிட்டு நானும் அவருகூட கலாக்ஷேத்திராவுக்கு போனேன்.”

“சரி”

“உள்ள போனதும் அங்க ஒரு மரத்தடியில ஒருத்தர் நாற்காலியில உட்கார்ந்திட்டிருந்தார். அவருதான் எழுத்தாளர் சிவபாதசுந்தரம். அவரைப் பார்த்ததுமே பக்கத்துல போய் வணக்கம் சொன்னாரு புருஷோத்தமராவ். அவரும் சிரிச்சிகிட்டே வணக்கம் சொன்னாரு. அப்புறமா என்னைக் காட்டி மீட் மிஸ்டர் விட்டல்ராவ், தமிழ் ரைட்டர்னு அறிமுகப்படுத்தனாரு. நானும் வணக்கம் சொன்னேன். அவரை பத்தி என்கிட்டயும் சொன்னாரு புருஷோத்தமராவ். எதுல

எழுதறீங்கன்னு கேட்டாரு சிவபாதசுந்தரம். தீபம், கணையாழி, விகடன், கதிர்னு பத்திரிகைகள் பேர சொன்னேன். அப்படியான்னு தலையை ஆட்டிகிட்டாரு. அதுக்கு மேல ஒன்னும் பேசலை. புருஷோத்தமராவ் பக்கம் பார்த்து பிரசன்னவதனி இன்னும் கொஞ்ச நேரத்துல வந்துருவா. மேக்கப் நடந்துட்டிருக்குதுன்னு சொன்னார். சரி சரி, வெய்ட் பண்ணலாம் சார், அவசரமில்லைன்னு சொல்லிட்டு வேற பக்கமா என்னை அழைச்சிம் போயிட்டார் புருஷோத்தமராவ். போற வழியில சாரோட மகள்தான் பரதநாட்டியம் ஆடப்போறாங்க. அதைத்தான் நாம போட்டோ பிடிக்க போறோம்னு சொன்னார். பேசிட்டே நாங்க லைட்டிங் செட் பண்ண ஆரம்பிச்சிட்டோம்."

"இந்த ஸ்டாம்ப்ல இருக்கற படம் அன்னைக்கு புருஷோத்தமராவ் எடுத்த படம்தானா?" என்று கேட்டேன். ஒரு அஞ்சல்தலைக்குப் பின்னால் இவ்வளவு பெரிய கதையிருக்கும் என்பதை என்னால் நம்பவே முடியவில்லை. ஆல்பத்தில் இருந்த அந்த அஞ்சல்தலையை மறுபடியும் ஒருமுறை பார்த்தேன்.

"ஆமாம். அவர் எடுத்த படம்தான் இது" என்றார் விட்டல்ராவ். "அன்னைக்கும் அதுக்கப்புறம் ரெண்டு நாளுமா மொத்தம் மூனு நாள் போட்டோ புடிச்சாரு. வெவ்வேறு கோணம். வெவ்வேறு விதமான நடன நிலைகள். அந்த பொண்ணும் ரொம்ப திறமைசாலியான பொண்ணு. நோக்கம் என்னங்கறத புரிஞ்சிகிட்டு நல்லபடியா ஒத்துழைப்பு கொடுத்தாங்க. ஸ்டுடியோவுக்கு போய் எல்லாத்தயும் டெவலப் பண்ணி பார்த்துட்டு முதல் கட்டமா ஒரு ஒம்பது படங்களை பிரிச்சி வச்சிகிட்டாரு. அப்புறம் வெவ்வேறு கோணங்கள்ல வச்சி பார்த்துட்டு அதுலேருந்து ஆறு படங்களை மட்டும் வெவ்வேற அளவுல புதுசா ப்ரின்ட் போட்டு ஒரு கவருக்குள்ள வச்சி எடுத்தும்போய் ஆபீஸ்ல கொடுத்துட்டு வந்துட்டாரு. அந்த ஆறுல ஒன்னா டிப்பார்ட்மென்ட்டே பொருத்தம் பார்த்து எடுத்துகிட்ட படம் இது."

"கலாக்ஷேத்ரா ஸ்டூன்ட் ஒருத்தவங்க படம் நேஷனல் லெவல்ல ஸ்டாம்பா வந்தது உண்மையிலயே பெருமைக்குரிய விஷயம்தான் சார். அதுக்கப்புறம் நிச்சயமா பிரபலமாகி பெரிய லெவலுக்கு போயிருப்பாங்க, இல்லையா?"

விட்டல்ராவ் என் கேள்விக்கு உடனடியாக எந்தப் பதிலும் சொல்லாமல் ஒருமுறை அந்த அஞ்சல் தலையையே அமைதியாகப் பார்த்தார். பிறகு பெருமூச்சுடன் நிமிர்ந்து "பிரபலமாகறதுக்கு அது ஒரு நல்ல ஆரம்பமாயிருக்கணும்ங்கறது உண்மைதான். ஆனா,

ஏதோ ஒரு துரதிருஷ்டம். அந்த மாதிரி நடக்கலை. வீட்டுல சமைக்கும்போது ஸ்டவ் வெடிச்சி உடல்கருகி இறந்துட்டுது அந்த பொண்ணு. பாதி வழியிலயே அந்த பொண்ணு பயணம் முடிஞ்சிபோச்சி" என்றார்.

அவர் சொன்னதைக் கேட்டு ஒருகணம் எதுவும் புரியாதவனாக திகைத்து நின்றுவிட்டேன். "ஐயோ பாவம்" என்று தன்னிச்சையாக என் உதடுகள் முணுமுணுத்துவிட்டன.

அதற்குப் பிறகு ஸ்டாம்ப் ஆல்பத்தைத் தொடர்ந்து பார்க்கும் ஆர்வம் சட்டென வடிந்துவிட்டது. அமைதியாக அந்த ஆல்பத்தை மூடி மேசையின் மீது வைத்துவிட்டேன்.

பேச்சை வேறு திசையில் திருப்பும் விதமாக "சிவபாதசுந்தரத்துக்கு உண்மையிலேயே ஈடு செய்ய முடியாத இழப்பு இது சார்" என்றேன்.

"உண்மைதான். ஆரம்பத்துல கொஞ்ச காலம் அவர் அதே துக்கத்துல இருந்தாரு. படிக்கிற பழக்கம், எழுதற பழக்கம் இருந்ததால சீக்கிரமாவே அந்த சுமையிலிருந்து சீக்கிரமாவே வெளியே வந்துட்டாரு. வாசிப்பு, ஆய்வு, எழுத்துன்னு போயிட்டாரு. அதுக்கப்புறம்தான் சிட்டி கூட சேர்ந்து சில புத்தகங்கள்லாம் எழுதினாரு."

"சிட்டி கூட இவர் எப்படி சேர்ந்தாரு?"

"சிட்டி அப்ப சென்னை ரேடியோ ஸ்டேஷன்ல இங்க்லீஷ் செக்‌ஷன்ல சீஃப் எடிட்டரா இருந்தாரு. சிவபாதசுந்தரமும் ரேடியோ லைன்ல இருந்த ஆள்ங்கறதால, ரெண்டு பேருக்கும் நடுவுல ஒரு நல்ல புரிதல் உண்டாயிடுச்சி. ரெண்டு பேரும் ஒன்னா சேர்ந்து எழுத்துவேலையில இறங்கிட்டாங்க. எழுத்து சிவபாதசுந்தரத்துடைய வாழ்க்கையில ஒரு பெரிய மீட்சியை கொடுத்ததுன்னுதான் சொல்லணும்."

"கௌதமபுத்தரின் அடிச்சுவட்டில்னு அவர் எழுதிய புத்தகம் ஒன்னு நான் படிச்சிருக்கேன் சார். காந்தியடிகள் சபர்மதி ஆசிரமத்துல கௌம்பி தண்டி யாத்திரை போன பாதையிலயே சமீபத்துல ஒருத்தர் பயணம் செய்து, அவர் தங்கியிருந்த இடங்களிலேயே தங்கி, அந்த அனுபவங்களை ஒரு புத்தகமா எழுதினாருங்கற செய்தி பத்திரிகையில வந்தத பார்த்திருப்பீங்க. அதே போல ஒரு பயணத்த கௌதமபுத்தர் நடந்த பாதையில அந்த காலத்துலயே போய் அந்த அனுபவத்தை எழுதியிருக்காரு சிவபாதசுந்தரம். தமிழ்ல ரொம்ப முக்கியமான புத்தகம் சார் அது."

“நீங்க சொல்றது நூத்துக்கு நூறு உண்மை பாவண்ணன். அசலான நேரடி அனுபவங்கள் அந்த புத்தகத்துக்கு ஒரு பெரிய வலிமை. நான் அவரை சந்திச்ச பிறகுதான் அந்த புத்தகத்தை படிச்சேன். நம்ம சா.கந்தசாமிதான் அந்த புத்தகத்தை முதல்ல படிச்சிட்டு ரொம்ப நல்ல புஸ்தகம்யா, படிய்யான்னு ரெக்கமெண்ட் செஞ்சாரு. சா.கந்தசாமிகிட்ட இருந்த ஒரு நல்ல குணம் என்னன்னா, அவரு கண்ணுல ஒரு நல்ல புத்தகம் பட்டுடுச்சின்னா, அத நூறு பேருகிட்ட வாய் ஓயாம சொல்லிகிட்டே இருப்பாரு. அவர் சொல்லித்தான் நான் அந்த புத்தகத்தை படிச்சேன்.”

“நீங்க சொல்றது உண்மைதான் சார். நானும் அதை கவனிச்சிருக்கேன்.”

“பாரதிய வித்யா பவனுக்குள்ள அந்த காலத்துல ராஜாஜி நூற்றாண்டு நூலகம்னு ஒரு நூலகம் இருந்தது. அங்க ஒவ்வொரு செவ்வாய்க்கிழமையிலயும் இலக்கியக்கூட்டங்கள் நடக்கும். அந்த நூலகத்துக்கு இன்சார்ஜா இருந்த ஒருத்தர் சிவபாதசுந்தரம் புத்தகத்துக்கு அந்த நூலகத்துல ஒரு அறிமுகக்கூட்டத்த ஏற்பாடு செஞ்சாரு. சா.கந்தசாமிதான் பேச்சாளர்னு முடிவு பண்ணிட்டாங்க. என்ன காரணமோ தெரியலை, சிட்டிக்கு கந்தசாமி வேணாம், வேற யாராவது பேசினா நல்லா இருக்கும்ன்னு ஒரு எண்ணம் வந்துட்டுது. ஒரு நாவலாசிரியர் பேசறதைவிட, அந்தத் துறை சார்ந்த ஞானம் உள்ளவர் பேசினா நல்லா இருக்குமேன்னு அவர் நெனச்சிருக்காரு. அதனால பேச்சாளர மாத்தறதுக்கு ரொம்ப முயற்சி செஞ்சாரு. முடியலை. கடைசியா சிவபாதசுந்தரத்துகிட்ட போய் சொல்லி பார்த்தாரு. கந்தசாமியே பேசட்டும், அவருக்கு என்ன தோணுதோ, அத சொல்லட்டும். அதுவும் ஒரு கோணம்தானேன்னு சொல்லிட்டாரு. கடைசியா கந்தசாமிதான் பேசினாரு. ரொம்ப அருமையா இருந்தது அவர் பேச்சு.”

“சிவபாதசுந்தரத்துடைய நட்பு எந்த அளவுக்கு இருந்தது?”

“அதை எப்படி சொல்றது பாவண்ணன்?” என்று ஒருகணம் யோசனையில் மூழ்கினார் விட்டல்ராவ். “எங்க ரெண்டு பேருடைய பழக்கத்த நட்புன்னு சொல்லமுடியாது. முதல் காரணம் எங்க ரெண்டு பேருக்கும் நடுவுல இருந்த வயசு வித்தியாசம். ரெண்டாவது காரணம் அவர் எங்கிட்ட பேசற சமயத்துல ஒரு சமயத்துலயும் இலக்கியம் சார்ந்து பேசியதே இல்லை. குறைந்தபட்சமா நான் என்ன எழுதறேன், எதைப்பத்தி எழுதறேன்னு ஒரு தகவலா கூட கேட்டது கிடையாது. அப்புறம் எப்படி நட்பு உருவாகமுடியும்?”

எனக்கு என்ன பதில் சொல்வதென்றே தெரியவில்லை. அமைதியாக நான் அவர் முகத்தையே பார்த்தபடி இருந்தேன்.

"ஆனா ஏதாவது மீட்டிங்ல பார்த்தா சிரிப்பாரு. நலம் விசாரிப்பாரு. அப்படித்தான் இருந்தது எங்க தொடர்பு. ஒருமுறை சிவபாதசுந்தரம், சிட்டி, செல்லப்பா மூனு பேரும் சேர்ந்து மணிக்கொடி மணிவிழான்னு ஒரு பெரிய நிகழ்ச்சி நடத்தினாங்க. அதுல சிவபாதசுந்தரம் நல்லா பேசினாரு. நானும் கந்தசாமியும் அசோகமித்திரனும் போய் கலந்துகிட்டோம். கடைசி வரைக்கும் எங்க நட்பு அந்த அளவுக்குத்தான் இருந்தது."

அந்த உரையாடல் மேற்கொண்டு செல்ல வழியில்லாமல் அப்படியே நின்றுவிட்டது. அவர் சொன்ன சொற்களில் படிந்திருக்கும் உண்மையை நானும் பல தருணங்களில் பலரோடு பழகும்போது உணர்ந்தவன் என்பதால், பேச்சை வளர்க்க வழி தெரியாமல் மௌனமாக பக்கத்தில் இருந்த ஸ்டாம்ப் ஆல்பத்தை எடுத்து மீண்டும் புரட்டத் தொடங்கினேன்.

❁

கனவும் விலையும்

ஒருநாள் விட்டல்ராவும் நானும் உரையாடிக்கொண்டிருந்த போது அவருடைய கைபேசியில் ஓர் அழைப்பு வந்தது. உரையாடலை நிறுத்திவிட்டு, கைபேசியை எடுத்து "அலோ, யாருங்க?" என்று பேசத் தொடங்கினார். மறுமுனையில் அவருக்குப் பதிலளித்த குரலைக் கேட்டதுமே அவர் முகம் சங்கடத்தில் சுருங்கிவிட்டது. அந்த முனையில் கேட்கப்பட்ட எல்லாக் கேள்விகளுக்கும் பொறுமையாக "வேணாம்மா" "அதெல்லாம் எனக்கு தேவையில்லைம்மா" "சொல்றத கேளுங்கம்மா, எனக்கு அதிலெல்லாம் இன்டரஸ்ட் இல்லைம்மா" என்றெல்லாம் எதைஎதையோ சொல்லிக்கொண்டிருந்தார். ஒரு கட்டத்தில் "சாரி, ப்ளீஸ் லீவ் மி" என்று சொல்லிவிட்டு இணைப்பைத் துண்டித்துவிட்டார்.

நான் அவரையே பார்த்தபடி அமர்ந்திருந்தேன். "லோன் வேணுமா லோன் வேணுமான்னு நச்சரிக்கிறாங்க. ஒரு நாளைக்கு இப்படி பத்து பேர் பேசறாங்க. எத்தன பொறுமையா எடுத்துச் சொன்னாலும் அவுங்க புரிஞ்சிக்கமாட்டறாங்க" என்று சலிப்பான குரலில் சொன்னார். நானும் அப்படி பல அழைப்புகளை பல தருணங்களில் தவிர்த்தவன் என்கிற வகையில் அவருடைய சங்கடத்தை என்னால் புரிந்துகொள்ள முடிந்தது.

அவர் "கடன் வாங்கிக்குங்க, கடன் வாங்கிக்குங்கன்னு கைய புடிச்சி இழுக்காத குறையா பேசறாங்க" என்று சொல்லும்போதே அவருக்கு சிரிப்பு வந்துவிட்டது. "நாப்பது அம்பது வருஷத்துக்கு முன்னால, யாரும் யார்கிட்டயும் இப்படி கடன் வாங்கிட முடியாது" என்றார்.

“நீங்க வீடு கட்டுன காலத்துல கடன் வாங்கி கட்டினீங்களா, சேத்துவச்ச பணத்துல கட்டினீங்களா?”

“சேமிப்பா? நம்ம சேமிப்புலாம் எந்த மூலைக்கு போதும் பாவண்ணன். அதெல்லாம் உப்பு கரையற மாதிரி கரைஞ்சிடும். டெலிபோன் டிப்பார்ட்மென்ட்ல எழுபதுகள்லதான் முதல்முதலா ஊழியர்களுக்கு வீடு கட்டுறதுக்கு கடன் கொடுக்கப்படும்னு ஒரு அறிவிப்பு கொடுத்தாங்க. அந்த முதல் செட்லயே நானும் அப்ளிகேஷன் போட்டு கடன் வாங்கி கட்டினேன்.”

தொடர்ந்து வீடு கட்டும்போது பெற்ற பலவித அனுபவங்களைச் சொல்லிக்கொண்டே சென்றார். அதைத் தொடர்ந்து கடன் வாங்கி எல்லா வசதிகளோடும் வீட்டைக் கட்டிமுடித்த பிறகு, அந்த வீட்டில் வாழ முடியாத சிலரைப்பற்றி வருத்தமுடன் சொல்லி முடித்தார்.

“நீங்க சொல்றது உண்மைதான் சார். எங்க ஆபீஸ்லயும் அப்படி ரெண்டுமூனு பேரப் பத்தி அடிக்கடி சொல்றத கேட்டிருக்கேன். ஒருத்தர் ரெண்டு வருஷம் பாடுபட்டு ஏகப்பட்ட கடன வாங்கி ரொம்ப ஆசையா ஒரு வீட்ட கட்டி முடிச்சாராம். ஆனால், கிரகப்பிரவேசம் முடிஞ்சி ஒரு வாரம் கூட அவரு உயிரோட இல்லை. திடீர்னு ஹார்ட் அட்டாக் வந்து செத்துட்டதா சொல்வாங்க. பாவம்” என்று நான் சொன்னேன். நண்பர்கள் வழியாக நான் கேள்விப்பட்ட நிகழ்ச்சிகளில் என்னை மிகவும் துயரத்தில் ஆழ்த்திய நிகழ்ச்சி அது. எப்போதும் என் நினைவில் மிதந்துகொண்டே இருக்கும்.

நான் சொன்னதைக் கேட்டு விட்டல்ராவுக்கும் முகம் வாடியது. “த்ச்., பாவம்” என்று ஒருகணம் சொல்லிக்கொண்டார். தொடர்ந்து “தனக்கு அந்த வீட்டுல வாழக்கூடிய பாக்கியம் இல்லைன்னாலும், தன்னுடைய குடும்பத்து ஆளுங்க நிம்மதியா வாழறதுக்கு ஒரு இடம் தேடி வச்சிட்டு போயிருக்காரேன்னு நினைச்சி ஆறுதல் அடையவேண்டியதுதான்” என்றார்.

நான் துயரம் படிந்த ஒரு புன்னகையோடு அவரைப் பார்த்து நாக்கு சப்புக்கொட்டியபடி “அப்படி ஆறுதல் அடையக்கூடிய அளவுக்கு எதுவுமே நடக்கலையாம் சார்” என்றேன். அவர் உடனே திகைப்புடன் தலையை ஆட்டி “ஏன்?” என்று கேட்டார்.

“எல்லா இடத்துலயும் கடன் வாங்கியிருக்காரு. எல்லாருக்கும் மாசாமாசம் இ.எம்.ஐ. கட்டணும். அதுக்குலாம் பணத்துக்கு எங்க போவறது? வர பென்ஷன் பணத்த எடுத்து அப்படியே இ.எம்.ஐ. கட்ட ஒதுக்கிவச்சிடுவாங்களாம். வீட்டுச் செலவுக்கும் பிள்ளைங்க படிப்புச்

செலவுக்கும் என்ன செய்யறது? அதுக்காக புதுவீட்ட வாடகைக்கு விட்டுட்டு வேற வழியில்லாம அதுவரைக்கும் வாடகைக்கு இருந்த பழைய வீட்டுக்கே போயிட்டாங்கன்னு சொல்வாங்க. கடைசி வரைக்கும் அவுங்களுக்கு சொந்த வீடுங்கறது ஒரு கனவாகவே போயிடுச்சி”

விட்டல்ராவ் ஒருகணம் பேசாமலேயே இருந்தார். பிறகு “என்ன செய்யறது பாவண்ணன்? ஒரு சிலருடைய வாழ்க்கையில இப்படித்தான் நேர்ந்துடுது. மனசுதான் ஏத்துக்கமுடியாம தடுமாறுது. எங்க எக்சேஞ்சில நானும் இந்த மாதிரி ரெண்டு மூனு பேர் வாழ்க்கையில நடந்தத பார்த்திருக்கேன்” என்றார். அதைத் தொடர்ந்து ஒரு பெருமூச்சு விட்டார். பிறகு சற்றே அமைதியான குரலில் “என்ன செய்யமுடியும் பாவண்ணன்? சிலருடைய வாழ்க்கையில அவுங்க ஆசைப்படக்கூடிய கனவுகள் எல்லாமே சட்டுசட்டுனு நிறைவேறுது. சிலருடைய கனவு ரொம்ப தாமதமா நிறைவேறுது. ஆனா நிறைவேறுற சமயத்துல வாழ்க்கையே முடிஞ்சிடுது” என்றார்.

“இலக்கியத்துக்குள்ள ஏராளமான விஷயங்களை எழுதி எழுதி நிறுவிவைத்துவிட்டு போனாலும், அதற்கும் அப்பால் புதிரா இருக்கிற ஒரு விஷயமாவே வாழ்க்கை இன்னும் இருக்குது, இல்லையா சார்? அதுவே ஒரு புதிர்தான்.”

நான் சொன்ன சொற்கள் விட்டல்ராவைச் சென்றடையவே இல்லை. அதை அவர் கேட்டதுபோலவே தெரியவில்லை. அவர் முகம் சலனமற்றிருந்தது. அதற்குமுன் சொன்ன சொற்களிலேயெ அவர் இன்னும் நின்றிருப்பதைப் புரிந்துகொண்டேன்.

ஒன்றிரண்டு கணங்களுக்குப் பிறகு “எனக்கு ஒரு பழைய ரஷ்யக்கதை ஞாபகத்துக்கு வருது. எப்பவோ படிச்சது. யாரு எழுதனதுங்கறது மறந்துபோச்சி. ஆனா கதையோட்டம் மட்டும் ஞாபகத்துல இருக்குது” என்று தொடங்கினார்.

“சொல்லுங்க சார்? என்ன கதை?”

“கதைக்கு தலைப்பு டாலிஸ்மேன். அதாவது தாயத்து. நம்ம ஊருல குழந்தைகளுக்கு இடுப்புலயும் கையிலயும் மந்தரிச்சி கட்டுவாங்களே, அந்த மாதிரி ஒரு தாயத்து.”

“ஓ. அந்த நாட்டுலயும் தாயத்து இருக்குதா?”

“மனிதர்கள் வசிக்கிற எல்லா இடங்கள்லயும் அது உண்டு பாவண்ணன். அதன் வடிவமும் பேரும்தான் மாறியிருக்குமே தவிர, உலகம் முழுக்க எல்லா ஊருலயும் அது தாயத்துதான்.”

“என்ன கதை?”

“ஒரு ஊருல ஒரு இளைஞன் இருக்கான். நல்லா படிச்சி பட்டம் வாங்கின ஆளு. அந்த நாட்டுல படிச்சி முடிச்சதும் ராணுவத்துல சேர்ந்து குறிப்பிட்ட காலம் வேலை செய்யணும். அது ஒரு தகுதி. ஆனா அந்த இளைஞனுக்கு ராணுவத்துல சேர புடிக்கலை. அவனுக்கு ஊருக்குள்ள ஒரு வேலையும் கிடைக்கலை. பிரான்ஸ் மாதிரி வெளிநாட்டுல போய் பொழைச்சிக்கலாம்னு தோணினாலும், அந்தப் பயணத்துக்கு தேவையான பணம் அவன்கிட்ட இல்லை. அது எல்லாத்தயும் மீறி அவனுக்கு அந்த ஊருல ஒரு காதலி கிடைக்கிறா. தனக்கு கிடைச்ச பெரிய அதிர்ஷ்டமா அவள நினைக்கிறான். ரெண்டு பேரும் உயிருக்குயிரா காதலிக்கிறாங்க.”

“கல்யாணம் பண்ணிக்கலையா?”

“வருமானத்துக்கு வழி இல்லாம கல்யாணம் எப்படி பண்ணிக்கிறது? அதனால கல்யாண ஆசையை தள்ளித்தள்ளி போடறான். ஆனா அந்த பொண்ணு சீக்கிரமா கல்யாணம் செஞ்சிக்கலாம்னு அவன அவசரப்படுத்திகிட்டே இருக்கறா. அதுக்குக் காரணம் அவளுடைய அப்பா. அவருக்கு அவனைப் புடிக்கவே இல்லை. வேலையும் வருமானமும் இல்லாத பையன கல்யாணம் பண்ணிகிட்டு போய் எப்படி சந்தோஷமா இருக்கமுடியும்னு அவருக்குள்ள ஒரு கசப்பு. அதனால மகளுடைய முயற்சிய அவரால ஆதரிக்கமுடியலை: அவன மறந்துடுன்னு மகள்கிட்ட அடிக்கடி சொல்லி, அவ மனச மாத்த முயற்சி செஞ்சிகிட்டே இருக்கறாரு.”

“அப்புறம்?”

“அந்த பொண்ணு தன் காதல்ல உறுதியா இருக்கிறா. அப்பாவுடைய பேச்ச அவள் பெரிய விஷயமாவே எடுத்துக்கலை. ஆனா, அந்த இளைஞனுக்கு அது உறுத்தலாவே இருக்குது. தன்னுடைய காதல் தனக்கும் நிம்மதியை கொடுக்கலை, அவளுக்கும் நிம்மதியைக் கொடுக்கலையேன்னு நெனச்சி ரொம்ப வருத்தப்படறான். அதுக்காக தன் தகுதிக்குக் குறைவான வேலையில சேரறதுக்கும் அவன் தயாரா இல்லை. பெரிய மன உளைச்சல்ல மாட்டிக்கறான்”

“அந்த பொண்ணு?”

“அவ தைரியமா இருக்கிறா. அப்பாவப்பத்தி கவலைப்படாத. வா, ரெண்டு பேரும் கல்யாணம் செஞ்சிக்கலாம்னு அவன அழைக்கறா. அவன்தான் தயங்கித்தயங்கி தடுமாறறான். குடும்பத்துடைய சம்மதத்தோடு கல்யாணம் செஞ்சிக்கணும்கறது அவனுடைய எண்ணம். ஓரளவு சம்பாதிக்கற மாதிரி வேலை இருந்தாதானே கல்யாணத்துக்கப்புறம் தன்னுடைய கால்ல தான் நிக்கமுடியும்ங்கறது இன்னொரு எண்ணம். இப்படி ஊசலாடிகிட்டே இருக்கிறான்.”

“கடைசியா என்னதான் முடிவு எடுக்கிறான்?”

“யாருக்கும் தொந்தரவு இல்லாதபடி தற்கொலை செஞ்சிக்கலாம்ன்னு முடிவெடுக்கிறான்.”

“ஐயோ”

“ஆமாம். தற்கொலை செஞ்சிக்கிற முடிவோடு ஒருநாள் ஊருக்கு வெளியே ஓடக்கூடிய ஆற்றங்கரை பக்கமா போறான். அந்த ஆத்துக்கு குறுக்கே ஒரு பெரிய பாலம் இருக்குது. நடுப்பாலம் வரைக்கும் போய் அங்கே இருந்து ஆத்துல குதிச்சி தற்கொலை செஞ்சிக்கலாம்ன்னு நெனச்சி நடந்து போறான்.”

“த்ச்த்ச்”

“ஆனா அவன் நடுப்பாலத்த நெருங்கற சமயத்துல வேற யாரோ ஒரு ஆளு நடுப்பாலத்துக்கு பக்கத்துல நிக்கிறத பாக்கிறான். அவன் எதுக்குடா அங்க நிக்கிறான்னு பாத்து கொழம்பி போறான். உடனே வேகவேகமா அவனுக்கு பக்கத்துல போறான். கிட்ட போனதும்தான் யாரோ ஒரு வயசான ஆள்னு தெரியுது. அவன் நெருங்கிப் போகறதுக்குள்ள அவன் பாலத்து மேல ஏறி நின்னுடறான். உடனே அவன பார்த்து ஒரு நிமிஷம் நில்லு ஒரு நிமிஷம் நில்லுன்னு சத்தம் போட்டுகிட்டே பக்கத்துல போறான். பாலத்து கட்டையிலேருந்து அவனை கைய பிடிச்சி கீழ இழுத்து விடறான். இப்படி பட்டப்பகல்ல தற்கொலை செஞ்சிக்க வந்தியே, அப்படி என்னப்பா உன் வாழ்க்கையில கஷ்டம்னு கேக்கறான். அவன் சொல்றதயெல்லாம் காது கொடுத்து கேக்கறான். அதுக்கப்புறம் அவன் பிரச்சினைக்கு சில தீர்வுகளையும் யோசனையா சொல்லி எப்படியோ மனச மாத்திடறான். அவனும் மனசு மாறி இனிமேல தற்கொலை செஞ்சிக்கற எண்ணமே தனக்கு வராதுன்னு சொல்லிட்டு போயிடறான்.”

“அவன் போன பிறகு, இவன் தற்கொலை செஞ்சிக்க முயற்சி செய்யறானா?”

"இல்லை இல்லை. தற்கொலையை மறந்துட்டு வாழ்ந்து பாக்கலாம்ன்னு தன்னைவிட வயசான ஒரு ஆளே நினைக்கிற சமயத்துல நாம மட்டும் ஏன் தற்கொலை செஞ்சிக்கணும், வாழ்ந்துதான் பார்ப்போம்ன்னு நெனச்சி திரும்பி நடக்கறான்."

"நல்ல திருப்புமுனைதான். எங்க போறான்? காதலிய பாக்க போறானா?"

"இல்லை இல்லை. சும்மா ஊரை சுத்தி ஏதோ யோசனையில மூழ்கியபடி நடந்து போயிகிட்டே இருக்கான். அப்ப எதிர்பாராத விதமா ஊரு நடுவுல ஒரு மைதானத்துல ஒரு பன்னாட்டு கண்காட்சி நடக்கற பாக்கிறான். ஒரு ஆர்வத்துல கண்காட்சிக்குள்ள என்னென்ன இருக்குதுன்னு பார்க்கிறதுக்காக அவனும் சீட்டு வாங்கிகிட்டு உள்ள போய் வேடிக்கை பார்க்கிறான். அங்க இருக்கிற ஒவ்வொன்னும் அவனுக்கு ஆச்சரியமாவே இருக்குது. எங்கோ ஒரு இடத்துல கசக் தேசத்துலேருந்து வந்த ஒருத்தன் ஒரு கூடாரம் போட்டிருக்கறத பார்க்கிறான். வெளியே திரை போட்டு மூடியிருக்குது. இங்கே சில மாயாஜால வித்தைகள் காட்டப்படும்ன்னு ஒரு போர்டுல எழுதி வச்சிருக்காங்க. அதைப் பார்த்துட்டு வேகமா அந்தக் கூடாரத்துகிட்ட அவன் போறான்."

"ம்"

"நரைச்சிபோன தலைமுடியோடும் நீளமான தாடியோடும் தொளதொளன்னு ஒரு அங்கிய போட்டுகிட்டு அங்க ஒரு கிழவர் நிக்கறாரு. அவரு பக்கத்துல போய் என்னென்ன வித்தைகள் நடக்குது. பார்க்கலாமான்னு கேக்கறான். உள்ள வாங்கன்னு அந்த இளைஞனை அழைச்சிகிட்டு திரையை விலக்கி கூடாரத்துக்கு உள்ள அழச்சிகிட்டு போறாரு அந்த கெழவரு. கூடாரத்துக்கு உள்ள ஒன்னுமே இல்ல. ஒரே வெட்டவெளி. ஒரே அமைதி. இளைஞனுக்கு ஒன்னுமே புரியலை. ஒரே குழப்பமா இருக்குது. என்ன இது, இங்க ஒன்னுமே இல்லயே, என்ன வித்தை நடக்குது. இங்கன்னு கேக்கறான் இளைஞன். எல்லாமே உன் மனசுக்குள்ள இருக்குது பாரு, வேணும்ன்னா ஒரு நிமிஷம் கண்ண மூடிகிட்டு உனக்குள்ளயே பாரு. உனக்குத் தெரியும்ன்னு சொல்றார் கிழவர்."

"அப்புறம்?"

"இளைஞனும் சித்த நேரம் கண்ண மூடிக்கறான். மனசுக்குள்ள ஏதேதோ தெரியுது. யார்யாரோ வராங்க. போறாங்க. நிக்கிறாங்க. பேசறாங்க. எல்லாத்தயும் அவன் கேட்டுக்கறான். கொஞ்ச நேரம்

கழிச்சி கண்ண திறந்து பாருன்னு சொல்றார் கிழவர். அவனும் தெறந்து பாக்கறான். ஒன்னுமே தெரியலை. கண்ண மூடிகிட்டா நீ ஒரு தனிப்பிறவி. தெறந்தா இன்னொரு பிறவி. ஒரு பிறவிக்கு தெரியற விஷயம் இன்னொரு பிறவிக்கு தெரியாது. மனசுக்குள்ளயே அவ்வளவு மாயங்கள் இருக்குது. அதான் மாயாஜாலவித்தைன்னு சொல்றார் கிழவர்."

"ம்"

"என்ன காரணமோ தெரியலை. அந்தக் கெழவர அந்த இளைஞனுக்கு ரொம்பவும் புடிச்சிபோயிடுது. என்ன நடந்ததுன்னு அந்தக் கெழவர் ஆதரவா ஒரு கேள்வி கேட்டதும் இளைஞன் கடகடன்னு எல்லாத்தயும் ஒப்பிச்சிடறான். சரி சரி கவலைப்படாத, எல்லாத்தயும் சரியாக்கிடலாம்ன்னு கிழவர் அவனுக்கு ஆறுதல் சொல்றார். தற்கொலை செஞ்சிக்க போனவன காப்பாத்தினதா நீ நினைச்சிக்கறது தப்பு. உண்மையில அவன்தான் உன்ன தற்கொலை யிலிருந்து காப்பாத்தி இருக்கான்னு சொல்றார். சரி, வாழ்க்கையிலயும் காதல்லயும் ஜெயிக்கணுமே, எனக்கு என்ன வழின்னு கேக்கறான் இளைஞன்"

"ஏதாவது சொல்றாரா கிழவர்?"

"ஆமாம். எல்லாப் பிரச்சினைகள்லேருந்தும் நீ வெளியே வந்து சந்தோஷமா இருக்கிறதுக்கு என்கிட்ட ஒரு வழி இருக்குது. உனக்கு நான் ஒரு இலை கொடுக்கறேன். கையில கட்டுற தாயத்து மாதிரி அத எப்பவும் நீ பத்திரமா வச்சிக்கணும்னு சொல்றாரு. சம்மதத்துக்கு அடையாளமா அந்த இளைஞனும் தலையை ஆட்டறான்."

"ம்"

"ஆனா அந்தக் கிழவர் அவனுக்கு ஒரு நிபந்தனை விதிக்கறாரு. நீ எத நினைச்சி இந்த இலையை தொட்டு வேண்டிக்கிறயோ, அது எல்லாம் நடக்கும். ஆனா வாழ்க்கையில மொத்தம் மூனு முறைதான் நீ இந்த இலையை பயன்படுத்தணும். ஒவ்வொரு முறையும் இந்த இலையை நீ பயன்படுத்தும்போது, அதுக்கு விலையா உன் ஆயுள்ல மூனுல ஒரு பங்கு குறைஞ்சிடும். அது ஞாபகத்துல இருக்கணும். அதே சமயத்துல இலையும் மூனுல ஒரு பங்கு சுருங்கிடும். மூனாவது பங்கு சுருங்கும்போது உன் ஆயுள் முடிவுக்கு வந்துடும். அதனால ஒவ்வொரு முறையும் இந்த இலையை பயன்படுத்தும்போது ரொம்ப யோசிச்சி கவனமா பயன்படுத்தணும்னு சொல்றாரு."

"பசிச்சவனுக்கு பந்தி சாப்பாடே கிடைச்சமாதிரி அவனுக்கு அது பெரிய வரம்தான்."

"உண்மைதான். அந்த இளைஞனும் தனக்கு வரம் கிடைச்ச சந்தோஷத்தோடு வீட்டுக்கு திரும்பறான். அவன் வீடு இடிஞ்ச கோலத்துல பாழடைஞ்சி இருக்கிறத பாக்கிறதுக்கு அவனுக்கு ரொம்ப சங்கடமா இருக்குது. உடனே தன்னை மீறிய உற்சாகத்துல நல்ல அழகான வீடு, உடைகள், பணம் எல்லாம் வேணும்ன்னு கேக்கறான். எல்லாமே அப்படியே வந்துடுது. தன்னுடைய புது வீட்டுக்குள்ள போய் சந்தோஷமா உடைகளை மாற்றிகிட்டு வரான். அப்பதான் இலையை கவனிக்கிறான். ஒரு பக்கமா சுருங்கி இருக்குது. அப்ப அது அவனுக்கு பெரிசா தோணலை."

"ம்"

"அவன் திடீர்னு பெரிய பணக்காரனா ஆனதும் அக்கம்பக்கத்துல இருக்கிறவங்க எல்லாரும் அவன்கிட்ட உதவி கேக்கறாங்க. எல்லாருக்கும் அவன் வாரி வாரி கொடுக்கிறான். அவனுக்கு தன்னுடைய காதலியை உடனே போய் பார்த்து கல்யாணத்த பத்தி பேசணும்னு ஆசை. ஆனா அவன சுத்தி உதவி கேக்கறவங்க கூட்டம் அதிகமா இருக்குது. எல்லாருக்கும் கொடுத்து முடிச்சிட்டு கௌம்பறான். அந்த நேரத்துல தூரத்துல ஒரு பொண்ணு வந்து நிக்கறத பார்க்கிறான். கையில ஒரு குழந்தையை அவ வச்சிக்கிறா. அவனையே அவ பாக்கிறா. அவளுக்கு பக்கத்துல போய் என்னன்னு கேக்கிறான் அவன். அவள் தன்னுடைய கஷ்டத்தை சொல்லி அழறா. அவனுடைய இரக்கமுள்ள மனசு அதைக் கேட்டு சங்கடப்படுது. உடனே அவளுடைய தரித்திரமெல்லாம் தீரணும்னு நெனச்சிகிட்டே அந்த இலையைத் தொட்டு வேண்டிக்கிறான். அவளயும் அமைதிப்படுத்தி வீட்டுக்கு அனுப்பி வைக்கிறான். வாழ்க்கை முழுக்க வச்சிக்கவேண்டிய வாய்ப்புகளை அந்த ஒரு நாள்லயே தீர்த்துட்டடமேன்னு அவனுக்கு வருத்தமா இருக்குது. அப்பதான் அவனுக்கு தன்னுடைய காதலுக்காக எதயும் வேண்டிக்கலையேன்னு நெனச்சி, தன்னுடைய காதல் வெற்றிகரமா நிறைவேறணும், கல்யாணம் நடக்கணும்னு வேண்டிக்கிறான்."

"அந்த வரத்தோடு அவன் ஆயுளும் கொறஞ்சிடும்கிற சாபமும் இருக்குதே."

"இருக்குதுதான். ஆனா அந்த சமயத்துல அது எதுவுமே அவன் மனச தொடலை. காதலியை நெனச்சிகிட்டே அவளுடைய வீட்டுக்கு போறான். புதுப்பணக்காரனா அவன் வந்து நிக்கிறத பார்த்தும்கூட

அந்தக் காதலியுடைய அப்பாவுக்கு அவனை புடிக்கலை. அவன வேண்டாம்னு சொல்றாரு. பொண்ணுதான் பிடிவாதமா அந்த இளைஞனைத்தான் கல்யாணம் செஞ்சிக்குவேன்னு சொல்றா. மறுநாள் காலையில தேவாலயத்துல ரெண்டு பேரும் கல்யாணம் செஞ்சிக்கிறாங்க. தன் காதல் வெற்றிகரமா நிறைவேறிடுச்சிங்கற மகிழ்ச்சியோடு காதலியை பார்க்கிறான் அவன். அந்த நிமிஷமே அவன் சுருண்டு கீழ உழுந்துடறான். அவன் உயிர் பிரிஞ்சி போயிடுது. தன் உயிரையே விலையா கொடுத்து காதல்ல அடைஞ்ச வெற்றிக்கு என்ன பெயர் சொல்றது?"

விட்டல்ராவ் கதையைச் சொல்லி முடித்துவிட்டார் என்பதைக்கூட உணர்ந்துகொள்ளாமல் நான் அவருடைய முகத்தையே பார்த்தபடி இருந்தேன். சில கணங்களுக்குப் பிறகே, அம்முடிவை மிகுந்த மனபாரத்துடன் உள்வாங்கிக்கொண்டேன். பேசுவதற்கு சொல்லெழாத நிலையில் அவர் முகத்தையே பல கணங்கள் பார்த்துக்கொண்டிருந்தேன்.

சிங்கம்

ஒருநாள் மாலையில் விட்டல்ராவும் நானும் காப்பி அருந்துவதற்காக கடைக்குச் சென்றிருந்தோம். அவருடைய வீட்டிலிருந்து நடக்கிற தொலைவில் அடையாறு ஆனந்தபவன் இருந்தது. பேசிக்கொண்டே சிறிது நேரம் வெளியே நடந்து சென்று திரும்புவது ஒரு தனி அனுபவம். அப்போது எதிர்பாராத விதமாக நம் கண்ணில் தென்படும் ஏதேனும் ஒரு காட்சி தொடர்பாக, உரையாடல் சட்டென திசைதிரும்பிவிடும். அப்படிப்பட்ட திருப்பங்கள் உரையாடலின் சுவாரசியத்தை கூடுதலாக்குவதை பல நேரங்களில் நான் உணர்ந்திருக்கிறேன்.

அன்றும் அப்படித்தான் நேர்ந்தது. காப்பி அருந்திக்கொண்டிருந்த சமயத்தில் திடீரென க.நா.சு.வின் நினைவு வந்துவிட்டது. உடனே க.நா.சு.வுக்கு காப்பி மீதிருந்த எல்லையற்ற ஆர்வத்தைப்பற்றி பேசத் தொடங்கினார் விட்டல்ராவ். அது அப்படியே நீண்டு க.நா.சு.வுடன் தனக்கிருந்த நட்பைப்பற்றியும் மதிப்பைப்பற்றியும் விரிவாக சொல்லத் தொடங்கிவிட்டார். அதுவும் நீண்டு அவர் எழுதிய சிறுகதைகள், நாவல்கள், மொழிபெயர்ப்புகள் வரைக்கும் போய்விட்டது.

"அவருடைய மொழிபெயர்ப்புகள்ல உங்களுக்கு எது ரொம்ப புடிக்கும் பாவண்ணன்?" என்று கேட்டார். ஏதோ ஒரு பெரிய விஷயத்தைச் சொல்வதற்கான அடித்தளம்தான் அந்தக் கேள்வி என்பது எனக்குப் புரிந்துவிட்டது. உடனே உற்சாகத்துடன் "எனக்கு நல்லநிலம், அன்பு வழி, குறுகிய வழி, மதகுரு, தாசியும் தபசியும் ரொம்ப புடிக்கும். ஒவ்வொன்னயும் ரெண்டுமூனு முறை படிச்சிருக்கேன்" என்றேன்.

“நீங்க விலங்குப்பண்ணை படிச்சதில்லையா, அந்தப் புத்தகத்துக்கு உங்க பட்டியல்ல இடமில்லையா?”

“படிச்சிருக்கேன் சார். நல்ல கதைதான். பகடியை யாருக்குத்தான் சார் புடிக்காது?” என்று சொன்னேன். தொடர்ந்து சற்றே அடங்கிய குரலில் “ஆனா தனிப்பட்ட வகையில பகடி செய்கிற நூல்களுக்கு என் மனசுக்குள்ள நான் பெரிய முக்கியத்துவம் கொடுக்கறதில்லை” என்றேன்.

விட்டல்ராவ் என்னையே ஒரு கணம் ஆச்சரியத்தோடு பார்த்தார். பிறகு “அப்படிச் சொல்லக்கூடாது பாவண்ணன். பகடி இலக்கியத்துக்கும் இலக்கிய வகைமையில ஒரு முக்கியமான இடமுண்டு. விலங்குப்பண்ணை நாவல் எழுதப்பட்ட காலத்துல, ரொம்ப பெரிய அளவுல கவனிக்கப்பட்ட படைப்பு. ஒரு அரசியல் அமைப்பு சுயநலத்தோடு செயல்பட ஆரம்பிச்சா, அது எந்த அளவுக்கு சீர்கேடுகளை உண்டாக்கும்னு வெட்டவெளிச்சமா காட்டிய நாவல் அது. க.நா.சு. அதை அழகா மொழிபெயர்த்திருந்தார். அந்த நாவலை மட்டுமில்ல, ஜார்ஜ் ஆர்வெல் எழுதிய 1984ங்கற இன்னொரு நாவலையும் மொழிபெயர்த்திருந்தார். அதுவும் இன்னொரு வகையான பகடி” என்றார்.

நான் அவருக்கு எந்தப் பதிலையும் சொல்லவில்லை. அவரே தொடர்ந்து சொல்லட்டும் என நான் அவர் முகத்தையே பார்த்துக்கொண்டிருந்தேன்.

“பல விமர்சகர்களும் எழுத்தாளர்களும் நினைச்சிட்டிருக்கிற மாதிரி அரசியல் பகடி நாவல்களுக்கு முன்னோடி ஜார்ஜ் ஆர்வெல் கிடையாது. அவர் எழுதறதுக்கு இருபது இருபத்தஞ்சி வருஷம் முன்னாடியே இன்னொரு எழுத்தாளர் எழுதி அந்த வகைமையை தொடங்கிவச்சிட்டார்.”

“யார் சார் அந்த எழுத்தாளர்?”

“ரஷ்யாவுல நடக்கறத நேரிடையா பார்த்து கிண்டல் செய்ய ரஷ்யாவுலயே ஒரு எழுத்தாளர் இருந்தார். அதுவும் ஸ்டாலின் காலத்துல. அவர் பெயர் எஜினி ஜாம்யாட்டின்.”

எனக்கு அந்த எழுத்தாளரின் பெயரே புதுமையாக இருந்தது. எந்த ரஷ்யக் கதைத்தொகுதியிலயும் அப்படி ஒரு பெயரைப் பார்த்த நினைவில்லை. அதனால் குழப்பமாகவும் இருந்தது. தயக்கத்துடன் “நாவல் பெயர் என்ன சார்?” என்று கேட்டேன்.

“ரஷ்ய மொழியில என்ன தலைப்புன்னு தெரியாது. ஆனா ஆங்கிலத்துல WE ன்னு தலைப்பு கொடுத்திருந்தாங்க. முழுக்க

முழுக்க பகடி. பல வருஷங்கள் கழிச்சி எதிர்காலத்துல நடக்கிற மாதிரியான கதை. நாவல்ல வரக்கூடிய ஆண் பாத்திரம், பெண் பாத்திரம் யாருக்குமே பெயர்கள் கிடையாது. எல்லாருக்குமே நெம்பர்தான் பேர். சைன்ஸ் ஃபிக்ஷன் மாதிரி அந்த அரசியல் நாவலை எழுதியிருப்பாரு..."

"தமிழ்ல யாருமே அதைப்பத்தி பேசி நான் கேட்டதில்லை சார்"

"ஏன் பேசலைங்கற காரணமெல்லாம் எனக்குத் தெரியாது. ஆனா ஜாம்யாட்டின் ஒரு முக்கியமான எழுத்தாளர். ரொம்ப தைரியமான எழுத்தாளர். ஸ்டாலின் காலத்துல இலக்கியத்துக்கு தணிக்கைமுறை கொண்டுவந்த சமயத்துல கட்சிக்குள்ள இருந்துகொண்டே எதிர்த்த எழுத்தாளர் அவர். இத்தனைக்கும் கட்சி உறுப்பினரா இருந்தவர். புரட்சியை ஆதரிச்சவர். அதே சமயத்துல நம்ம சட்டம் ஒரு எழுத்தாளருடைய பேச்சுரிமையையும் எழுத்துரிமையையும் பறிக்கிறமாதிரி இருக்கக்கூடாதுன்னு வெளிப்படையாவே எழுதினார். அப்பதான் 1921ல் இந்த பகடி நாவலை அவர் எழுதி முடிச்சார்."

"இருபத்தொன்னா? அப்படின்னா அந்த நாவல் வந்து கிட்டத்தட்ட ஒரு நூற்றாண்டை கடந்துட்டுதுன்னு சொல்லுங்க."

"ஆமாம். அவர் நாவலை எழுதி முடிச்சாலும் தணிக்கைக்கு போன அந்தப் பிரதியை அரசாங்கம் வெளியிட அனுமதிக்கலை. ஆனா ஜாம்யாட்டின் அந்த கையெழுத்துப் பிரதியை எப்படியோ ஐரோப்பாவுக்கு அனுப்பி வச்சிட்டாரு. அரசாங்கத்துக்கும் அவருக்கும் நடுவுல முரண்பாடுகள் அதிகரிச்சிகிட்டே போனதால, அவருடைய எழுத்துகளுக்கு தடை விதிச்சிட்டாங்க. பழைய புத்தகமோ புதிய புத்தகமோ, அவர் எழுதிய எதையும் விக்கக்கூடாது, வாங்கக்கூடாதுன்னு சட்டம் போட்டுட்டாங்க. அதனால மனம் வெறுத்து அவர் ரஷ்யாவை விட்டு வெளியே போயிடணும்னு முடிவு செஞ்சாரு. அதுக்கு அனுமதி வேணும்ன்னு கேட்டார் ஜாம்யாட்டின். ஆனா அந்த அனுமதியையும் கொடுக்கலை அரசாங்கம். கடைசியா கார்க்கிதான் ஜாம்யாட்டினுக்காக பரிந்து பேசி அந்த அனுமதியை வாங்கிக் கொடுத்தாரு. ஒருவழியா ஜாம்யாட்டினும் அவர் மனைவியும் பாரிஸ்க்கு போய் தங்கினாங்க. அவருடைய நாவல்கள் பிரெஞ்ச்லயும் ஆங்கிலத்திலயும் மொழிபெயர்க்கப்பட்டு வெளியாச்சி. ஆனா எழுத்து வழியா அவருக்கு கிடைச்ச பணம் வாழ்க்கையை நடத்த போதுமானதா இல்லை. பாரிஸ்க்கு போன அஞ்சாறு வருஷத்துலயே வறுமையில இறந்துட்டாரு."

அவர் சொன்ன தகவல்கள் அனைத்தும் எனக்குப் புதியவையாக இருந்தன. "ரொம்ப சோகக்கதையா இருக்குதே சார். யாருமே இத பத்தி எழுதவும் இல்லை. பேசவும் இல்லையே சார்."

"அந்தக் காலத்து தணிக்கைமுறை அப்படி இருந்தது பாவண்ணன். யாரையும் குறை சொல்லமுடியாது. அவருடைய We நாவல்தான் ஆர்வெல் எழுதிய நையாண்டி நாவல்களுக்கு முன்னோடி. துரதிருஷ்டவசமா இன்னைக்கு வரைக்கும் இந்த உலகம் ஆர்வெல் நாவல்களுக்குத்தான் முதலிடம் கொடுக்குது. ஜாம்யாட்டினுக்கு அப்பவும் இடமில்லாம இருந்தது, இப்பவும் இடமில்லாம இருக்குது."

ஜாம்யாட்டினைப்பற்றி ஒன்றுமே தெரிந்துகொள்ளாமல் வைத்திருக்கிறோமே என்பதையொட்டி ஒரு குற்ற உணர்வு உருவானது. "அவர் எழுதிய சிறுகதை ஏதாவது ஞாபகமிருந்தா சொல்லுங்க சார்" என்று கேட்டேன்.

"சிறுகதையா?" என்றபடி ஒருகணம் யோசனையில் மூழ்கினார். அந்த நேரத்தில் சிப்பந்தி நெருங்கி வந்து காப்பிக்குரிய பில்லைக் கொண்டுவந்து வைத்தார். இடையூறின்றி தொடர்ந்து பேசுவதற்கு வசதியாக "இன்னொரு செட் காப்பி கொண்டுவாங்க" என்று அவரிடம் சொன்னேன். சில கணங்களிலேயே சுடச்சுட காப்பி வந்துவிட்டது. அந்தச் சூட்டோடு ஒன்றிரண்டு மிடறுகள் காப்பியை அருந்தினார் விட்டல்ராவ். சூடு ஆறுவதற்காக நான் காப்பியை ஆற்றிக்கொண்டிருந்தேன்.

"ஒரு கதை ஞாபகம் வந்துட்டுது பாவண்ணன்" என்றபடி முகம்மலர சிரித்தார் விட்டல்ராவ். "கிட்டத்தட்ட நம்ம அசோகமித்திரன் கதைமாதிரி இருக்கும்."

நான் உடனே கதை கேட்கும் ஆர்வத்துடன் "சொல்லுங்க சொல்லுங்க சார்" என்றேன்.

"அந்தக் கதையுடைய தலைப்பு சிங்கம். சின்னக் கதைதான். ஆனா அற்புதமான கதை."

அவர் கொடுத்த முன்னுரையைக் கேட்டு, என் ஆர்வம் அதிகரித்தபடி இருந்தது. நான் எதுவும் பேசாமல் காப்பியை அருந்தியபடி அவர் முகத்தையே பார்த்தேன்.

"ஒரு ஊருல ஒருத்தன் ஒரு ட்ராமா தியேட்டர் நடத்திட்டிருந்தான். பத்து பதினஞ்சி நாளா ஒரு புது நாடகத்துக்கு ஒத்திகை நடக்குது. எல்லாம் திருப்தியா இருக்குது. அந்த நாடகத்துல இறுதிக்காட்சியில

ஒரு சிங்கம் வருது. அந்த சிங்கம் ஒரு பாறை மேல ஏறி நிக்குது. அப்ப கீழே இருந்து நாடகத்துடைய கதாநாயகி அந்தச் சிங்கத்தை பார்த்து ஈட்டியை வீசுறா. கொல்லப்பட்ட சிங்கம் அலறிகிட்டே மேலே இருந்து கீழ விழுது. அத்தோடு நாடகம் முடிஞ்சிபோவுது. அதனால அந்தக் காட்சி சிறப்பா அமையணும்னு எல்லாருமே பாடுபடறாங்க."

"சிங்கமா?"

"உண்மையான சிங்கம் கிடையாது. ஒரு காலேஜ் ஸ்டூண்ட் பார்ட் டைமா நடிக்கிறதுக்கு வரான். அவனைத்தான் அந்த சிங்கம் பாத்திரத்தை செய்ய வைக்கிறாங்க. சிங்கத்துடைய உடலைப்போலவே தோலால் ஆன ஆடை தயாரா இருக்குது. அத போட்டுகிட்டு அவன் சிங்கம் மாதிரியே நாலு காலால நடக்கணும். திரும்பணும். கர்ஜிக்கணும். விழணும். தியேட்டர்ல பார்க்கிற ஆட்களுக்கு அது உண்மையான சிங்கம்னு தோணணும். அந்த அளவுக்கு நடிப்பு தத்ரூபமா இருக்கணும். திரும்பத்திரும்ப ஒத்திகை செஞ்சதால அவனும் சிறப்பா செய்யறான். தியேட்டர் ஓனரும் திருப்தியா இருக்காரு.."

அவர் சொல்லச்சொல்ல அந்த நாடகம் கடைசி நேரத்தில் நடக்காமல் போய்விடுமோ என்று தோன்றிவிட்டது. அந்த எண்ணத்தை என் நெஞ்சில் கட்டுப்படுத்தி வைத்துக்கொள்ளவும் எனக்குத் தெரியவில்லை. அவசரமாக "நாடகம் நடக்குதா, இல்லையா சார்?" என்று கேட்டுவிட்டேன்.

விட்டல்ராவ் சிரித்துக்கொண்டே "இருங்க, இருங்க சொல்றேன்" என்று சொல்லிவிட்டு காப்பியின் கடைசி மிடறையும் பருகி முடித்தார்.

"மறுநாள் சாயங்காலம் நாடகத்தை தொடங்கறதுக்கு ரெண்டு மணி நேரத்துக்கு முன்னாலயே எல்லா நடிகர் நடிகைகளும் வந்து தயாராகிடறாங்க. அந்த நேரத்துல சிங்கமா நடிச்ச ஆள் அளவுக்கதிகமான குடியினால தள்ளாடறான். அவனால நிக்கக்கூட முடியலை. அவனை எப்படி சிங்கமா நடிக்க வைக்கறதுன்னு புரியாம முதலாளி தவியா தவிக்கறாரு. நாடகக்காட்சியை ரத்து செய்யலாமான்னு நினைக்கிறாரு. ஆனால் அந்த நேரம் பார்த்து மாஸ்கோவிலேருந்து பெரிய அதிகாரி ஒருத்தர் நாடகத்தை பாக்கறதுக்கு சிறப்பு விருந்தினரா வரப்போறாருன்னு செய்தி வருது. முதலாளி தலையில கைய வச்சிகிட்டு உக்காந்துடறாரு."

"ஐயையோ, அப்புறம்?"

“இனிமேல யார புடிச்சி சிங்கமா நடிக்கிறதுக்கு ஒத்திகை பார்க்கிறதுன்னு புரியாம தவியா தவிக்கிறாரு. அந்தத் தியேட்டர்ல ஒரு ஃபயர்மேன் வேலை செய்யறான். எப்பவும் வாசல்லயே நிக்கிறவன் அவன். அரங்கத்துக்குள்ள என்ன பிரச்சினைன்னு அவனுக்கு புரிஞ்சி போயிடுது. மெதுவா முதலாளி அறைக்கு போய் நான் சிங்கமா நடிக்கறேன்னு தைரியமா சொல்றான். முதலாளிக்கு எரிச்சலா இருக்குது. நடிப்பைப் பத்தி உனக்கு என்ன தெரியும், ஓடிப் போயிடுன்னு முதல்ல அவன அவரு விரட்டறாரு. ஆனால் அந்த ஃபயர்மேன் அதப்பத்தி கொஞ்சம் கூட கவலைப்படாம, இங்க நடந்த ஒத்திகையை தினமும் நான் பாத்துகிட்டுதான் இருந்தேன். என்னால நிச்சயமா சிங்கம் பாத்திரத்துல சிறப்பா செய்யமுடியும்னு சொல்றான். உங்களுக்கு விருப்பமிருந்தா நான் ஒருமுறை செஞ்சி காட்டறேன்னு சொல்றான்.”

“அவனுக்கு வாய்ப்பு கிடைக்குதா?”

“முதலாளிக்கு அவன விட்டா வேற வழியே இல்லை. சரி, செய் பார்ப்போம்னு சொல்றாரு. அவன் மேக்கப் எதுவும் போடாம, இதுக்கு முன்னால சிங்கமா நடிச்ச பையன் செஞ் சதயெல்லாம் ஒன்னுவிடாம செய்யறான். கடைசியா பாறை யிலேருந்து கீழ விழற காட்சியிலயும் தத்ரூபமா நடிக்கறான். உண்மை யிலயே அப்ப அவனுக்கு அடிபட்டுடுது. கால்ல காயம். ஒரு பல் உடைஞ்சிடுது. ஆனா எதயும் காட்டிக்காம எழுந்து வரான் அவன். முதலாளியும் மத்தவங்களும் கைதட்டி அவனப் பாராட்டறாங்க. நீதான்டா சிங்கம்னு சொல்லி தட்டிக் குடுக்கிறாங்க. காட்சிய ஆரம்பிக்கறதுக்கு இன்னும் கொஞ்ச நேரம்தான் இருக்குது. சரி, போய் மேக்கப் போட்டுக்கோன்னு சொல்றாரு முதலாளி. சிங்கமா நடிக்கிற வாய்ப்பு தனக்கு கிடைச்சிருக்குதுங்கறதயே அவனால நம்பமுடியலை. ஒரே சந்தோஷத்துல மிதக்கிறான். அடுத்த நொடி எனக்கு ஒரு அரமணி நேரம் டைம் குடுங்க சார், மின்னல் வேகத்துல திரும்பி வந்து மேக்கப் போட்டுக்கறேன்னு முதலாளிகிட்ட சொல்லிட்டு ஓடறான். டேய்டேய்னு கூப்ட்டு நிறுத்தறதுக்குள்ள அவன் வெளியே ஓடிப் போயிடறான்.

“அந்த அளவுக்கு அவசரமா எங்க போறான்?”

“அத அவன் அங்க யாருக்குமே சொல்லலை. அவன் ஒரு பொண்ணக் காதலிக்கறான். அவள் ராணுவத்துல வேலை செய்ற பொண்ணு. தியேட்டர்ல வேலை முடிஞ்சி ராத்திரி வேலையில வீட்டுக்குத் திரும்பி நடக்கற சமயத்துல ராணுவக்காரங்க அவன்

மேல சந்தேகப்பட்டு அழைச்சிட்டுப் போறாங்க. போன எடத்துல அவன அந்த பொண்ணுதான் விசாரிக்கிறா. கடைசியா அவன விட்டுடறாங்க. தெனமும் அந்த வழியா போற ஆள்ங்கறதால ரெண்டு பேரும் அடிக்கடி பார்த்துக்கறாங்க. பேசிக்கிறாங்க. அவள ஒருதலையா அவன் காதலிக்கிறான். அவள்கிட்ட தன் காதலை சொல்லவும் செய்யறான். ஆனா அவள் பதில் சொல்லலை. இழுத்தடிக்கிறா. சாதாரண ஃபயர்மேனா இருக்கிறதாலதான் தன்னை அவள் மதிக்கலையோன்னு அவனுக்குள்ள ஒரு சந்தேகம். அதனால ஒரு நடிகனா தன்னை காட்டிக்கணும்னு ஆசைப்படறான். நாடகத்துல சிங்கமா நடிக்கிறத சொல்லி எப்படியாவது அவள் மனத்துல இடம் புடிச்சிடணும்ங்கற எண்ணம் அவனுக்கு. அதனால அவளத் தேடி அவ வீட்டுக்கே போய் செய்தியைச் சொல்லறான். அவளுக்காக ஒரு இலவச பாஸ் கொடுக்கிறான். அவளும் நாடகம் பார்க்க வரேன்னு சொல்லி அனுப்பிடறா. அந்த சந்தோஷத்துல இன்னும் கொஞ்சம் மிதக்க ஆரம்பிச்சிடறான் அவன்."

"நாடகம் நடந்ததா இல்லையா?"

"அது எப்படி நடக்காம போகும்? அவன் வேகமா வந்து மேக்கப் போட்டுக்கிறான். சிங்கத்துடைய தோலை போர்த்திகிட்டதும் அவனுக்கு சிங்கமாவே மாறிட்டமாதிரியே இருக்குது. அவனுடைய காதலி முதல் வரிசையில வந்து உக்காந்தத அவன் மேடைக்கு பின்னால இருந்து பாக்கறான். அவனுக்கு ரொம்ப சந்தோஷமா இருக்குது. கொஞ்ச நேரத்துல அரங்கம் நிறைஞ்சிடுது. அரசாங்க அதிகாரியும் வந்துடறாரு. நாடகம் தொடங்குது. அவன் ஆவலா எதிர்பார்த்திட்டிருந்த கடைசிக்காட்சி வருது. அவன் சிங்கம் மாதிரி கர்ஜனை செஞ்சிகிட்டே மேடைக்கு அடிமேல அடிவச்சி வரான். அவனுடைய பார்வை அவன் காதலி மேலயே இருக்குது. மெதுவா பள்ளத்துல எறங்கி மேட்டுல ஏறற மாதிரி நடந்து மெதுவா பாறை மேல ஏறி நிக்கறான். சிங்கம் மாதிரியே அவன் செய்யறத பார்த்துட்டு அரங்கத்துல இருந்தவங்க கைதட்டி பாராட்டறாங்க. கடைசி நிமிடத்துல கதாநாயகி சிங்கத்த குறிபார்த்து ஈட்டிய வீசறா. அப்ப ஒரு நொடி அவனுக்கு தடுமாற்றமா இருக்குது. காதலியையும் தரையையும் மாறிமாறி பார்க்கிறான். மொத்த அரங்கமே தன்னைத்தான் பார்க்குதுங்கறத அவன் புரிஞ்சிக்கிறான். உடனே சிங்கம் மாதிரி அலறிகிட்டே பாறை உச்சியிலிருந்து தொபீர்னு கீழ விழறான். ஒரே கைத்தட்டல். அவன் காதலியும் கைதட்டி ஆரவாரம் செய்யறா. ஆனா அதை அவன் பார்க்கிறதுக்குள்ள திரை விழுந்துடுது. அவனுக்கு பலமான அடி. அதை பத்தி யாரும் கவலைப்படலை. ஒருவழியா

நாடகம் நல்லபடியா நடந்து முடிஞ்சிதேன்னு எல்லாரும் நிம்மதியா இருந்தாங்க. அதோடு கதை முடியுது."

அந்தக் கதை எனக்கு மிகவும் பிடித்துவிட்டது. "அருமையான கதை சார். ஜாம்யாட்டின் தொகுப்பு எங்கயாவது கிடைக்குதான்னு தேடிப் படிக்கணும்னு தோணுது. பெரிய முயற்சியெல்லாம் எதுவும் இல்லாம, கதைக்குள்ள பல அடுக்குகள் அழகா உருவாகியிருக்குது. ஒரு சாதாரண ஃபயர்மேன ஒரு சிங்கமா எல்லாரும் ஏத்துக்கிற தருணத்த அற்புதமா காட்டியிருக்காரு ஜாம்யாட்டின். அற்புதமான கலைஞர்தான் அவர். துளிகூட சந்தேகமே வேணாம்."

கடையிலிருந்து வெளியேறி வீட்டை நோக்கி நடக்கத் தொடங்கினோம். ஜாம்யாட்டின் பற்றியும் ஜார்ஜ் ஆர்வெல் பற்றியும் இன்னும் கொஞ்சம் விரிவான தகவல்களைச் சொல்லத் தொடங்கினார் விட்டல்ராவ்.

❖

யாழ்ப்பாணத்தென்னை

இந்தியா பாகிஸ்தான் பிரிவினையைப்பற்றி ஒருநாள் விட்டல்ராவும் நானும் உரையாடிக்கொண்டிருந்தோம். மெல்ல மெல்ல அது நீண்டு, பிரிவினையை முன்வைத்து எழுதப்பட்ட நாவல்களைப்பற்றியும் சிறுகதைகளைப்பற்றியதுமாக மாறியது. மிண்ட்டோ எழுதிய பல சிறுகதைகளை தன் நினைவிலிருந்து சொன்னார் விட்டல்ராவ். குஷ்வந்த் சிங் எழுதிய 'பாகிஸ்தானுக்குப் போகும் ரயில்' நாவலை மிகமுக்கியமான படைப்பு என்று குறிப்பிட்டுச் சொன்னார். அந்த நாவல் திரைப்படமாக வந்திருப்பதையும் அதற்கு அக்காலத்தில் கிடைத்த வரவேற்பைப்பற்றியும் குறிப்பிட்டார். கன்னட இயக்குநரான எம்.எஸ். சத்யு இந்தியில் இயக்கிய 'கரம் ஹவா' என்னும் திரைப்படத்தைப் பார்த்த நினைவுகளை நான் பகிர்ந்துகொண்டேன்.

சில வாரங்களுக்கு முன்பு படித்துமுடித்திருந்த ஒரு நாவல் எனக்கு அப்போது எதிர்பாராத விதமாக நினைவுக்கு வந்தது. அது போல்வார் மஹம்மது குன்ஹி என்னும் எழுத்தாளர் கன்னடத்தில் எழுதிய நாவல். இறையடியானின் மொழிபெயர்ப்பில் 'முத்துப்பாடி சனங்களின் கதை' என்னும் தலைப்பில் சாகித்திய அகாதெமி வெளியிட்டிருந்தது. உடனே அதைப்பற்றி சொல்லத் தொடங்கினேன்.

"தேசம் ரெண்டா பிரியற சமயத்துல ஒரு இந்து குடும்பத்தைச் சேர்ந்த ரெண்டு பெண்கள் லாகூர்லேருந்து கிளம்பி இந்தியாவுக்கு வராங்க. அவுங்களுக்கு பாதுகாப்பா அந்த குடும்பத்துல வேலை செஞ்ச சாந்த் அலின்னு ஒரு முஸ்லிம் இளைஞனும் வேண்டா வெறுப்பா வரான். அந்தப் பொண்ணுங்கள விட்டுட்டு எப்படியாவது பாகிஸ்தானுக்கு உடனே திரும்பிடணும்ங்கறதுதான் அவனுடைய ஒரே

நோக்கம். ஆனா அது நடக்கலை. கலவரங்களுக்குள்ள மாட்டிக்கறான். தப்பிக்கிறதுக்காக எங்க எங்கயோ ஓடறான். அடைக்கலம் தேடி ஒரு மசூதிக்குள்ள கொஞ்சநாள் தங்கறான். அப்புறம் தில்லியிலேருந்து கிளம்பி எங்க எங்கயோ அலைஞ்சி கடைசியா கர்நாடகத்துக்குள்ள முத்துப்பாடின்னு ஒரு கிராமத்துக்குள்ள வந்து சேர்றான். அப்பவும் அவன் மனம் லாகூரயே நினைச்சிட்டிருக்குது. திரும்பி போகறதுக்காக நாப்பது அம்பது வருஷம் தொடர்ந்து முயற்சி செஞ்சிகிட்டே இருக்கிறான். அவனுடைய ஆசை நிறைவேறவே இல்லை. இதுக்கு நடுவுல இந்தியாவுல நடக்கற பல விஷயங்கள் அவன் மனச பாதிக்குது. அவனுக்குள்ள சின்னச் சின்ன மனமாற்றங்கள் நடக்குது. வயசான காலத்துல எல்லாத்தயும் மனசுக்குள்ள தொகுத்துப் பார்த்துக்கறான். அப்படித்தான் நாவலுடைய கதையமைப்பு இருக்குது."

"இறையடியான் எனக்கும் அந்த நாவல் அனுப்பி வச்சிருக்காரு பாவண்ணன். ஆயிரம் பக்கத்துக்கு மேல இருந்ததால அப்படியே எடுத்து வச்சிருக்கேன். நீங்க சொல்ற கதையை கேட்கும்போது படிச்சி பாக்கணும்ன்னு தோணுது."

சொல்லிக்கொண்டே அறைக்குள் சென்று முத்துப்பாடி சனங்களின் கதை புத்தகத்தை எடுத்து வந்து மேசை மீது வைத்தார் விட்டல்ராவ். "அவசியம் படிச்சி பாருங்க சார்" என்றேன். சரி என்பதுபோல தலையசைத்துக்கொண்டார் விட்டல்ராவ்.

"லாகூர் ஏதோ ஒரு மூலையில இருக்குது, கர்நாடகம் இன்னொரு மூலையில இருக்குது. ஒரு மனிதன் வாழ்க்கையை அமைச்சிக்கறதுக்காக எதிர்கொள்ற கஷ்டங்கள நெனச்சாலே வேதனையா இருக்குது சார்."

"இடப்பெயர்ச்சிங்கறது மனித வாழ்க்கையுடைய இயல்புதான பாவண்ணன். ஆதிகாலத்துலேருந்து அப்படித்தானே மனிதகுலம் வளர்ந்து வருது. இதுல வருத்தப்பட என்ன இருக்குது?"

"நீங்க சொல்றது உண்மைதான். அது எனக்கு புரியுது. ஒரே நாட்டுக்குள்ள இடம் மாறி வாழறவங்க இருக்கலாம். ஆனா உயிர் வாழறதுக்காக ஒரு நாட்டைவிட்டு இன்னொரு நாட்டுக்குள்ள வந்து வாழற வேதனைய நெனச்சிப் பார்க்கும்போது கொஞ்சம் சங்கடமா இருக்குது. அவ்ளோதான். சமீபத்துல யாத்வஷேம்னு ஒரு கன்னட நாவல் தமிழ்ல வந்தது. அதுலயும் இதே போலத்தான். ஒரு யூத அப்பா தன் மகளோடு ஜெர்மனியிலிருந்து தப்பிச்சி இங்க பெங்களூருக்கு வந்து வாழற மாதிரி எழுதியிருப்பாங்க. அவரும் அப்படித்தான். ஜெர்மனிக்கு திரும்பி போகணும் திரும்பி போகணும்னு சொல்லிட்டே இருப்பார். கடைசியில இங்கயே செத்துப் போயிடுவாரு."

விட்டல்ராவ் எந்தப் பதிலும் பேசாமல் என்னையே பார்த்துக்கொண்டிருந்தார். நானும் துண்டுதுண்டாக நினைவுக்கு வந்ததையெல்லாம் அவரிடம் சொன்னேன். முடிவில் ஏதோ ஒரு சந்தேகமுடன் “நீங்க சென்னையில இருக்கும்போது இப்படி யாராவது பிரிவினை சமயத்துல பாகிஸ்தானிலிருந்து வந்தவங்கள பார்த்திருக்கீங்களா சார்?” என்று கேட்டேன்.

விட்டல்ராவ் என்னைப் பார்த்து அமைதியாகப் புன்னகைத்தார். “நிறைய பேர் இருந்தாங்க பாவண்ணன். பொதுவா அவுங்க யாரும் வெளியில சொல்றதில்லை. எல்லாருக்குள்ளயும் ஒரு தயக்கம் இருக்கும். சதீஷ்குமார்னு எனக்கு ஒரு நண்பர் இருந்தார். பாகிஸ்தான்ல லாகூர்ல இருந்தவர். பஞ்சாபி இந்து. அவர் மனம் திறந்து என்கிட்ட எல்லாத்தயும் சொல்லியிருக்கார்.”

“இன்னும் இருக்காரா?”

விட்டல்ராவ் ஒருகணம் யோசனையில் மூழ்கினார். “பெங்களூருக்கு வந்த பிறகு எல்லாத் தொடர்பும் விட்டுப் போயிட்டுது. சரியா தெரியலை. இருக்கிறதுக்கான வாய்ப்பு குறைவுதான்னு தோணுது.”

அவரை மேலும் பேசவைக்க வேண்டும் என்னும் எண்ணத்தோடு அவரப் பத்தி இன்னும் விவரமா சொல்றீங்களா சார்?” என்று கேட்டேன்.

“சதீஷ் பாகிஸ்தான்லேருந்து நேரிடையா சென்னைக்கு வந்தவரில்லை. டில்லி, கல்கத்தா, பம்பாய், பெங்களூருன்னு பல இடங்கள்ல அலைஞ்சி திரிஞ்சிட்டு கடைசியா சென்னைக்கு வந்து சேர்ந்தவர்.”

“எப்படி இருந்தா என்ன சார்? பாகிஸ்தான்லேருந்து வந்திருக்கார். அதுதான முக்கியம். கொஞ்ச காலத்துக்கு முன்னால அத்வானியுடைய சுயசரிதையை படிக்கிற வாய்ப்பு கிடைச்சிது. அவரும் பிரிவினை சமயத்துல லாகூர்லேருந்து வந்தவர்தான். அந்தப் பிரிவினை பகுதியை மனச தொடறமாதிரி அதுல எழுதியிருந்தாரு.”

“சதீஷ் நல்லா படிச்சவர். நல்ல புத்திசாலி. பட்டதாரி. ஏதோ ஒரு கம்பெனியில வேலை செஞ்சிட்டிருந்த சமயத்துல பிரிவினை உருவாயிடுச்சி. எல்லாத்தயும் அங்கயே விட்டுட்டு ஒரே ராத்திரியில அகதியா டில்லிக்கு வந்துட்டார். ஆரம்பத்துல ரொம்ப கஷ்டப்பட்டார். உயிர் வாழறதுக்காக கிடைச்ச வேலையை எல்லாம் செஞ்சிருக்காரு. டில்லியில அவருக்கு சரியான வாய்ப்புகள் அமையலை. அதனால கல்கத்தாவுக்கு போயிட்டாரு.

அங்க ஏதோ ஒரு பத்திரிகை ஆபீஸ்ல கொஞ்ச காலம் வேலை செஞ்சாரு. போன இடத்துல ஒரு வங்காளிப்பொண்ண காதலிச்சி கல்யாணம் செஞ்சிகிட்டாரு. அந்த அம்மா பேரு ஸ்வரூபராணி. குழந்தை பிறந்து குடும்பம் பெரிசாயிட்டுது. இன்னும் கொஞ்சம் கூடுதல் வருமானமுள்ள வேலை கிடைச்சா நல்லா இருக்கும்ன்னு நெனச்சி, வாய்ப்புகளைத் தேடி பம்பாய்க்கு வந்துட்டாரு."

"மறுபடியும் பத்திரிகைத்தொழில்தானா?"

"அப்படித்தான் கொஞ்ச காலம் ஏதோ ஒரு பத்திரிகையில வேலை செஞ்சிருக்காரு. திடீர்னு சொந்தமா ஒரு பத்திரிகைய ஆரம்பிச்சி நடத்திப் பார்க்கலாம்ன்னு ஒரு வேகம் வந்துட்டுது. உடனே கையில இருந்த பணத்தைப் போட்டு ஃபில்ம் இந்தியான்னு ஒரு சினிமா பத்திரிகையை ஆரம்பிச்சாரு."

"சினிமா பத்திரிகையா?"

"ஆமாம். அந்தக் காலத்துல அதுக்குத்தான் வரவேற்பு அதிகமா இருந்தது. ஓரளவு சொல்லிக்கிற அளவுக்கு நல்ல வரவேற்பு கிடைச்சிது. ஆனா ரெண்டே ரெண்டு இஷ்யுதான் கொண்டுவந்தாரு. ஒருநாள் திடீர்னு ஒரு கோர்ட் நோட்டீஸ் வந்தது. ஃபில்ம் இந்தியாங்கற பேருல வேற ஒருத்தர் அதே பம்பாய்ல பத்திரிகை நடத்தறாரு. அவரு பேர் பாபுராவ் படேல். என்னுடைய பத்திரிகை பேருலயே இன்னொரு பத்திரிகையை எப்படி நடத்தமுடியும்னு கோர்ட் மூலமா நோட்டீஸ் அனுப்பிவச்சிட்டாரு. உடனே சதீஷ் பதறியடிச்சிகிட்டு அந்த வக்கீல போய்ப் பாத்தாரு. உண்மையிலயே உங்க பத்திரிகைய பத்தி எனக்கு ஒன்னும் தெரியாது. நான் அதைப் பார்த்ததே இல்லை. ஏதோ ஒரு யோசனையில என் மனசுல உதிச்ச கற்பனைப்பேருதான் அது. உடனே மாத்திடறேன், மன்னிச்சி விட்டுடுங்கன்னு கேட்டிருக்காரு. அந்த வக்கீல் அவர அழைச்சிம்போய் படேல் முன்னால நிறுத்திட்டாரு. சதீஷ் சொன்னதயெல்லாம் படேல் கேட்டுகிட்டார். பாகிஸ்தான்லேருந்து வந்த கதையையெல்லாம் கேட்டு அவருக்கு மனசு என்னமோ மாதிரி ஆயிடுச்சி. நல்ல ஆள்தான், வேணும்ன்னே உள்நோக்கத்தோடு எந்த தப்பும் செய்யலைங்கறத புரிஞ்சிகிட்டாரு. சதீஷ்க்கு அன்னைக்கு அவரு வீட்டுலதான் சாப்பாடு. சினிமா மட்டுமில்லாம, அரசியல், நகைச்சுவை, மருத்துவம்னு பல கலவையான சங்கதிகளைக் கொண்டதா நான் என் பத்திரிகைய மாத்தப் போறேன். அதனால பத்திரிகை பேரயும் மதர் இந்தியான்னு மாத்திக்கப் போறேன். ஃபில்ம் இந்தியா பேர நீயே வச்சிக்கோன்னு சொல்லி அனுப்பி வச்சிட்டார். சொன்னது

மாதிரியே டைம்ஸ் ஆஃப் இந்தியாவுல ஒரு டிக்ளரேஷன எழுதி வெளிப்படையாவே பப்ளிஷ் பண்ணிட்டாரு."

"அதுக்கப்புறம் சதீஷ் பத்திரிகைய தொடர்ந்து நடத்தினாரா? இல்லை, பயந்துபோய் விட்டுட்டாரா?"

"இல்லை இல்லை. தைரியமாவே நடத்தினாரு. பாபுராவ் படேலுடைய டிக்ளரேஷன் சதீஷுடைய பத்திரிகைக்கு நல்ல விளம்பரமா அமைஞ்சிட்டுது. அஞ்சாறு வருஷம் நல்ல வெற்றிகரமாவே அந்தப் பத்திரிகைய நடத்தினார்."

"அதுக்கப்புறம்?"

"எல்லாமே சித்தம் போக்கு சிவன் போக்கு மாதிரிதான். பெங்களூருக்குப் போனால், பம்பாய்ல இருக்கிறதைவிட சிறப்பா இருக்கலாம்னு யாரோ சொல்லியிருக்காங்க. உடனே குடும்பத்தோடு பெங்களூருக்கு வந்துட்டாரு. அப்ப ஒருநாள் அவர் ஆபீஸ்ல இருந்த சமயத்துல ஒரு தமிழ் பையன் வேலை தேடி வந்தான். படிப்பு என்னமோ எஸ்.எஸ்.எல்.சி.தான். ஆனா கையெழுத்து மணிமணியா இருந்தது. அதைப் பார்த்ததுமே அவனை வேலைக்கு வச்சிகிட்டாரு சதீஷ். மூனு வேளை சாப்பாடும் தங்கறதுக்கு இடமும் கொடுத்தாரு. அவன் சந்தோஷமா அவரோடயே ஒட்டிகிட்டான்."

"அந்தப் பையன் பேரு?"

"ரங்கராஜன். அப்ப பால்ராஜ்னு ஒரு பெரிய ஆர்ட்டிஸ்ட் இருந்தார். ஓய்வு நேரத்துல ரங்கராஜன் அவருகிட்ட போய் எழுத்து, ஓவியம்லாம் கத்துகிட்டான். இயற்கையான கெட்டிக்காரன்ங்கறதால குறைஞ்ச காலத்துலயே எல்லா நுட்பங்களையும் அவன் தெரிஞ்சிக்கிட்டான். ரங்கராஜன் திறமையை பயன்படுத்தி கார்ட்டூன் படங்கள் தயாரிப்புல ஈடுபடலாம்னு ஒருநாள் சதீஷ் மனசுல ஒரு திட்டம் உருவாச்சி. உடனே குடும்பத்தயே மெட்ராஸ்க்கு அழைச்சிட்டு வந்துட்டார்."

"மறுபடியும் ஒரு இடமாற்றமா"

"ஆமாம். அதுக்கெல்லாம் அவர் தயங்கற ஆளே இல்லை. பல்லாவரம் பக்கத்துல பெரிய பெரிய பங்களாக்கள் அந்த காலத்துல வாடகைக்கு கிடைச்சிது. அதுல ஒரு பங்களாவ வாடகைக்கு எடுத்து சதீஷ் குடும்பத்தை இடம் மாத்திட்டாரு."

"பல்லாவரத்துல பங்களாவா?"

“எல்லாமே வெள்ளைக்காரங்க காலத்துல உருவான பங்களாக்கள். ஆபீசர்ஸ் க்வார்ட்டர்ஸ். ஆபீசர்ஸ் லயன்ஸ், வெட்டரன்ஸ் லயன்ஸ்னு ரெண்டு பிரிவா இருக்கும். வெள்ளைக்காரங்க போன பிறகு அந்த இடத்துல ஆங்கிலோ இந்தியன்ஸ் இருந்தாங்க. அவுங்களும் ஆஸ்திரேலியா, கனடான்னு கௌம்பிப் போன சமயத்துல இங்க இருந்த இந்தியர்களுக்கே வித்துட்டு போயிட்டாங்க. வாங்கன ஆளுங்க இப்படி வாடகைக்கு விட்டு சம்பாதிச்சாங்க. அப்படி ஒரு பங்களாவுக்குத்தான் நம்ம சதீஷ் வந்தாரு. ஆனா ரங்கராஜனை அவர் தன்னோடு தங்க வச்சிக்கலை. ஜெமினி ஸ்டுடியோவுல பிக்ஸ்னு ஒரு பணக்கார கிறிஸ்டியன் டெக்னிஷியனா இருந்தாரு. அவருக்கு சொந்தமான ஒரு பங்களா வேற இடத்துல இருந்தது. அவருடைய அவுட் ஹவுஸ் வாடகைக்குக் கிடைச்சிது. அதுல ஒரு ஸ்டுடியோ உருவாக்கி, அங்கயே ரங்கராஜன தங்க வச்சிகிட்டாரு.”

“ஸ்டுடியோவா?”

“ஆமாம். கார்ட்டூன் படங்கள் உருவாக்குற ஸ்டுடியோ. முதல்ல பத்து பத்து நிமிஷம் ஓடறமாதிரியும் ஸ்கூல், காலேஜ்களுக்கு பயன்படுகிறமாதிரியும் ஜுவாலஜி, பாட்டனி தொடர்பான கார்ட்டூன் படங்கள உருவாக்கினாங்க. எல்லாமே ரங்கராஜனுடைய உழைப்பு. அவருக்காக ஸ்பெஷல் காமிரா, ஸ்பெஷல் எக்யுப்மெண்ட்ஸ் எல்லாத்தயும் வாங்கிக் கொடுத்தாரு சதீஷ். ரங்கராஜுடைய உழைப்பும் கற்பனையும் ஒரு பக்கம், சதீஷுடைய மூலதனம் இன்னொரு பக்கம். ரெண்டும் சேர்ந்து அந்த நிறுவனத்தை கொஞ்சம் கொஞ்சமா மேல எடுத்துட்டு போச்சி.”

“சதீஷ் உண்மையிலயே விசித்திரமான மனிதர்தான். புதுசா ஒரு விஷயத்தை தொடங்கறதுக்கே சாதாரணமா தைரியம் வேணும்னு சொல்வாங்க. தொடர்ச்சியா அதை நடத்தி வெற்றிகரமானதா மாத்தறதுக்கு இன்னும் பல மடங்கு தைரியம் வேணும். கேக்கறதுக்கே ஆச்சரியமாதான் இருக்குது.”

“ரங்கராஜனும் ஆச்சரியமான மனிதர்தான். தன்னுடைய திறமையை வளர்த்துக்கிற எல்லா வாய்ப்புகளையும் அவரு பயன்படுத்திகிட்டாரு. அப்ப மெட்ராஸ் ஆர்ட் க்ளப்னு ஒரு க்ளப் இருந்தது. ஓவியம் போடுகிறவர்களுக்கான இடம். அச்சுதன் கூடலூர், பாலன் நம்பியார், தோட்டாதரணி எல்லாரும் அங்கதான் இருப்பாங்க. நான் அதுல மெம்பரா இருந்தேன். பகல்ல டெலிபோன் எக்ஸ்சேஞ்ச்ல

வேலை செஞ்சிட்டு சாயங்காலத்துல க்ளப்க்கு போய் ஓவியங்கள் போடுவேன். ரங்கராஜன் அந்த க்ளப்ல மெம்பரா வந்து சேர்ந்தார். அங்கதான் நாங்க ரெண்டு பேரும் சந்திச்சிகிட்டோம். பார்த்த முதல் நாள்லயே நாங்கள் நண்பர்களாயிட்டோம்.”

“ஓ. அதுதான் தொடக்கப்புள்ளியா?”

“ஆமாம். ராத்திரி எட்டரைக்கு ப்ராக்டிஸ் முடியும். அதுக்கப்புறமா க்ளப்லேருந்து வெளியே வந்து ரெண்டு பேரும் ஒரு டீக்கடையில டீ குடிப்போம். அங்கேருந்து பஸ்ஸோ ட்ரெய்னோ புடிச்சி எக்மோர் வரைக்கும் ஒன்னா பேசிகிட்டே வருவோம். எங்க ரெண்டு பேருக்குமே கல்யாணம் ஆகாத காலம் அது. பேச்சு. பேச்சு. அது ஒன்னுதான் எங்களுக்கு பெரிய துணை. சதீஷுடைய கதை, தன்னுடைய கதை எல்லாத்தயும் அப்பதான் ரங்கராஜன் சொன்னார்.”

“சதீஷ நேருக்கு நேரா சந்திக்கிற வாய்ப்பு கிடைச்சதா, இல்லையா?”

“ரங்கராஜன் அறிமுகம் கிடைச்ச ரெண்டு மூனு வாரத்துலயே எனக்கு அந்த வாய்ப்பு கிடைச்சிது. ஸ்டுடியோவுல தனியாதான் தங்கி யிருக்கேன், ஒரு ஞாயித்துக்கெழமையில வாங்க, பேசிட்டிருக்கலாம்ன்னு ரங்கராஜன் கூப்ட்டாரு. நானும் போயிருந்தேன். தோப்பும் தொரவுமா அந்த இடம் ரொம்ப அழகா இருந்தது. அப்படி போயிருந்த சமயத்துலதான் ஒருமுறை அந்த ஸ்டுடியோவுல சதீஷ பார்த்தேன். ரங்கராஜன்தான் என்னை அவருக்கு அறிமுகப்படுத்தினாரு. ஆர்ட்டிஸ்ட்னு மட்டும் சொல்லியிருந்தா பரவாயில்லை, டெலிபோன்ஸ்ல வேலை செய்யறவர்னு சொல்லிட்டாரு. உடனே வழக்கம்போல எல்லாரும் ஆரம்பிக்கிறமாதிரி டெலிபோன் டிப்பார்ட்மென்ட்டால தனக்கு உருவான சங்கடங்களையெல்லாம் பட்டியல் போட ஆரம்பிச்சிட்டாரு. ரொம்ப நாளா அவருடைய லைன் வேலை செய்யலை. அது பெரிய மனக்குறை அவருக்கு. அவருடைய லைன் தாமஸ் மௌண்ட் எக்சேஞ் ச் கண்ட்ரோலுக்குள்ள இருக்கிற இடம்தான். அங்க தெரிஞ்சவங்க ரெண்டு மூனு பேரு இருந்தாங்க. அவுங்களுக்கு சொல்லி லைன சரி பண்ணிட்டேன். சதீஷுக்கு ரொம்ப சந்தோஷம். ரொம்ப பிரியமா பேச ஆரம்பிச்சிட்டாரு. ஒருநாள் நீங்களும் ஆர்ட்டிஸ்ட்தான, உங்களால முடிஞ்ச அளவுக்கு ரங்கராஜனுக்கு உதவி செய்ங்களேன்னு ரொம்ப நெருக்கமாவே கேட்டார் சதீஷ். நானும் தாராளமா செய்றேன் சார்னு சொல்லிட்டு வந்துட்டேன்...”

“என்ன மாதிரியான உதவி?”

“கார்ட்டூன் படங்கள் மட்டுமில்லாம சினிமாவுக்கு டைட்டில் ஓர்க் பண்ற வேலையையும் சதீஷ் எடுத்து செஞ்சிகிட்டிருந்தாரு. ரங்கராஜனுக்கு அதுல நான் உதவி செஞ்சேன்.”

“புரியுது சார்.”

“சில சினிமா டைட்டில்ஸ்ல வெறும் எழுத்து வேலை மட்டும் இருக்கும். எக்ஸ்ரே ஃபிலிம ஒரு சொல்யூஷனுக்குள்ள போட்டு எடுத்துட்டா கண்ணாடி மாதிரி இருக்கும். அத ஷெல்னு சொல்வாங்க. அதுலதான் டைட்டில்ஸ் எழுத்துகளை எழுதணும். சில டைரக்டர்கள் அந்த எழுத்துகளோடு அங்க அங்க கொஞ்சம் ஆர்ட் வொர்க்கயும் சேர்த்துக்க சொல்வாங்க. அப்ப நம்ம திறமைக்கு கொஞ்சம் கூடுதல் வேலை இருக்கும். இன்னும் சில டைரக்டர்கள் ஒவ்வொரு டைட்டில்க்கும் ஒருசில நொடிகள் ஓடக்கூடிய அனிமேஷன் படம் சேர்ந்து வந்தா நல்லதுன்னு சொல்வாங்க. அப்ப இன்னும் கொஞ்சம் வேலை கூடுதலாகும். ஒரு ஓவியத்துக்குள்ள இருக்கிற உருவம் முகத்தை திருப்பறமாதிரி காட்டணும்ன்னா ஒரே ஓவியத்தை வெவ்வேற கோணங்கள்ல பத்து பதினஞ்சி படங்கள் வரையணும். எல்லாத்தயும் இணைக்கும்போது இயற்கையான அசைவுத்தன்மை உருவாகணும். அதுலதான் கலைநுட்பம் இருக்கும்.”

“ஆமாமாம். நீங்க சொல்றது உண்மைதான். அப்படி சில திரைப்படங்களுடைய டைட்டில்ஸ்கள பாத்திருக்கேன்.”

“ஷரபஞ்சரான்னு ஒரு கன்னடப்படம். புட்டண்ணா கனகல் டைரக்டர். அதுல ரங்கராஜனோடு சேர்ந்து நானும் வேலை செஞ்சேன். டைட்டில் முடிஞ்சி ரஷ் போட்டு பாக்கறதுக்கு புட்டண்ணாவே அப்ப அந்த ஸ்டுடியோவுக்கு வந்திருந்தார்.”

“வேற என்னென்ன படங்கள்ல வேலை செஞ்சீங்க?”

“அழகுள்ள சலீனான்னு சேதுமாதவனுடைய படம் ஒன்னு. அதுக்கப்புறம் அத்தையா மாமியான்னு ஒரு தமிழ்ப்படம். அந்த நேரத்துல சதீஷ் பல்லாவரம் பங்களாவ விட்டுட்டு சாலிகிராமத்துல நடிகர் எஸ்.எஸ்.ஆர்.க்கு சொந்தமான ஒரு பங்களாவுக்கு இடம்மாறி போயிட்டாரு. ஸ்டுடியோவும் அங்க போயிடுச்சி. நானும் திருமணம், இல்லறவாழ்க்கைன்னு ஆரம்பிச்சி வேற திசையில போயிட்டேன். எழுத்து வேலையில பிசியாயிட்டேன். ஆதம்பாக்கத்துல ஒரு மனை வாங்கி ஆபீஸ்ல லோன் போட்டு வீடு கட்டினேன். வருஷங்கள்

ஓடி போச்சி. எங்களுக்கு குழந்தை பொறந்த நேரம். சதீஷ்க்கும் ரங்கராஜனுக்கும் சொல்லிட்டு வரலாம்ன்னு ஒருநாள் அவுங்க பங்களாவ தேடி போயிருந்தேன். அந்த பங்களாவே ஒரு பெரிய தென்னந்தோப்புக்கு நடுவுல இருக்கும்."

"உல்லாச பங்களா மாதிரி இருக்குமா?"

"ஆமாம். அந்த தோப்பு முழுக்க யாழ்ப்பாணத்தென்னைகள். ஏதோ ஒரு காலத்துல யாழ்ப்பாணத்திலிருந்து எப்படியோ எடுத்து வந்து நட்டிருக்காங்க. ஒவ்வொரு காயும் நம்ம ஊரு காய் அளவுல நாலு காய சேத்தமாதிரி இருக்கும். அவ்வளவு பெரிசு. நான் போன நேரத்துல சதீஷ் வெளியேதான் உக்காந்திருந்தாரு. என்ன பார்த்ததும் வா வான்னு ரொம்ப சந்தோஷமா சொன்னாரு. அவருகிட்ட குழந்தை பிறந்த செய்தியை சொன்னேன். அதக் கேட்டு ரொம்ப சந்தோஷப்பட்டாரு. வீட்டுக்குப் பின்னால இருந்து ஒரு தென்னங்கன்ன எடுத்து வரச் சொன்னாரு. கீழ உழற தேங்காயை அங்க யாரும் எடுக்கமாட்டாங்க. நெத்துக்காயா இருந்தா, அது அப்படியே மண்ணுக்குள்ள போய், நல்லா ஊறி முளைவிட ஆரம்பிச்சிடும். அந்த மாதிரி ஒரு தென்னம்பிள்ளைய ஒருத்தரு அடிமண்ணோடு ஒரு பேப்பர வச்சி சுத்தி எடுத்துவந்து கொடுத்தாரு. எடுத்துக்கங்க விட்டல், பொண்ணு பொறந்த ஞாபகமா வீட்டுல நட்டு வைங்க. மங்களகரமா இருக்கும்ன்னு சொன்னாரு. நடறதுக்கு முன்னால செய்யவேண்டிய செய்முறைகள எல்லாம் விளக்கமா சொல்லி அனுப்பின்னாரு."

"தென்னம்பிள்ளைய நடறதுல என்ன செய்முறைகள்?"

"இருக்குது. இருக்குது. ஏராளமா இருக்குது. முதல்ல ரெண்டடி ஆழத்துல ரெண்டடிக்கு ரெண்டடி கணக்குல ஒரு குழி எடுக்கணும். அப்புறம் அத நாலஞ்சி நாள்ல வெயில்ல, காத்துல , வெளிச்சத்துல, இருட்டுல நல்லா ஆறப் போடணும். அதுக்கு மேல ஒரு அடி உயரத்துக்கு கல் உப்பு கொட்டி ரெண்டுமூனு நாள் விடணும். அதுக்கப்புறம் துண்டுதுண்டா சப்பாத்திக்கள்ளி, எருக்கஞ்செடி தழை, மணல் எல்லாத்தயும் போடணும். அப்புறம் காலை மாலை ரெண்டு வேளையும் குழியுடைய விளிம்பு வரைக்கும் தண்ணி நிக்கிறமாதிரி ஊத்தணும். எல்லாம் சேர்ந்து மக்கி மண்ணான பிறகு தென்னம்பிள்ளைய குழி நடுவுல நட்டு நல்லா அணைச்சமாதிரி மூடிவிடணும். இவ்வளவயும் சதீஷ் பொறுமையா ஒரு கிளிப்பிள்ளைக்கு

சொல்றமாதிரி சொல்லி அனுப்பினாரு. நானும் அதே மாதிரி செஞ்சி அந்தத் தென்னம்பிள்ளையை நட்டேன்.”

“எப்படி இருந்தது அதன் வளர்ச்சி?”

“அருமையாவே வளர்ந்தது. இருபது வருஷத்துல எங்க வீட்டைவிட உயரமா வளர்ந்து குலைவிட ஆரம்பிச்சிட்டுது. ஒவ்வொரு காயும் குடம் மாதிரி இருக்கும். அதனுடைய கொட்டாங்கச்சியில ஒரு ஆள் சோறு போட்டு சாப்புடலாம். அவ்வளவு அகலமா இருக்கும் அந்த ஓடு. காய்க்கிற பருவத்துல எங்க தெருவுல இருக்கிற எல்லாருக்கும் நாங்க காய்கள இலவசமாவே கொடுப்போம். அந்த தேங்காய்ல ஆட்டின எண்ணெயத்தான் வீட்டுல பயன்படுத்துவோம். எங்க வீட்டுக்கே அந்த யாழ்ப்பாணத்தென்னை ஒரு அடையாளமா இருந்தது.”

“இன்னும் இருக்குதா?”

விட்டல்ராவ் உதட்டைப் பிதுக்கினார். ஒரே கணத்தில் அவர் முகத்தில் சோர்வும் துயரமும் படிந்துவிட்டன. பெருமூச்சு விட்டபடி “பொண்ணுக்கு கல்யாணமாகி பெங்களூருக்குப் போயிட்டா. நானும் ரிட்டயர்டாயிட்டேன். கொஞ்ச காலம் அங்கயும் இங்கயுமா மாறி மாறி இருந்து பார்த்தோம். முடியலை. என் மனைவியுடைய உடல்நிலை நாளுக்கு நாள் பலவீனமா போயிட்டே இருந்தது. அதனால வீட்ட வித்துட்டு நாங்களும் பெங்களூருக்கே வரவேண்டிய அவசியம் வந்துட்டுது. எங்க வீட்ட வாங்கன ஆளுகிட்ட தென்னைமரத்தை பத்தி கதைகதையா சொல்லி கவனமா பாத்துக்கோப்பான்னு சொல்லிட்டுதான் வந்தோம். சரி சார் சரி சார்னு சொன்னதுக்கெல்லாம் தலைய ஆட்டினார் அவர். ஆனா அப்படி நடந்துக்கலை” என்றார்.

“ஏன், வெட்டிட்டாரா?”

“ஆரம்பத்துல எல்லாமே நல்லாதான் போயிட்டிருந்தது. பெங்களூருலேருந்து சென்னைக்கு போகிற ஒவ்வொரு தரமும் வீட்டுப் பக்கம் போய் அந்தத் தென்னைமரத்தை பார்த்துட்டு வருவேன். கொஞ்ச நேரம் சதீஷ், ரங்கராஜன் எல்லாரயும் நெனச்சிக்குவேன். அது மனசுக்கு ஆறுதலா இருக்கும். ஆனா அது ரொம்ப நாள் நீடிக்கலை. ரெண்டுமூனு வருஷம் கழிச்சி வாடகைக்கு குடியிருக்கறவங்க அடிக்கடி மட்டை விழுது செத்தை விழுதுன்னு சொல்றாங்கன்னு மரத்தயே வெட்டிட்டாரு. ஒரு பயணத்துல தென்னைமரம் நிக்காத

அந்த வீட்டை பார்த்தேன். சங்கடமா இருந்தது. அதுக்குப் பிறகு சென்னைக்கு பல தரம் போயிருக்கேன். ஆனா அந்த வீட்டுப்பக்கம் மட்டும் போனதே இல்லை" என்றார்.

விட்டல்ராவ் அமைதியாக இருக்கையிலிருந்து எழுந்து சமையலறைக்குள் சென்றார். சில கணங்களுக்குப் பிறகு ஒரு கொட்டாங்கச்சியைக் கொண்டுவந்து காட்டினார். சுத்தமாக வழவழவென இருந்தது அந்த ஓடு.

"நானும் ஒரு யாழ்ப்பாணத்தென்னையை வளர்த்தேங்கறதுக்கு ஞாபகமா இந்த ஓட்டத்தான் இன்னும் வச்சிருக்கேன் பாவண்ணன்" என்றபடி புன்னகைத்தார். சற்றே துயரமும் கசப்பும் படிந்த புன்னகை. அந்தத் தருணத்தில் அவரை மீட்டெடுக்கும் விதமான சரியான சொல் கிடைக்காமல் அமைதியாக அவர் முகத்தையே பார்த்துக்கொண்டிருந்தேன் நான்.

இருபத்தைந்து ஓவியங்கள்

செப்டம்பர் மாதம் முதல் தேதி புதுச்சேரிக்குச் சென்றிருந்தேன். இரண்டு நாட்கள் அங்கே தங்கியிருந்தேன். பிறகு அங்கிருந்து மதுரைக்கு நண்பர் முடவன்குட்டி முகம்மது அலி மொழிபெயர்த்த 'இஸ்தான்புல்' நாவல் வெளியீட்டு விழாவில் கலந்துகொள்வதற்காகச் சென்றேன். அங்கே ஒரு நாள் தங்கிவிட்டு, மறுநாள்தான் புதுச்சேரிக்குத் திரும்பினேன். அங்கு திட்டமிட்டிருந்த வேலைகளுக்காக இரு தினங்கள் தங்கும்படி நேர்ந்தது. ஆயினும் நான் நினைத்த அளவுக்கு வேலை நடக்கவில்லை. அதனால் பெங்களூருக்குத் திரும்பிவிட்டேன். கொரானா காலத்துக்கு முன்பு செய்த இடைவெளியற்ற பயணங்களோடு ஒப்பிடும்போது, இந்தப் பயணங்கள் சாதாரணமானவைதான். ஆயினும் உடல்நலம் கெட்டுவிட்டது. வந்து சேர்ந்த இரவிலிருந்தே காய்ச்சலும் இருமலும் தொடங்கிவிட்டன. மருந்து சாப்பிடுவதும் ஓய்வெடுப்பதுமாகவே நாட்கள் கடந்துவிட்டன. நாலைந்து நாட்களில் காய்ச்சல் குணமாகிவிட்டபோதும் பேச முடியவில்லை. பேசத் தொடங்கினாலேயே இருமல் குறுக்கிடத் தொடங்கி தடுத்து நிறுத்தியது. அதனால் கைபேசி வழியாக அனைவருக்கும் செய்தி அனுப்புவதோடு நிறுத்திக்கொண்டேன்.

பதினொன்றாம் தேதி. காலையிலேயே விட்டல்ராவ் தொலைபேசியில் அழைத்தார். மணி ஒன்பதரை இருக்கும். அப்போதுதான் சிற்றுண்டியை முடித்துவிட்டு மாத்திரைகளைப் போட்டுக்கொண்டு செய்தித்தாளைப் புரட்டிக் கொண்டிருந்தேன். "வணக்கம் பாவண்ணன், உடம்பு பரவாயில்லையா?" என்று கேட்டார். எந்நேரமும் இருமல் தொடங்கிவிடக் கூடும் என்கிற

அச்சத்தோடு மிகவும் கவனமாக ஒவ்வொரு சொல்லாக அவருக்குப் பதில் சொன்னேன். "நெறய வெந்நீர் குடிங்க பாவண்ணன். வெந்நீர் ஆவி புடிக்கறது கூட நல்லது" என்றார் விட்டல்ராவ். "அதெல்லாம் செஞ்சிட்டுதான் இருக்கேன் சார்" என்றேன் நான். அப்போதே இருமல் தொடங்கிவிட்டது. ஒன்றிரண்டு நிமிடங்களுக்குப் பிறகுதான் நின்றது. மெதுவாக என்னை நானே திரட்டிக்கொண்டு "சொல்லுங்க சார், ஏதோ முக்கியமா பேச வந்த மாதிரி இருக்கு" என்று பேச்சைத் தொடங்கினேன்.

"முக்கியமான விஷயம்தான் பாவண்ணன். தனுஷ்கோடின்னு ஒருத்தர பத்தி அடிக்கடி சொல்வேனே, உங்களுக்கு ஞாபகம் இருக்குதா?"

"ஞாபகம் இருக்குது சார். ஜெர்மன், பிரெஞ்ச் மொழியெல்லாம் தெரிஞ்சவர். உங்க நண்பர். ஜெர்மனியிலிருந்து காஃப்காவுடைய விசாரணை நாவலை நேரிடையா தமிழ்ல மொழிபெயர்த்திருக்காரு. நல்ல ஓவியர். நல்ல நடிகர். அவர்தான?"

"அவரேதான்"

"என்னாச்சி அவருக்கு?"

"இன்னைக்கு காலையில இறந்துட்டாருன்னு தகவல் வந்தது பாவண்ணன். மனசுக்கு ரொம்ப கஷ்டமா இருக்குது. என்னுடைய பெஸ்ட் ஃப்ரண்ட் அவர். நான் சென்னைக்கு போய் சேர்ந்த காலத்திலிருந்தே எனக்கு நல்லா தெரிஞ்சவர்."

"உங்களுக்கு யாரு தகவல் சொன்னாங்க?" என்று கேட்டேன். அப்படி கேட்கும்போதே ஓர் அபத்தமான கேள்வியைக் கேட்கிறேன் என்று எனக்குள் உறைக்காமல் இல்லை. அவரிடம் எதையாவது பேசி, அவருடைய எண்ணங்களைத் திசைதிருப்பி மனபாரத்தை அகற்றவேண்டுமே என்கிற வேகத்தில் அப்படிக் கேட்டேன்.

"நம்ம கவிஞர் வைத்தீஸ்வரன்தான் சொன்னாரு. அவரைப்பற்றி எடுத்த டாக்குமன்ட்ரி வேலை முடிஞ்சிடுச்சாம். திரையிடுவதற்கு செய்யற ஏற்பாடுகள் பத்தி சொல்றதுக்காக அழைச்சார். அப்ப இந்த செய்தியையும் சொன்னார். அதக் கேட்டதலேருந்து மனசே சரியில்லை. யாருகிட்டயாவது பேசினா ஆறுதலா இருக்கும்ன்னு தோணிச்சி. அதான் ஒங்கள கூப்ட்டேன்."

“பேசலாம் சார், இப்ப இருமல் கொஞ்சம் தணிஞ்சிதான் இருக்குது” உள்ளூர எனக்குள் ஓடிக்கொண்டிருக்கும் இருமல் அச்சம் வெளிப்படாதபடி பொறுமையாகப் பேசினேன். “விசாரணை நாவலைத் தவிர, வேற எந்தப் படைப்பையாவது அவர் மொழிபெயர்த்திருக்காரா சார்?” என்று கேட்டேன்.

“அவர் நெனச்சிருந்தா இன்னும் பல படைப்புகள் செஞ்சிருக்கலாம். அந்தத் தெறமையெல்லாம் அவருகிட்ட இருந்தது. ஆனா செய்யலை.”

“ஸ்ரீராம் மாதிரி அந்நியன், முதல் மனிதன், குட்டி இளவரசன், ஃபாரன்ஹீட், மீளமுடியுமான்னு ஒரு தொடர்ச்சியா செஞ்சிருந்தா, மொழிபெயர்ப்புல ஒரு பெரிய ஆளுமையா நின்னிருக்கலாம். விசாரணை நல்ல முயற்சிதான். சந்தேகமே இல்லை. இன்னும் ரெண்டு மூனு நாவலாவது அவர் செஞ்சிருக்கலாம். பிரெஞ்ச் மொழின்னா ஸ்ரீராம் பேரு ஞாபகத்துக்கு வரமாதிரி, ஜெர்மன் மொழின்னா தனுஷ்கோடி பேரு வந்து நின்னிருக்கும்.”

“நானும் அந்த விஷயத்தை பத்தி அவருகிட்ட பலமுறை பேசியிருக்கேன் பாவண்ணன். எல்லா சமயத்துலயும் செய்யறேன், கண்டிப்பா செய்யறேன்னுதான் பதில் சொன்னாரே தவிர, செய்யலை. அவருடைய முதல் ஆர்வம் ஓவியம்தான். அது மட்டும் கடைசி வரைக்கும் குறையவே இல்லை. ஒவ்வொரு நாளும் முகநூல் பக்கத்துல ஏதாவது ஒரு சின்ன ஓவியம் தீட்டி வச்சிருப்பாரு. அதைப் பார்க்கறதுக்காகவே நான் அவருடைய முகநூல் பக்கத்துக்கு தெனமும் போய்வருவேன்.”

“புது ஓவியங்களா?”

“பெரும்பாலும் புது ஓவியங்கள்தான். எப்பவாவது பழைய தொகுப்புலேருந்தும் எடுத்துப் போடுவாரு.”

“நான் அவருடைய ஓவியங்களைப் பார்த்ததில்லை சார்.”

“அருமையான ஓவியங்கள் பாவண்ணன். பார்த்தா உங்களுக்கு ரொம்ப புடிக்கும். எல்லாமே வாட்டர்கலர் பெயிண்டிங். அந்தக் காலத்துல பால்ராஜ்னு ஒரு பெயிண்டர் பெங்களூருல இருந்தாரு. அவருக்கு அடுத்து நம்ம தனுஷ்கோடிதான். அந்த அளவுக்கு அழகா போடுவாரு. அந்த காலத்துல நெறய முறை ஒன் மேன் எக்சிபிஷன் வச்சிருக்காரு. ஒவ்வொரு ஓவியமும் க்ளாஸிக்கா இருக்கும்.”

“ஏதாவது புத்தகமா வந்திருக்குதா?”

“வரலை. வந்திருந்தா, அவர பத்தி இன்னும் பரவலா செய்திகள் பரவியிருக்கும். அவரு அதுல சரியா ஆர்வம் காட்டலை. எல்லாமே அவர் நாவல் மொழிபெயர்த்த கதை மாதிரிதான். ஒரு வேலைய ஆர்வமாவும் வேகமாவும் செய்வாரு. ஆனா அது முடிஞ்சதும் அப்படியே விட்டுடுவாரு. தொடரமாட்டாரு.”

“ஏன் அப்படி?”

“அதான் அவர் காரெக்டர். அதுக்கு காரணமெல்லாம் ஒன்னும் சொல்லமுடியாது” என்று நாக்கு சப்புக்கொட்டியபடியே சிறிது நேரம் பேச்சை நிறுத்தினார். பிறகு எதையோ நினைத்துக்கொண்டவர்போல “யாராலும் கற்பனை செஞ்சி பார்க்கமுடியாதபடி ஒருமுறை அற்புதமான ஒரு வேலைய செஞ்சாரு. இப்ப நெனச்சி பார்த்தா, அதுதான் அவருடைய மிகப்பெரிய சாதனைன்னு தோணுது” என்று உற்சாகத்துடன் சொன்னார்.

“அப்படி என்ன அற்புதம்?”

“இப்ப ஹம்பி, ஹளபீடு, பேலூரு, மகாபலிபுரம் கோவில்கள்ல ஏராளமான சிற்பங்கள பாக்கறோம். பல இடங்கள்ல பல சிற்பங்கள் தனித்தனி உருவங்களா இருக்கும். எங்கயோ ஒரு சிற்பம் மட்டும் ஒரு புராணக்கதையுடைய காட்சியை தனியா செதுக்கனமாதிரி இருக்கும், கவனிச்சிருக்கீங்களா?

“ஆமாம். கோபியர்கள் எல்லாரும் குளத்துக்குள்ள இருக்கும்போது மரக்கிளையில கிருஷ்ணர் உட்கார்ந்திட்டிருக்கிற சிற்பம், இரணியனை மடிமீது படுக்கவைத்து வதம் செய்யும் நரசிம்மரின் சிற்பம், வாலியை மரங்களின் மறைவிலிருந்து குறி பார்த்து அம்புவிடும் இராமனின் சிற்பம். அப்படி நிறைய பார்த்திருக்கேன்...”

“அதேதான். அந்த சிற்ப மரபை உள்வாங்கியதுபோல தனுஷ்கோடி ஓவியத்துல சில முயற்சிகளை செஞ்சிருக்காரு.”

“அப்படியா? ரொம்ப இன்டரஸ்டிங்கா இருக்குது சார்”

“சிற்பிகள் புராணக்கதைகளிலேருந்து சில தருணங்கள மட்டும் எடுத்துகிட்ட மாதிரி, க்ளாஸிக் லிட்டரேச்சர்லேருந்து சில தருணங்கள தனுஷ்கோடி எடுத்து ஓவியமா வரைஞ்சாரு..”

“டாவின்சியுடைய த லாஸ்ட் சப்பர் கூட அந்த மாதிரியான ஓவியம்தானே சார்?. அது பைபிள்ல வரக்கூடிய க்ளாஸிக் மொமென்ட்தான?”

“அதேதான். அதே கான்செப்ட்தான். தனுஷ்கோடி இங்க இருக்கிற நமக்குத் தெரிஞ்ச லிட்டரேச்சர்லேருந்து எடுத்து ஓவியங்களா போட்டாரு.”

“என்னென்ன படங்கள்னு நினைவிருக்குதா சார்?”

“சிலப்பதிகாரத்துலேருந்து ஒரு காட்சியை ஓவியமா வரைஞ்சாரு. அப்புறம் சாகுந்தலத்திலேருந்து ஒரு காட்சி. ராமாயணம், மகாபாரதத்துலேருந்து கூட சில காட்சிகள். நாகமண்டலம், ஹயவதனன் நாடகங்கள்லேருந்து சில காட்சிகள்னு எல்லாமே இலக்கியம் சார்ந்த ஓவியங்களா வரைஞ்சாரு...”

“அந்த காலத்துல தீபாவளி மலர்ல அப்படி சில ஓவியங்கள பார்த்திருக்கேன். அதத் தவிர வேற எங்கயும் பார்த்ததில்லை...”

“அவுங்களுக்கே நம்ம தனுஷ்கோடிதான் இன்ஸ்பிரேஷன். அந்த லிட்டரேச்சர் மொமெண்ட்ஸ் படங்களையெல்லாம் அவர் சிக்ஸ்ட்டீஸ் காலத்துல வரைஞ்சாரு.”

“அந்த ஓவியங்களை கண்காட்சியா வச்சாரா?”

“ஆமா. அவர்தான் அடிக்கடி ஒன் மேன் எக்சிபிஷன் நடத்தறவராச்சே. அந்த வரிசையில இந்த பெயிண்ட்டிங்ஸயும் எக்சிபிஷன்ல வச்சாரு. மொத்தம் இருபத்தஞ்சி ஓவியங்கள். ஆதிமூலம் வந்து அந்தக் கண்காட்சிய திறந்துவச்சி பேசினாரு. தனுஷ்கோடி வச்ச பெயிண்ட்டிங் எக்சிபிஷன்கள்ல இந்த லிட்டரேச்சர் கான்செப்ட் எக்சிபிஷன் ஒரு பெரிய க்ளாஸிக் எக்சிபிஷன். அந்த அனுபவத்த மறக்கவே முடியாது. தனுஷ்கோடின்னாவே எனக்கு அந்த இருபத்தைந்து பெயிண்ட்டிங் எக்சிபிஷன்தான் நினைவுக்கு வருது. அற்புதமான கலைஞன்.”

“அவ்வளவு திறமை இருந்தும், அவர் ஏன் ஓவியத்தின் பாதை யிலயே தொடர்ந்து போகலை?”

“ஒரேவடியா போகலைன்னு சொல்லமுடியாது. விட்டுட்டாருன்னும் சொல்ல முடியாது பாவண்ணன். கலைஞர்களுடைய பயணப்பாதையை ஒரு பார்வையாளனா நாம எப்படி தீர்மானிக்கமுடியும், சொல்லுங்க? அவருடைய மனோவேகம் எந்த பக்கம் தள்ளுதோ, அந்தப் பக்கம் அவர் போனார். அந்த அளவுக்குத்தான் நாம சொல்லமுடியும்.”

“அவருக்கு நாடகங்கள்லயும் ஆர்வம் இருந்தது, இல்லையா?”

“ஆமாம். மெட்ராஸ் ப்ளேயர்ஸ்னு அந்தக் காலத்துல பெரிய நாடகக்குழு. இங்கிலீஷ் நாடகங்கள் போடுவாங்க. எல்லா நாடகங்கள்லயும் அவர் பங்கெடுத்துக்குவாரு. நல்ல நடிகர்.”

“அப்படியா?”

“அவர் மெட்ராஸ் ப்ளேயர்ஸ்ல நடிச்சிட்டிருந்த சமயத்துலதான் பெங்களூருலேருந்து வந்த கிரீஷ் கார்னாடும் நடிச்சாரு. ரெண்டு பேரும் ஒன்னாவே நடிச்சிருக்காங்க. அப்ப கார்னாடுக்கு கல்யாணம் ஆகாத வயசு. ஆக்ஸ்போர்ட் பிரஸ்ல வேலை செஞ்சிட்டிருந்தாரு. அவரு தன்னுடைய நாடகங்களையெல்லாம் முதல்ல இங்கிலீஷ்ல எழுதி, அரங்கேற்றம் செய்வாரு. புத்தகமாகவும் வந்துடும். அதுக்குப் பிறகுதான் அந்த நாடகத்தை கன்னடத்துல மறுபடியும் எழுதுவாரு.”

“அத அவரே பல இடங்கள்ல சொல்லியிருக்காரு சார்.”

“மிருச்சகடிகா, யயாதி, துக்ளக் நாடகங்கள்லாம் அந்த சமயத்துல போட்டதுதான். எல்லாத்துலயும் நம்ம தனுஷ்கோடி நடிச்சிருக்காரு. பிரமாதமான நடிகர் அவர். அந்தக் காலத்துல கார்னாட், தனுஷ்கோடி ரெண்டு பேரும் ரொம்ப நெருக்கமான நண்பர்கள். தனுஷ்கோடியுடைய ஒவ்வொரு எக்சிபிஷனுக்கும் கார்னாட் வந்துடுவாரு. அவருக்கும் நல்ல ஓவிய ரசனை உண்டு. எக்சிபிஷனப் பார்த்துட்டு, அதப் பத்தி இங்கிலீஷ்ல நல்ல விமர்சனக்கட்டுரைகள்லாம் எழுதியிருக்காரு. எக்சிபிஷனுக்கு வந்த சமயத்துல தனுஷ்கோடி என்னை அவருக்கு அறிமுகப்படுத்தி வச்சாரு. நான் கன்னடம் பேசறத கேட்டுட்டு என்ன அவரு ஆச்சரியமா பார்த்தாரு. நல்லா பேசறீங்க, எழுதவும் கத்துக்குங்க. கன்னடத்துலயும் எழுதலாம்னு உற்சாகமா சொன்னாரு. தனுஷ்கோடி மேல அவருக்கு பெரிய மரியாதை இருந்தது.”

“பேசும் புதிய சக்தி இதழ்ல தனுஷ்கோடி பற்றி நீங்க ஒரு கட்டுரை எழுதியது எனக்கு நல்லாவே ஞாபகம் இருக்குது. அத தனுஷ்கோடி பார்த்தாரா?”

‘நான்தான் ஒரு பிரதியை அவருக்கு அனுப்பி வச்சேன். ரெண்டு நாள் கழிச்சி பேசினேன். கட்டுரையை படிச்சீங்களான்னு கேட்டேன். என்னத்துக்கு என்ன பத்தி இவ்ளோ பெரிய கட்டுரை? உங்க மனசுல நான் இருக்கேன்னு எனக்கு தெரியாதா என்ன? அதை இவ்வளவு பெரிய கட்டுரை எழுதித்தான் ஊருக்கு நிரூபிக்கணுமான்னு சிரிச்சாரு.”

"நீங்க ஒன்னும் சொல்லலையா?"

"அந்த மாதிரி ஏன் எடுத்துக்கறீங்க தனுஷ்கோடி. இந்த மாதிரி கட்டுரையா எழுதாம, இந்த உலகத்துக்கு நம்ம ரெண்டு பேருடைய நட்பைப்பற்றி எப்படி புரியவைக்கமுடியும்னு கேட்டேன். விடுங்க, விடுங்கன்னு சிரிச்சிகிட்டே அந்த பேச்ச அதோடு முடிச்சிகிட்டாரு. ரொம்ப தன்னடக்கமுள்ள மனுஷன். அவருக்கிருந்த அளவுக்கு வேற யாருக்காவது தெறமை இருந்திருந்தா, பூமிக்கும் ஆகாசத்துக்குமா குதிச்சிருப்பான். தனுஷ்கோடி அந்த மாதிரியான ஆளில்லை. அவுங்க அப்பா அந்த காலத்துல தென்னார்க்காடு மாவட்டத்துல கலெக்டரா இருந்தவர். பெஸ்ட் கலெக்டர்னு நேருகிட்ட போய் அவார்ட் வாங்கினவரு. அந்த பின்னணியையே கூட அவர் யாருகிட்டயும் சொன்னதில்லை. எதயும் பெருமையா நெனச்சிக்கக்கூடாதுங்கற கொள்கை உள்ளவர்."

"அவரப் பத்தி சொல்லச்சொல்ல ஒவ்வொரு விஷயமும் ஆச்சரியமா இருக்குது சார்."

"அது மட்டுமில்லை. எம்.ஏ.இங்கிலீஷ்ல ஃபர்ஸ்ட் க்ளாஸ்ல பாஸ் பண்ணினவரு. ப்ரெசிடென்சி காலேஜ்ல இங்கிலீஷ் டியூட்டரா ரெண்டு வருஷம் வேலை பார்த்திருக்காரு. அதுக்கப்புறம் அமெரிக்கன் எம்பசியில இருபத்திரெண்டு வருஷம் வேலை பாத்தவரு. ஒரு சமயம் அசோகமித்திரனுடைய ஒரு சிறுகதைக்கு திரைக்கதை அமைச்சி ஒரு குறும்படமா கூட எடுத்தாரு. ஆனா, நேருல பார்த்து பேசற ஆளுங்ககிட்ட இது எதயும் சொல்லமாட்டாரு."

"பெரிய மல்ட்டி டேலன்டட் பர்சனாலிட்டின்னு சொல்லுங்க."

"உண்மைதான் பாவண்ணன். அதை அவருகிட்டயே பலமுறை சொல்லியிருக்கேன். அந்த மல்ட்டி டேலன்ட்தான் அவருடைய பெரிய பலம். ஒரு வகையில அவருடைய பலவீனமும் அதுதான். மகத்தான ஓவியர். சிறப்பான மேடை நடிகர். அருமையான மொழிபெயர்ப்பாளர். குறும்படம் எடுத்தவர். எதிர்காலத்துல தமிழ்நாடு அவரை ஞாபகம் வச்சிருக்குமோ, வச்சிருக்காதோ, உறுதியா சொல்லமுடியலை."

அவர் குரலில் ஆற்றாமை தொனித்தது. அவருக்கு உடனடியாக எப்படி பதில் சொல்வது என்று புரியாமல் ஒருகணம் தடுமாறினேன். பிறகு மெதுவாக "அவரைப்பற்றி ஒரு நல்ல அஞ்சலிக்கட்டுரை எழுதுங்க சார். எதிர்காலத்துல அது அவரைப்பற்றி பேசட்டும்" என்று சொன்னேன்.

மழைக்கதைகளும் மழைப்பாடல்களும்

பத்து நாட்களுக்கு முன்னால் தொடங்கிய மழை பெங்களூரு முழுக்க விட்டுவிட்டு பொழிந்தபடியே இருந்தது. தொலைபேசியில் அழைத்து உரையாடுகிறவர்கள் அனைவரும் மழையைப்பற்றிய கேள்வி பதிலோடுதான் தொடங்கினார்கள். பலர் உற்சாகமாக உணர்வதாகச் சொன்னார்கள். சிலர் சலிப்பாக இருப்பதாகத் தெரிவித்தார்கள்.

அபொழுதெல்லாம் விடியும்போது வழக்கமான விடியலாகத்தான் இருக்கும். பத்து மணிக்கெல்லாம் கண்கூசும் அளவுக்கு வெயில் வந்துவிடும். அடுத்து ஒரு மணி நேரத்திலேயே எல்லாம் தலைகீழாக மாறிவிடும். வெயில் போன இடம் தெரியாது. சட்டென மேகங்கள் கவிந்து மழை சீராகப் பொழியத் தொடங்கிவிடும். ஒருமுறை தொடங்கினால் குறைந்தபட்சமாக ஒரு மணி நேரமாவது பொழிந்துவிட்டுத்தான் ஓயும்.

மழை வர வாய்ப்பில்லை என்று நினைத்துக்கொண்டு வெயில் தொடங்கிவிட்ட ஒருநாள் காலையில் விட்டல்ராவைச் சந்திப்பதற்காக புறப்பட்டுச் சென்றேன். ஏறத்தாழ ஒரு மணி நேரம் உரையாடிக்கொண்டிருந்தோம். அதுவரை மழை இல்லை. அதற்குப் பிறகு ஒரே கணத்தில் திரையை இழுத்ததுபோல சட்டென வெயில் மறைந்துவிட்டது. அடுத்து சில மணித்துளிகளிலேயே மழையின் நடனம் தொடங்கியது. உடனே வீட்டுக்கு வெளியே வந்து நின்றுகொண்டு மழையை வேடிக்கை பார்த்தபடி நின்றோம்.

காற்றுடன் இணைந்த மழைச்சாரல் உடல்மீது பட்டதும் ஒருவித சிலிர்ப்பு எழுந்தடங்கியது. அது எங்கள் உற்சாகத்தை பல மடங்காகப் பெருகவைத்தது. அதன் விளைவாக, என் நினைவுக்கு

சட்டென வந்த ஒன்றிரண்டு பழையகாலத்து மழை நினைவுகளை விட்டல்ராவுடன் பகிர்ந்துகொண்டேன். அந்த அனுபவம் அவருடைய ஆழ்நெஞ்சில் பதிந்திருந்த பல பழைய நினைவடுக்குகளைக் கலைத்துவிட்டது. உடனே அவரும் சென்னையில் வசித்தபோது நேர்ந்த சில மழைநாள் அனுபவங்களை தன் நினைவிலிருந்து ஒவ்வொன்றாக எடுத்துச் சொல்லத் தொடங்கினார். மனைவியோடு ஒருமுறை திரைப்படம் பார்த்துவிட்டு திரும்பிவரும் வழியில் மழையில் அகப்பட்டுக்கொண்டு ஒரு மணி நேரத்துக்கும் மேலாக ஏதோ ஒரு கடையோரம் ஒதுங்கி நின்று பேசிக்கொண்டே இருந்த அனுபவம். மழையில் மிதிவண்டி ஓட்டிக்கொண்டு வீட்டுக்குத் திரும்பி வந்த அனுபவம். நண்பருடைய புதுமனை புகுவிழா நிகழ்ச்சிக்கு எழுத்தாளர் மா.அரங்கநாதனுடன் சென்றுவிட்டு திரும்பும்போது நடுவழியில் மழையில் அகப்பட்டு தவித்த அனுபவம். ஒவ்வொன்றையும் யாரோ எழுதிய சிறுகதைகளை விவரிப்பதுபோல சுவாரசியமாக சொன்னார் விட்டல்ராவ். அவருடைய நினைவாற்றலை எண்ணி வியந்தவனாக அவர் சொல்வதையெல்லாம் கேட்டுக்கொண்டிருந்தேன்.

அந்த உரையாடலின் தொடர்ச்சியாக “மழையைப் பார்த்ததும் உங்களுக்கு நீங்கள் படித்த சிறுகதை ஏதாவது நினைவுக்கு வருகிறதா?” என்று கேட்டார். மழை என்றதுமே சட்டென எனக்கு ஜெயகாந்தன் எழுதிய அக்கினிப்பிரவேசம் சிறுகதை நினைவுக்கு வந்தது. அதில் பேருந்தைக் குறிப்பிடுவதற்காக அவர் கையாண்ட ‘டீசல் அநாகரிகம்’ என்னும் சொல்லும் நினைவுக்கு வந்தது. நான் அதை விட்டல்ராவிடம் சொன்னேன்.

“அந்த மழையை மறக்கவே முடியாது சார். ஒரு பொண்ணுடைய வாழ்க்கையையே அந்த மழை நாசமாக்கிடுது. ஊரு உலகத்துல இருக்கறவங்களுக்கு மழைங்கறது வாழ வைக்கிற தெய்வம். ஆனா அந்த சின்ன பொண்ணுக்கு அவளுடைய வாழ்க்கையையே அழிக்கிற தெய்வமாயிடுது. அதே சமயத்துல அவளுடைய அம்மாங்கற இன்னொரு பெண்மணி அவளுக்கு தைரியம் சொல்லி பரிகாரம் செய்யற தெய்வமா இருக்கறா. ஒருபக்கம் அழிவு. இன்னொரு பக்கம் ஆக்கம். அழிவுக்கும் ஆக்கத்துக்கும் நடுவுல ஒரு சாட்சியா இருக்குது மழை. அக்கினி பிரவேசம் தமிழ்ல எழுதப்பட்ட அற்புதமான கதைகள்ல ஒன்னு சார்.”

நான் சொன்னதைக் கேட்டதும் விட்டல்ராவ் உற்சாகம் கொண்டவரனார். “அற்புதமான கதைக்கு நீங்கள் கொடுக்கிற

விளக்கமும் அற்புதமா இருக்குது பாவண்ணன்" என்று என் கைகளைப் பிடித்து அழுத்தினார். தொடர்ந்து "நீங்க அழிவு, ஆக்கம்னு சொன்னதும் எனக்கும் மழையோடு சம்பந்தப்பட்ட மாதிரி சில கதைகள் ஞாபகத்துக்கு வருது" என்றார்.

"சொல்லுங்க சார். யாருடைய கதை?" என்று ஆர்வத்துடன் கேட்டேன்.

"அழிவுக்கு ஒரு கதை ஞாபகம் வருது. ஆக்கத்துக்கும் ஒரு கதை ஞாபகம் வருது" என்றார் விட்டல்ராவ். இரண்டு கதைகள் என்றதுமே எனக்கு வானத்தில் பறப்பதுபோல இருந்தது. "ரெண்டயுமே சொல்லுங்க சார்" என்று வேகமாகச் சொன்னேன்.

"முதல்ல அழிவைப் பற்றிய கதை. தலைப்பு ஞாபகத்துல இல்லை. ஆனா ஆன்டன் செகாவ் எழுதிய கதை. அது மட்டும் ஞாபகத்துல இருக்குது."

"சரி. சொல்லுங்க சார்"

"ஒரு கிராமத்துல ஒரு காதலனும் காதலியும் இருக்கறாங்க. அவுங்க ரெண்டு பெரும் திருமணம் செய்துக்கணும்னு ஆசைப்படறாங்க. ஆனா அந்த ஊருக்குள்ளயே தங்கி திருமணம் செய்துக்கறதுல ஏதோ ஒரு சங்கடம் இருக்குது. அதனால ரெண்டு பேரும் ஊர விட்டு வெளியேறி அசலூருக்குப் போய் திருமணம் செஞ்சிக்கணும்னு நெனைக்கறாங்க. பக்கத்துல ஏதோ ஒரு ஊருல ஒரு தேவாலயம் இருக்குது. ஒரு நாளும் நேரமும் குறிப்பிட்டு அந்த சமயத்துல அந்த தேவாலயத்துல சந்திச்சி, அங்கிருந்து ரெண்டு பேரும் வெளியூருக்கு போய் திருமணம் செஞ்சிக்கலாம்னு பேசி வச்சிக்கிறாங்க."

"சரி"

"சந்திக்க திட்டமிட்டிருந்த நாள்ல திடீர்னு மழை பொழிய ஆரம்பிச்சிடுது. கடுமையான மழை. ரெண்டு அடி தொலைவுல நடக்கிற ஆள் யாருன்னு கூட தெரியாத அளவுக்கு மழை. புயல்காத்து. பனி. எல்லாம் ஒன்னா சேந்துக்குது. எப்படியோ அந்த பொண்ணு ஊர விட்டு பொறப்பட்டு அந்த தேவாலயத்துக்கு வந்து காத்திருக்கிறா. அவனும் அவனுடைய வீட்டுலிருந்து சரியான நேரத்துல பொறப்பட்டுடறான். புயல்காத்துலயும் மழையிலயும் அவனுக்கு வழி தடுமாறிடுது. அவன் போக வேண்டிய திசையை விட்டு வேற திசையை நோக்கி போயிடறான். அவன் போன தெசையில ஒரு தேவாலயம் இருக்குது. அதுதான் காதலி குறிப்பிட்ட

தேவாலயம்னு நெனச்சி, அங்கயே காத்திருக்கான். ஆனா அவள் வரலை. வழிபாடு முடிஞ்சி எல்லாருமே கலைஞ்சி போயிடறாங்க. ஒருவேளை தன்னைப்போல மழையில எங்கயாவது சிக்கியிருக்கலாம், அதனால தாமதமாகுதோ என்னமோன்னு நெனச்சி, இன்னும் கொஞ்ச நேரம் காத்திருக்கலாம்னு காத்திருக்கிறான். மழை நிக்காம பொழியுது. இருட்டும் கவிஞ்சிடுது. இனிமேலும் காத்திருக்கிறதுல அர்த்தமில்லைன்னு நெனச்சி, துக்கத்த கட்டுப்படுத்திகிட்டு அங்கிருந்து கௌம்பி போயிடறான். சரியான தேவாலயத்து வாசல்ல காத்திட்டிருந்த காதலியும் இருட்டின பிறகு மழைக்கும் காத்துக்கும் நடுவுல காத்திட்டிருக்கறதுல அர்த்தமில்லைன்னு நெனச்சி அவளும் மனபாரத்தோடு போயிடறா. ரெண்டு பேருக்குமே காதல் கைகூடலை. காதல் கைகூடாததற்கு மனிதர்கள் குறுக்கே புகுந்து தடுப்பதுதான் காரணம்னு ஊரு உலகத்துல சொல்றதுண்டு. ஆனா செகாவுடைய இந்தக் கதையில காதலுக்கு தடையா இருப்பது மனிதர்கள் கிடையாது. துரதிருஷ்ட வசமா பெஞ்ச மழை."

கதையும் அவர் விவரித்த பாணியும் அருமையாக இருந்தது. "ரொம்ப நல்ல கதை சார்" என்றேன். பிறகு "இன்னொரு கதை யாருடைய கதை சார்?" என்று ஆவலுடன் கேட்டேன்.

"அதுவா? அது ஆக்கம் தொடர்பான கதை. ஓ ஹென்றி எழுதிய கதை. கதையுடைய தலைப்பு கடைசி இலை."

கடைசி இலை என்று சொன்னதுமே எனக்கு அந்தக் கதை நினைவுக்கு வந்துவிட்டது. எங்கள் பள்ளிக்காலத்தில் அந்தக் கதை எங்களுக்குப் பாடமாக இருந்தது. ஆயினும் விட்டல்ராவின் விவரணையைக் காதுகொடுத்துக் கேட்கும் ஆர்வத்தில் ஏற்கனவே எனக்குத் தெரிந்த கதை என்பதை வெளிக்காட்டிவிடாதபடி அமைதியாக அவரைப் பார்த்து "சொல்லுங்க சார்" என்றேன்.

"அந்தக் கதையில முக்கியமான ஒரு பாத்திரம் ஒரு கிழவன். அவன் ஒரு ஓவியன். நல்ல குடிகாரன். ஓவியம் தீட்டி விற்பனை செய்றதுதான் அவனுடைய தொழில். ஆனால் தன் வாழ்க்கையில அதுவரைக்கும் ஒரே ஒரு மகத்தான ஓவியம் கூட வரையலையேன்னு ஒரு மனக்குறை அவனுக்குள்ள இருக்குது. உலக மகத்துவமான ஓவியங்கள் வரிசையில தன்னுடைய ஒரு ஓவியமும் இருக்கணும்ன்னு ஆசைப் படறான். ஆனா அது கைகூடலையேங்கறதுதான் அவனுடைய துக்கம்."

"சரி."

“அவன் வாடகைக்கு குடியிருக்கிற வீட்டுல மாடியில ரெண்டு பொண்ணுங்க குடியிருக்கிறாங்க. அவங்களும் ஓவியக்கலைஞர்கள்தான். ரெண்டு பேரும் சேர்ந்து ஒரு கலைக்கூடம் நடத்தறாங்க. அப்பதான் மழைக்காலம் ஆரம்பிக்குது. நாள் முழுக்க மழை. பனி. காத்து. ஒரு பொண்ணுக்கு திடீர்னு காய்ச்சலடிக்குது. அவளுடைய தோழி அவளுக்கு என்னென்னமோ மருத்துவம் செய்யறா. ஆனா எதுவும் பலிக்கலை. நாளுக்கு நாள் அவள் ஆரோக்கியம் குறைஞ் சிகிட்டே வருது. அதைப் பார்த்த தோழிக்கு கவலையா இருக்குது. அவளுடைய மனம் சோர்ந்துவிடாதபடி பக்கத்துலயே உக்காந்து எதைஎதையோ சுவாரசியமா பேசிட்டே இருக்கிறா.”

“நோயாளிகளோடு பேசறதுகூட ஒருவித வைத்தியம்தான சார்?”

“ஆமாமாம். அதைத்தான் அவ செய்றா. நோயாளியுடைய படுக்கை ஒரு ஜன்னலோரமா இருக்குது. அதன் வழியா பாக்கிறமாதிரி எதிர்வீட்டு சுவர்ல ஒரு கொடி தொங்குது. எங்கயோ மரத்தோடு ஒட்டியிருந்த கொடியின் நுனிப்பகுதி அது. அவள் அந்தக் கொடியையே பார்த்துட்டிருக்கா. பனிக்காத்துல அந்தக் கொடி யிலிருந்து இலைகள் ஒன்னொன்னா உதிர்ந்துகிட்டே இருக்குது. அவ மனசுல திடீர்னு ஒரு எதிர்மறை எண்ணம் தோணுது. கொடியிலிருக்கிற இலைகள் எல்லாம் உதிர்ந்துபோகிற சமயத்துல அவளுடைய உயிரும் போயிடும்னு நெனைக்கிறா. அந்த எதிர்மறை எண்ணம் ஆழமா அவளுக்குள்ள பதிஞ்சிடுது. தன் தோழிகிட்டயும் அதைச் சொல்றா. அவளுடைய மனச திசைதிருப்பறதுக்காக வேற விஷயத்தை பத்திப் பேசத் தொடங்கறா. அவளுக்கு முன்னால படம் வரையிறா. ஒருநாள் அவள் ஓவியம் தீட்டறதுக்கு ஒரு மாடல் தேவைப்படுது. அப்ப கீழ் வீட்டுல இருக்கிற கிழவனையே மாடலையே நிக்கவச்சி ஓவியத்தைத் தீட்டறா. அப்ப தன்னுடைய தோழியுடைய கதையையெல்லாம் அந்தக் கிழவன்கிட்ட அவள் சொல்றா.”

“சரி.”

“மறுநாள் கடுமையான மழை. காற்று. அந்தக் கொடியில இருந்த இலைகளெல்லாம் உதிர்ந்திடுது. ஒரே ஒரு இலை மட்டும் காத்துல ஆடி நடுங்கிகிட்டே இருக்குது. அது விழற சமயத்துல என் உயிரும் போயிடும்னு சொல்றா நோயாளிப்பொண்ணு. உடனே அந்தத் தோழி அவள சமாதானப் படுத்தறா. எழுந்து போய் ஜன்னல் கதவைச் சாத்திடறா. ராத்திரி முழுக்க மழை விடவே இல்லை. அடுத்தநாள் காலையிலதான் விட்டுது. மழைதான்

விட்டுட்டுதே, கதவைத் திறன்னு சொல்றா அவள். தோழிக்கு வேற வழி தெரியலை. பயந்துகிட்டே கதவை திறக்கிறா. ஆச்சரியப்படற மாதிரி அந்த ஒத்தை இலை அப்படியே இருக்குது. அத பார்த்ததும் அவளுக்குள்ள ஒரு சக்தி பிறந்தமாதிரி இருக்குது. பழைய எதிர்மறை எண்ணம் ஓடியே போயிடுது. நான் பிழைச்சிக்குவேன்னு நெனைக்கிறா. அன்னைக்கு முழுக்க அந்த இலையை பார்த்துட்டே இருக்கிறா. மறுநாள் காலையிலயும் பார்க்கிறா. அவள் உடம்பு கொஞ்சம்கொஞ்சமா குணமடைய ஆரம்பிச்சிடுது. அதேபோல சீக்கிரமா பொழைச்சிக்கிறா."

"எண்ணங்களுக்கும் ஆரோக்கியத்துக்கும் ஏதோ ஒரு தொடர்பு இருக்குது சார்."

"உண்மைதான். ஆனா அந்த எண்ணம் சாதாரணமா அவளுக்கு ஏற்படலை. அதுக்குப் பின்னால ஒரு தியாகமே இருக்குது."

"தியாகமா?"

"ஆமாம். மாடலா போய் நிக்கிற அந்த ஓவியர் தாத்தா அந்த தோழியுடைய கதையைக் கேக்கறார் இல்லையா, அன்னைய ராத்திரிதான் கடுமையான மழை பொழியுது. உண்மைய சொல்லணும்ன்னா அந்த மழையில அந்த கடைசி இலை கீழ விழுந்துடுது. அந்த ஓவியர் ராத்திரி நேரத்துல யாருக்கும் தெரியாம, அந்தச் சுவருக்கு பக்கத்துல போய் அந்த இலைய ஓவியமா வரைஞ்சி வைக்கிறார். உண்மையான இலை போலவே தத்ரூபமா அந்த ஓவிய இலை அமைஞ்சிடுது. விடியவிடிய உக்காந்து வரைஞ்சிட்டு வீட்டுக்கு வந்துடறாரு அந்த ஓவியர்."

"ஓ. அவர் செஞ்ச வேலையா அது?"

"ஆமா. அன்னைக்கு ராத்திரி முழுக்க மழையில நனைஞ்சதால அவருக்கு நிமோனியா காய்ச்சல் வந்து இறந்து போயிடறாரு. தன்னுடைய பெயர் சொல்றமாதிரி வாழ்க்கையில மகத்தான ஒரு ஓவியத்தைக்கூட வரையலையேன்னும் காலமெல்லாம் மனவருத்தத்துலயே இருந்த அவர் கடைசி காலத்துல வரைஞ்ச அந்த ஒற்றை இலை மகத்தான ஓவியமா அமைஞ்சிடுது. மழையாலயும் அழிக்கமுடியாத மகத்தான ஓவியம்."

"ரெண்டுமே அருமையான கதைகள் சார்" என்றேன்.

இன்னும் மழை விடவில்லை. ஏதோ ஒரு பெரிய கதையை அது தன் ஓங்கிய குரலால் எங்களிடம் சொல்வதுபோல இருந்தது.

"கதைகளைப்போலவே எனக்கு ரெண்டுமூனு பாடல்கூட நினைவுக்கு வருது பாவண்ணன்" என்றார் விட்டல்ராவ்.

"பாட்டா? என்ன பாட்டு சார்? திரைப்படப்பாட்டா?"

"இல்லை இல்லை. சிறுவர் பாட்டு. ஓமலூருல ஒரு ஸ்கூல்லதான் நான் லோயர் கிளாஸ்லாம் படிச்சேன்னு சொல்வேனில்லையா? அப்ப எங்க டீச்சர் எங்களுக்கு சொல்லிக் கொடுத்த பாட்டு."

அதைக் கேட்டதும் எனக்குள் உற்சாகம் பொங்கியது. "ஓ. சின்ன வயசுப் பாட்டா? சொல்லுங்க சார், சொல்லுங்க" என்று நான் அவரை உற்சாகப்படுத்தத் தொடங்கினேன்.

"நாங்க கிளாஸ் ரூம்ல இருக்கும்போது இப்படித்தான் அடிக்கடி மழை வந்துடும். எங்க டீச்சர் உடனே பாடத்த நிறுத்திட்டு மழைய வேடிக்கை பார்க்க சொல்வாங்க. ஒவ்வொரு வரியா ஒரு பாட்ட பாடுவாங்க. நாங்க ஒரே சத்தமா அந்த வரியை சந்தோஷமா கையை தட்டிகிட்டே திருப்பிப் பாடுவோம்."

"என்ன பாட்டு?"

விட்டல்ராவ் ஒருகணம் தன் நினைவைத் திரட்டிக்கொண்டு அந்த வரிகளை பாடலாகவே பாடிக் காட்டினார்.

மஞ்சள் வெயில் அடிக்குதாம்
மழையும் கொஞ்சம் பெய்யுதாம்
கிங்கிணி கிங்கிணி
கிணி கிணி கிணி கிணி
சிங்கராஜா மகனுக்கு
தங்கராணி மனைவியாம்
கிங்கிணி கிங்கிணி
கிணி கிணி கிணி கிணி

அவருடைய முகமும் குரலும் ஆறேழு வயது சிறுவனுக்குரியதாக மாறிவிட்டது.

"அந்த டீச்சர் ரொம்ப அருமையான டீச்சர். குழந்தைகளோடு குழந்தையா நின்னு அவுங்களும் மழைய ரசிச்சி பார்ப்பாங்க."

அவர் நினைவு அக்கணமே அந்த டீச்சரைப் பின்தொடர்ந்து போய்விட்டதை உணர்ந்தேன். "மழை பாட்டு மட்டுமில்லை. இன்னும் ரெண்டுமூனு பாட்டு கூட நினைவுக்கு வருது" என்றார். பிறகு அவராக தன் நினைவைத் துழாவி ஒவ்வொரு வரியாகச்

சொல்லி இணைத்து பாடலாக்கிவிட்டார். பிறகு மொத்தமாக இணைத்து ஒருமுறை அந்தப் பாடலைப் பாடினார்.

ஏட்டு பூட்டு கோட்டுடன்
காட்டு குரங்கு ஆடுதாம்
லட்டு பூந்தி வடைகளை
புட்டு புட்டு தின்னலாம்
விஷாலுக்கும் கொடுக்கலாம்
குஷாலாக குதிக்கலாம்

ராகமாகப் பாடிய அந்தப் பாடலைக் கேட்டதும் என்னை அறியாமல் கைதட்டி ஆரவாரம் செய்தேன்.

"இந்த பாட்ட சொல்லிக்குடுக்கும்போது எங்க டீச்சர் என்ன செய்வாங்க தெரியுமா? விஷாலுக்கு சொல்லிக்குடுக்கும்போது விஷாலுக்கும் கொடுக்கலாம்னு சொல்வாங்க. என்கிட்ட வந்து சொல்லிக்குடுக்கும்போது விட்டலுக்கும் கொடுக்கலாம்னு சொல்வாங்க. அத கேக்கற பையனுக்கு அப்படியே வானத்துல பறக்கிறமாதிரி இருக்கும்"

நான் மௌனமாக அவரையே பார்த்துக்கொண்டிருந்தேன். "இன்னொரு பாட்டுகூட நினைவுக்கு வருது. இது படகு ஓட்டறவங்க பாடற மாதிரியான பாட்டு. ரொம்ப ராகமா பாடுவாங்க" என்று அந்த ராகத்தோடு பாடிக் காட்டினார்.

தங்கையே தங்கம்மா என் படகு ஐலசா
அதோ அங்கே போகுது பார் ஐலசா
பாக்குமரத்தாலே என் படகு ஐலசா
பாங்காகப் போகுதுபார் ஐலசா
தேக்குமரத்தாலே என் படகு ஐலசா
தெற்குத்திசையில் போகுதுபார் ஐலசா

பாடிமுடித்துவிட்டு, ஒருசில கணங்கள் கண்களை மூடியபடி இருந்தார். ஒருவேளை அந்தப் பள்ளிக்கூடக் காட்சியையே அவர் தன் மனத்துக்குள் பார்த்துக்கொண்டிருக்கக்கூடும் என நினைத்து அமைதியாக இருந்தேன்.

புன்னகையோடு கண்களைத் திறந்த விட்டல்ராவ் "உங்க ஸ்கூல் உங்க டீச்சர் பாடிக் காட்டியிருக்காங்களா? ஏதாவது ஞாபகம் இருக்குதா?" என்று கேட்டார். எனக்கு உடனே எங்கள் பானுமதி டீச்சர் நினைவுக்கு வந்துவிட்டார். "பானுமதின்னு

ஒரு டீச்சர் இருந்தாங்க. அவுங்கதான் நிறைய பாட்டு கதைலாம் சொல்வாங்க" என்றேன். அதைச் சொன்னதுமே "ஏதாவது ஒரு பாட்டு ஞாபகமிருக்குதா? இருந்தா சொல்லுங்க" என்று என் முகத்தையே பார்த்தார் விட்டல்ராவ்.

"பாட்டு..... பாட்டு...." என்று கூச்சத்தோடு முணுமுணுத்தபடி என் நினைவு அடுக்கைக் கலைத்துத் துழாவினேன்.

"பேயுதம்மா பேயுதம்மா
பேய்மழைதான் பேயுதம்மா
ஊசிபோல மின்னிமின்னி
ஊரெல்லாம் பேயுதம்மா
பாசிபோல மின்னிமின்னி
பட்டணமெல்லாம் பேயுதம்மா
மாரியாத்தா கிருபையாலே
மண்ணெல்லாம் பேயுதம்மா
காளியாத்தா கிருபையாலே
காடெல்லாம் பேயுதம்மா"

பாடி முடித்த தருணத்தில் நாங்கள் படித்த மூன்றாம் வகுப்பு அறையின் காட்சியும் ஜன்னல் வழியாக மழையைக் காட்டி பானுமதி டீச்சர் பாடிக் காட்டிய காட்சியும் சித்திரங்களாக எழுந்தன.

விட்டல்ராவ் புன்னகையுடன் என் தோளைத் தொட்டு தட்டிக்கொடுத்தார். "அருமையா இருக்குது பாவண்ணன். வேற ஏதாவது பாட்டு இருக்குதா?" என்று தூண்டினார். அவர் தூண்டிய தருணத்தில் இன்னொரு வேடிக்கைப் பாட்டும் நினைவுக்கு வந்தது. "இது டீச்சர் சொல்லிக் குடுத்த பாட்டு இல்ல சார். வேடிக்கைப் பாட்டு. பசங்களுக்குள்ளயே பாடிக்கிற பாட்டு" என்றேன்.

"எதுவா இருந்தா என்ன? சொல்லுங்க, சொல்லுங்க" என்றார் விட்டல்ராவ்.

நான் மனசுக்குள்ளேயே எல்லா வரிகளையும் திரட்டிக்கொண்டு ஒருமுறை சொல்லிப் பார்த்து பழகினேன். பிறகு வாய்விட்டு பாடிக் காட்டினேன்.

"மழைவருது மழைவருது
நெல்லை அள்ளுங்க
முக்காப்படி அரிசி போட்டு
முறுக்கு சுடுங்க

ஏரோட்டும் மாமனுக்கு
எண்ணி வையுங்க
சும்மா இருக்கிற மாமனுக்கு
சூடு வையுங்க”

ஆனந்தத்தில் விட்டல்ராவ் கைதட்டியபடி புன்னகைத்தார். நாங்கள் இருவருமே சிறுவர்கள் போல மழையை வேடிக்கை பார்த்தபடி மீண்டும் பேசத் தொடங்கினோம்.

கேத்துரெட்டிப்பட்டி சார்பாக 101 ரூபாய்

நான் பள்ளிக்கூடத்தில் படித்துவந்த காலத்தில் எங்கள் வளவனூருக்கு எம்.ஜி.ஆர். வந்திருந்தார். புதுச்சேரியில் யாரோ ஒரு கட்சிக்காரருடைய வீட்டுத் திருமண நிகழ்ச்சியில் கலந்துகொள்வதுதான் அவருடைய திட்டம். எங்கள் ஊர் கட்சிக்காரர்கள் சிலர் கூட்டமாகச் சென்னைக்குச் சென்று, அங்கேயே இரண்டு மூன்று நாட்கள் தங்கியிருந்து அவருடைய பயணத்திட்டத்தில் எப்படியோ வளவனூரையும் இணைத்துவிட்டுத் திரும்பினர். அவர்கள் செய்தியைப் பரப்பிவிட்டதிலிருந்து ஊரே திருவிழாக்கோலம் பூண்டுவிட்டது.

எம்.ஜி.ஆரின் பயணச்செய்தி அறிவிக்கப்பட்டதிலிருந்து சிறுவர்களாக இருந்த நானும் நண்பர்களும் ஓய்வுநேரம் முழுதும் அவரைப்பற்றிய பேச்சுகளிலேயே மூழ்கிக் கிடந்தோம். எதிர்பாராத விதமாக, குறிப்பிட்ட நிகழ்ச்சி நடைபெறுவதற்கு மூன்று நாட்கள் முன்னதாக அம்மை நோய் வந்து படுத்த படுக்கையாகிவிட்டேன். அதனால் எம்.ஜி.ஆரைப் பார்க்கும் வாய்ப்பு கிடைக்காமல் போய்விட்டது. ஆனால் ஒலிபெருக்கி வழியாக ஒலித்த அவருடைய குரலை மட்டும் கேட்டேன்.

அந்த அனுபவத்தை நான் ஒரு கட்டுரையாக எழுதியிருந்தேன். விட்டல்ராவ் அக்கட்டுரையைப் படித்துவிட்டு கைபேசியில் என்னை அழைத்து தன் மகிழ்ச்சியைத் தெரிவித்தார். என் பள்ளிக்கூட நாட்களைப்பற்றி சில கேள்விகளைக் கேட்டார். நான் அவற்றுக்கெல்லாம் நான் பதில் சொன்னேன். அப்படியே எங்கள் உரையாடல் நீண்டு சென்றது.

"கட்டுரையில எம்.ஜி.ஆரப் பார்க்கமுடியலைங்கற கட்டம் வரைக்கும் எழுதியிருக்கீங்க. அதெல்லாம் சரி. அதுக்குப் பிறகாவது எம்.ஜி.ஆரப் பார்க்கிற வாய்ப்பு கிடைச்சதா?"

"இல்லை சார். அப்படி ஒரு வாய்ப்பு கிடைக்கவே இல்லை. சினிமாக்கள்ல பார்த்தத தவிர அவர நேருக்கு நேரா ஒருமுறை கூட பார்த்ததில்லை."

"உண்மையாவா? ஆச்சரியமா இருக்குது. அதுக்கப்புறம் உங்க ஊர்ப்பக்கம் எம்.ஜி.ஆர். வரவே இல்லையா?"

"நான் குறிப்பிட்ட சந்தர்ப்பத்துக்குப் பிறகு இன்னொரு முறையும் வந்திருந்தாரு சார். அவர் புதுசா கட்சி ஆரம்பிச்சி, எழுபத்தேழு தேர்தல்ல போட்டியிட்ட சமயத்துல பிரச்சாரம் செஞ்சி ஓட்டு கேக்கறதுக்காக வந்திருந்தாரு."

"அப்ப பார்த்திருக்கலாமே?"

"அந்த நேரத்துல நான் ஊருல இல்லை சார். பள்ளிக்கூட படிப்பை முடிச்சிட்டு பாண்டிச்சேரி காலேஜ்ல சேர்ந்து பி.எஸ்.சி படிச்சிட்டிருந்தேன். அவரைப் பார்க்கறதுக்கான வாய்ப்பு அமையவே இல்லை."

"எம்.ஜி.ஆரப் பார்க்கறதுல கிராமத்து மக்கள்கிட்ட இருந்த ஆர்வத்தையும் வேகத்தையும் நான் கண்கூடாவே பார்த்திருக்கேன் பாவண்ணன். அவர் ஒரு சினிமா நடிகர்ங்கறதுதான் அந்த ஆர்வத்துக்குக் காரணம்னு சொல்லமுடியாது. அதையும் கடந்து ஏதோ ஒன்ன அவர் சம்பாதிச்சி வச்சிருந்தார். அது வேற யாருக்கும் கிடைக்காத ஒரு வரம்" என்றார்.

"நீங்க எம்.ஜி.ஆர பார்த்திருக்கீங்களா சார்?"

"நானும் சின்ன வயசுல எம்.ஜி.ஆர சினிமாவுல மட்டும்தான் பார்த்திருக்கேன். படிச்சி வேலைக்கு வந்த பிறகுதான் பார்க்கிற வாய்ப்பு கிடைச்சது."

"எந்த வருஷத்துல?"

"படிச்ச பிறகு சின்னச் சின்னதா பல வேலைகள் பார்த்திருக்கேன்னு சொல்லியிருக்கேன், இல்லையா? அதுல பயிற்சி பெறாத பள்ளிக்கூட ஆசிரியர் வேலையும் ஒன்னு. அந்த காலத்துல சேலம் மாவட்டத்துல

கேத்துரெட்டிபட்டின்னு ஒரு கிராமம் இருந்தது. அங்க ஒரு ஓராசிரியர் பள்ளி உண்டு. அந்த இடத்துல சில மாதங்கள் நான் ஆசிரியரா வேலை செஞ்சிருக்கேன்...”

“ஓ. அதுவா? உங்க போக்கிடம் நாவலுக்கு ஊற்றுக்கண்ணா இருந்த இடம்”

“அதேதான். நான் அந்த ஊருலயே தங்கி வேலைக்கு போய்வந்திட்டிருந்தேன். ரெண்டுமூனு வாரத்துக்கு ஒருமுறை ஊருக்கு போய் அம்மாவை பார்த்துட்டு வருவேன். மத்தபடி அந்த ஊருலயே சுத்திசுத்தி வருவேன். ஊருல ரெண்டுமூனு பேர் பேச்சுத்துணைக்கு கெடைச்சாங்க. அவங்களோடு பேசி பொழுது போக்குவேன்.”

“அந்த ஊருக்கு எம்.ஜி.ஆர். வந்தாரா?”

“அந்த ஊருக்கு வரலை. நாலைஞ்சி ஊரு தள்ளி பூதநத்தம்னு ஒரு கிராமம் உண்டு. அந்த ஊருக்கு தேர்தல் பிரச்சாரக்கூட்டத்துல பேசறதுக்காகவும் தேர்தல் நிதி திரட்டறதுக்காகவும் வந்திருந்தாரு.”

“தேர்தல் நிதியா?”

“ஆமாம். அது ஆயிரத்து தொள்ளாயிரத்து அறுபத்திரெண்டாவது வருஷம். தேர்தல் அறிவிச்சிருந்தாங்க. அப்ப எம்.ஜி.ஆர். தி.மு.க. கட்சியில ஒரு முக்கியமான முகம். தேர்தல் நிதி திரட்டறதுக்காக பல தலைவர்கள் தமிழ்நாடு முழுக்க சுற்றுப்பயணம் செஞ்சாங்க. எம்.ஜி.ஆர்., எஸ்.எஸ்.ஆர்., நடிகமணி நாராயணசாமி மூனு பேரும் ஒரு அணியா இன்னொரு திசையில சுற்றுப்பயணம் செஞ்சி நிதி திரட்டினாங்க.”

“அது யார் நடிகமணி நாராயணசாமி?”

“அவரும் ஒரு நடிகர்தான். பழைய நடிகர். கே.ஆர்.ராமசாமி தலைமுறை. எல்லாருக்கும் மூத்தவர். பராசக்தி சினிமாவுல கூட நடிச்சிருக்காரு. எட்டயபுரத்துக்காரர். தி.மு.க. கட்சி ஆரம்பிச்ச காலத்துலேருந்து அண்ணா கூட இருந்தவர். சுருக்கமா டி.வி.என்.னு கூப்புடுவாங்க. அவர்தான் எம்.ஜி.ஆரை. அழச்சிட்டு போய் அண்ணாவுக்கு அந்த காலத்துல அறிமுகப்படுத்தினாருன்னு ஒரு பேச்சு உண்டு. மக்கள் நடுவுல நல்ல செல்வாக்கா இருந்தவர்.”

“நீங்களும் நிதி திரட்டினீங்களா?”

“நான் திரட்டலை. கேத்துரெட்டிப்பட்டியில அப்பதான் திமுக உருவாகி வளந்துட்டிருந்த நேரம். ஊருல இருந்த இளைஞர்கள் அணி திமுக வுக்கு ஆதரவா இருந்தாங்க. ஆனா அந்த ஊரு பிரசிடென்ட் பெரிய காங்கிரஸ்காரர். அவருக்கு இந்த சின்ன வயசு ஆளுங்க செய்யற எதுவும் பிடிக்கவே இல்லை. அதனால மௌனமா ஒதுங்கி நின்னுட்டாரு. இளைஞர்கள் எல்லாரும் சேர்ந்து ஊருக்குள்ள நிதிக்காக அலைஞ்சி திரிஞ்சி எப்படியோ நூத்தியோரு ரூபா நிதி திரட்டினாங்க.”

“நூத்தியோரு ரூபாயா?” என்று ஆச்சரியமாகக் கேட்டேன்.

“இன்னைக்கு அந்தத் தொகை ரொம்ப சின்ன தொகையா தெரியலாம். ஆனா அன்னைய தேதிக்கு அது பெரிய தொகை. ஆறு ரூபாய்க்கு ஒரு கிராம் தங்கம் வித்த காலம் அது. நூறு ரூபாய்க்கு தாராளமா ரெண்டு பவுன் நகை எடுக்கலாம்.”

நான் மனத்துக்குள்ளேயே கணக்குப் போட்டு பார்த்தேன். பெரிய தொகைதான். மலைப்பாகவே இருந்தது.

“அந்த நிதியை கொடுக்கப் போவும்போதுதான் எம்.ஜி.ஆர பார்த்தீங்களா?”

“ஆமாம். நிதியை கொடுக்கறதுக்கு ஊருலேருந்து ஆறு பேரு கௌம்பினாங்க. கடைசி நேரத்துல ஊரு ஆட்கள் எல்லாரும் சேர்ந்து அந்த ஆட்களுக்குத் துணையா என்னையும் அனுப்பி வச்சிட்டாங்க. துணைக்கு துணை. கண்காணிப்புக்குக் கண்காணிப்பு. அது ஒரு கணக்கு. எல்லாரும் சைக்கிள்ளயே கௌம்பினாங்க. நானும் ஒரு சைக்கிள எடுத்துகிட்டு அவுங்களோடு போனேன்.”

“அப்ப கேத்துரெட்டிபட்டிக்கு எம்.ஜி.ஆர். வரலையா? அவரு வந்தது வேற ஊருக்கா?”

“ஆமாம். அன்னைக்கு காலையில கடலூருலேர்ந்து புறப்பட்டு ஒவ்வொரு ஊருலயும் பிரச்சார கூட்டங்கள்ல பேசிட்டு, கட்சிக்கிளைகள் அங்கங்க திரட்டி வச்சிருக்கிற நிதியையும் வாங்கிகிட்டு வந்தாங்க. ஆத்தூர், சேலம்னு வழியில பல ஊருல பல கூட்டங்கள். பூதநத்தம்ங்கற ஊருல நடக்கிற கூட்டத்துல எம்.ஜி.ஆர. பார்த்து நிதியை கொடுக்கணும்ங்கறதுதான் எங்க திட்டம்.”

“பூதநத்தம் கேத்துரெட்டிபட்டியிலிருந்து எவ்வளவு தொலைவு இருக்கும்?”

“இருபது கிலோமீட்டர் இருக்கும். அதனாலதான் காலையிலயே சைக்கிள் எடுத்துகிட்டு கௌம்பிட்டோம்.”

“எப்ப போய் சேர்ந்தீங்க?”

“காலையில கௌம்பி பகல் சாப்பாட்டு நேரத்துக்கு பூதநத்தத்துக்கு போய் சேர்ந்தோம். அந்த ஊருல எங்களோடு வந்திருந்த ஒருத்தருடைய அக்கா வீடு இருந்தது. நேரா அங்க போய்ட்டோம். அந்த அக்கா எங்களுக்கெல்லாம் நல்லா சமைச்சி சாப்பாடு போட்டாங்க. நூத்தியோரு ரூபாய் நிதி திரட்டிட்டு வந்து ஊரு சார்பா எம்.ஜி.ஆருகிட்ட கொடுக்கப் போறோம்ங்கறதயே அந்த அக்காவால நம்பமுடியலை. அவருக்கு எதுக்கு அவ்ளோ பணம், அவருதான் நடிச்சி நல்லா சம்பாதிக்கறாரேன்னு அப்பாவித்தனமா கேட்டாங்க. இந்த நிதி அவருக்காக இல்லைக்கா, திமுக தேர்தல் செலவுக்காகன்னு புரியறமாதிரி சொன்னோம். புரிஞ்சிதா புரியலையான்னு தெரியலை. அப்படியான்னு கேட்டுட்டு விட்டுட்டாங்க.”

“சரி, எம்.ஜி.ஆர். எப்ப வந்தாரு?”

“இன்னும் அரைமணி நேரத்துல வந்துடுவாரு, ஒரு மணி நேரத்துல வந்துடுவாருன்னு எல்லாரும் மதியத்திலிருந்து மாத்தி மாத்தி சொல்லிட்டிருந்தாங்க. ஆனா வண்டி வந்த பாடில்லை. கோவில் வாசல்லதான் கூட்டம் நடக்கறதா இருந்தது. நாங்க அங்கயே ஒரு மரத்தடியில நிழலான இடம் பார்த்து படுத்து தூங்கிட்டோம். ஒருபக்கம் இருபது மைல் தூரம் சைக்கிள் மிதிச்ச களைப்பு. இன்னொரு பக்கம் சாப்பிட்ட களைப்பு. தரையில படுத்ததுமே தானாவே கண்ணு மூடிகிச்சி. எத்தன மணி நேரம் தூங்கினோம்னு தெரியலை. எழுந்தபோது பொழுது சாயற நேரமாய்ட்டுது. வெயிலெல்லாம் போன இடமே தெரியலை.”

“அப்பவும் எம்.ஜி.ஆர். வரலையா?”

“இல்லை. எம்.ஜி.ஆருக்காகத்தான் எல்லாரும் காத்திட்டிருந்தாங்க. ஆனா எழுந்து போக யாருக்கும் மனசு வரலை. அங்கயே மரத்தடிகள்ல கும்பல் கும்பலா கூடி உக்காந்து பேசிட்டிருந்தாங்க.”

“எப்பதான் வந்தாரு?”

“ஊரே இருண்டு போச்சு. வெளிச்சமே இல்லை. அந்த கிராமத்துல அப்ப மின்சாரமே இல்லை. அப்பவும் மக்கள் கலைஞ்சி போகாம ஆவலோடு காத்திட்டிருந்தாங்க. ரொம்ப

நேரம் கழிச்சி மூனு கார்கள் ஒன்னு பின்னால ஒன்னா கோவில் பக்கமா வந்து நின்னுது. அத பார்த்ததுமே ஜனங்களுக்கு உற்சாகம் பொங்கி வந்துட்டுது. எம்ஜிஆர் வாழ்க, திமுக வாழ்கன்னு ஒரே முழக்கம். ஊரே அதிர்ந்துபோச்சி. எம்.ஜி.ஆர்., எஸ்.எஸ்.ஆர்., நாராயணசாமி எல்லாரும் கார விட்டு இறங்கி வந்து நின்னாங்க. யார் முகமும் இருட்டுல சரியா தெரியலை. யார் ஐடியா கொடுத்தாங்களோ தெரியலை, மூனு காருங்களயும் ஸ்டார்ட் பண்ணி, ஹெட்லைட்டுங்களை எரிய வச்சாங்க. உடனே பளிச்சினு கண்ண கூச வைக்கிற மாதிரி எல்லா இடங்களும் வெளிச்சமாய்ட்டுது. அந்த வெளிச்சத்துல எம்.ஜி.ஆர். முகம் அப்படியே தங்கம் மாதிரி பளபளன்னு மின்னுது. ஒரே ஆரவாரம்.”

“எம்.ஜி.ஆர். பேசினாரா?”

“மக்கள் கூட்டத்தை பார்த்ததுமே எம்.ஜி.ஆர். உற்சாகமா பேச ஆரம்பிச்சிட்டாரு. பல இடங்கள்ல பேசிட்டே வந்ததுல தொண்டை கட்டிகிச்சி. ஆனாலும் நிறுத்தி நிதானமா எம்.ஜி.ஆர். கொஞ்ச நேரம் பேசினாரு. மத்த ரெண்டு பேரும் ரொம்ப களைப்பாவே இருந்தாங்க. ஆனாலும் கீச்சு குரல்ல ஆளாளுக்கு என்னமோ ரெண்டு வார்த்த பேசிட்டு உக்காந்திட்டாங்க’

“நிதி கொடுக்கலையா?”

“பேசி முடிச்சதுமே அந்த ஊருக்காரரு ஒவ்வொரு ஊரு பேரா அறிவிச்சாரு. உடனே அந்தந்த ஊரு சார்பா வந்த ஆளுங்க எழுந்து போய் திரட்டி எடுத்துட்டு வந்த நிதிய கொடுத்துட்டு வந்தாங்க. கேத்துரெட்டிபட்டி பேர சொன்னதுமே நாங்க எழுந்து போய் கொடுத்துட்டு வந்தோம். அதுக்கப்புறம் மூனு வண்டிங்களும் கெளம்பி போயிட்டுது. எம்.ஜி.ஆர். எல்லாருக்கும் வணக்கம் சொல்லிட்டு போயிட்டாரு.”

“ராத்திரி சாப்பாடு?”

“மறுபடியும் அந்த அக்கா வீட்டுக்கு போய் சாப்ட்டுட்டு கோயில் வாசல்ல படுத்துக்கிறோம்க்கான்னு சொல்லிட்டு வந்துட்டோம். படுத்தா தூக்கம் வரவே இல்லை. ஊருக்காரரு யாரோ ஒருத்தரு அந்த பக்கத்துல பாம்பு நடமாட்டம் இருக்குதுன்னு சொல்லிட்டு போனதால, எங்களுக்கு அங்க படுக்கவே பயமா இருந்தது. தூக்கமே வரலை.”

“அப்புறம் என்னதான் செஞ்சீங்க?”

“எவ்ளோ நேரம்தான் பேசிட்டே இருக்கமுடியும்? கொஞ்ச தூரத்துல ஒரு கீத்துக்கொட்டா இருந்தது. ஏதோ ஒரு சிவாஜி கணேசன் படம் போட்டிருந்தாங்க. எல்லாரும் சேர்ந்து அந்த படத்துக்கு போய்ட்டோம். ரெண்டு மணிக்கு படம் முடிஞ்சது. அதுக்கப்புறம் மறுபடியும் கோயில் வாசலுக்கு வந்து அசதியில அப்படியே படுத்துட்டோம். விடிஞ்ச பிறகுதான் எழுந்தோம். தூக்கத்துல பாம்பு பத்திய சிந்தனையே வரலை. எழுந்ததும் கிணத்தங்கரையில பல் தேச்சிட்டு பக்கத்து கடையில டீ குடிச்சிட்டு மறுபடியும் இருபது கிலோமீட்டர் தூரம் சைக்கிள மிதிச்சி ஊரு வந்து சேர்ந்தோம். வழியெல்லாம் எல்லாரும் எம்.ஜி.ஆரப் பத்தியே பேசிட்டு வந்தாங்க. அதுக்கப்புறம் ஒரு பத்து நாள் ஊரு பூரா வாய் ஓயாம ஒரே எம்.ஜி.ஆர். பேச்சுதான்”

அது எப்படி இருந்திருக்கும் என்பதை என்னால் ஊகிக்கமுடிந்தது. அதனால் புன்னகையோடு “இருக்காதா பின்னே?” என்றேன்.

“ஆனா அந்த ஊருல ஒரே ஒரு ஆளு மட்டும் கடைசி வரைக்கும் எங்கடா போனீங்க, எதுக்குடா போனீங்கன்னு ஒரு வார்த்தை கூட கேக்கவே இல்லை. கேக்காதது மட்டுமில்லை. எங்களைப் பார்த்ததுமே சட்டுனு மூஞ்சிய திருப்பிகிட்டு விறைப்பா போக ஆரம்பிச்சாரு?”

“யாரு சார் அது?”

“அந்த பிரசிடென்ட்தான். அன்னைக்கு அவர் முகத்துல படிஞ்சிருந்த கசப்பும் வெறுப்பும் இன்னும் கூட என் கண்ணு முன்னால அப்படியே இருக்குது. அவரால அதத் தாங்கிக்கவே முடியலை. தன் கண்ணு முன்னாலயே ஒரு உலகம் மாறிட்டிருக்கிறத அவரால ஏத்துக்கவே முடியலை.”

விட்டல்ராவின் குரலில் படிந்திருந்த உற்சாகம் சட்டென கலைந்துவிட்டதை என்னால் உணரமுடிந்தது. அவருடைய மனக்கண்ணின் முன்னால் பிரசிடென்ட்டின் முகம் வந்து நின்றிருக்கக்கூடும் என நினைத்துக்கொண்டேன். “சரி சார். பிறகு பார்க்கலாம்” என்று சொல்லிவிட்டு உரையாடலை முடித்துக்கொண்டேன்.

இறுதிக்காலம்

மறைந்த எழுத்தாளர் கி.ராஜநாராயணன் நினைவாக, அவர் பிறந்த ஊரான கோவில்பட்டியில் அரசு சார்பில் உருவச்சிலையோடு நினைவு மணிமண்டபத்தை எழுப்பியிருக்கும் செய்தி எல்லாப் பத்திரிகைகளிலும் வெளிவந்திருந்தது. ஒருநாள் நண்பர் விட்டல்ராவைச் சந்தித்து உரையாடிக்கொண்டிருந்தபோது பேச்சோடு பேச்சாக மணிமண்டபம் தகவலையும் பகிர்ந்துகொண்டேன்.

“செய்ய வேண்டிய வேலையைத்தான் அரசாங்கம் செஞ்சிருக்குது. பாராட்ட வேண்டிய விஷயம். இது எல்லாம் ஒரு தொடக்கம்தான். அந்த மண்டபத்துக்குள்ள சின்னதா ஒரு நூலகம் அமைக்கலாம். மாசத்துக்கு ஒரு தரமோ ரெண்டு தரமோ இலக்கியக்கூட்டங்கள் நடத்தலாம். கி.ரா.ங்கறவரு யாரு, அவரு தமிழிலக்கியத்துக்கு என்னென்ன செஞ்சிருக்காருங்கற விவரங்களையெல்லாம் சுருக்கமா ஒரு பக்க அளவுல தமிழ்லயும் ஆங்கிலத்துலயும் அழகா எழுதி அச்சிட்டு மண்டபத்துக்குள்ள வந்துபோற ஆளுங்களுக்கு கொடுக்கலாம்” என்றார் விட்டல்ராவ்.

“அரசாங்கத்துடைய அறிவிப்புகள் பல சமயங்கள்ல அப்படியே காத்தோடு கரைஞ்சி போயிடும். நல்ல வேளையா கி.ரா. மணிமண்டபம் அறிவிப்புக்கு அந்த நிலைமை நேரலை. சொன்ன வேகத்துல மண்டபத்த உருவாக்கி திறப்புவிழாவும் செஞ்சிட்டாங்க. உண்மையிலேயே பெரிய சாதனை சார்” என்றேன்.

“நிச்சயமா இலக்கியவாதிகளின் பாராட்டுக்குரிய சாதனை” என்றார் விட்டல்ராவ்.

ஒருகணம் கழித்து "நீங்க அவரை சந்திச்சி பேசியிருக்கீங்களா சார்?" என்று கேட்டேன். விட்டல்ராவ் புன்னகையுடன் "பல தடவை சந்திச்சி பேசியிருக்கேன். எனக்கு லெட்டர்லாம் போட்டிருக்காரு. ரொம்ப நல்ல மனிதர். நல்ல எழுத்தாளர். வாசகர் வட்டம் வழியா வந்த அவருடைய கோபல்லகிராமம் நாவலை நான் பல முறை படிச்சிருக்கேன். எனக்கு ரொம்ப புடிச்ச நாவல் அது" என்றார்.

"எனக்கும் அந்த நாவல் ரொம்ப புடிச்ச நாவல் சார். எத்தன முறை படிச்சாலும் அலுப்பே தெரியாத நாவல்"

"அவருடைய சிறுகதைகளும் அப்படித்தான் இருக்கும் பாவண்ணன். கிராமப்புறத்து வாழ்க்கையையும் மனிதர்களையும் அப்படியே கண்ணு முன்னால கொண்டுவந்து நிறுத்திடுவாரு. ஒவ்வொரு கதையையும் ஒரு குறும்படமா எடுத்துடலாம். ஒவ்வொன்னுலயும் உயிரோட்டமான கதை இருக்கும். அவருடைய கன்னிமை, கதவு, வேட்டி தொகுப்புகள்லாம் நான் இன்னமும் வச்சிருக்கேன்."

"இன்னைய தேதிக்கு, அவருடைய கதைகளை புடிக்கலைன்னு சொல்ற ஆளே இருக்கமாட்டாங்க சார்."

"உண்மைதான். அதுக்கு வாய்ப்பு ரொம்ப குறைவுன்னுதான் எனக்கும் தோணுது. இந்த நூற்றாண்டின் சிறுகதைகள் தொகுதிகளை நான் தயார் செஞ்சிட்டிருந்த சமயத்துல அதுல சேக்கறதுக்காக கி.ராஜநாராயணனுடைய ஒரு கதையை தேர்ந்தெடுத்து வச்சிருந்தேன். அதை தொகுதிக்குள்ள சேத்துக்கறதுக்கு அனுமதி வேணும்னு அவருக்கு ஒரு கடிதம் எழுதினேன். ரெண்டே நாள் கழிச்சி அவருகிட்டேர்ந்து ஒரு போன் வந்தது. என்ன விட்டல், எப்படி இருக்கீங்கன்னு பேச ஆரம்பிச்சி பத்து நிமிஷம் பேசினாரு. நான் தேர்ந்தெடுத்து வச்சிருந்த கதையையே சேத்துக்கலாம்னு சொன்னாரு. சீக்கிரமாவே அனுமதிக்கடிதம் அனுப்பி வைக்கறதா சொன்னாரு. அவர் சொன்னது மாதிரியே ஒரு வாரத்துலயே அனுமதிக்கடிதமும் வந்து சேர்ந்துடிச்சி."

இப்படியே எங்கள் உரையாடல் கி.ராஜநாராயணனைச் சுற்றிச்சுற்றி வந்தது.

"கி.ராஜநாராயணனுடைய கதைகள்ல உங்களுக்கு எந்தக் கதை ரொம்ப புடிக்கும்?" என்று கேட்டார் விட்டல்ராவ்.

"கி.ரா.கதைகள்ல பாதிக்கு மேற்பட்ட கதைகள் செவ்வியல் கதைகள்னுதான் சொல்லணும் சார். ஒவ்வொரு கதையும் வாழ்க்கையிலிருந்து ஒரு துண்டை அப்படியே வெட்டியெடுத்து வச்ச மாதிரி இருக்கும். எனக்கு ரொம்ப புடிச்ச கதை காய்ச்ச மரம்ங்கற கதை."

“காய்ச்ச மரம். தலைப்பே அருமையா இருக்குதே. காய்ச்ச மரம்னு சொன்னா நிச்சயமா அதுக்கு கல்லடி இருக்கணுமே. என்ன கதை, சொல்லுங்க, ஞாபகம் வருதான்னு பார்க்கறேன்.”

“ஒரு ஊருல நிம்மாண்டு நாயக்கர், பேரக்கான்னு ரெண்டு பேரு இருக்காங்க. அவுங்களுக்கு எட்டு பிள்ளைகள். நாலு ஆம்பளை பிள்ளைகள். நாலு பொம்பளை பிள்ளைகள். பேரக்காகிட்ட நூறு பவுன் நகை இருந்தது. பொம்பள புள்ளைகளுக்கும் பேரப் பிள்ளைகளுக்கும் அது எல்லாத்தயும் பிரிச்சி கொடுத்துடறாங்க. வீடு, நிலம்லாம் அப்படியே இருந்தது. பிள்ளைங்க ஜாடைமாடையா பேசறத புரிஞ்சிகிட்ட நாயக்கரு மத்தியஸ்தரா ஒருத்தர வச்சிகிட்டு பிள்ளைகளை கூட்டி வச்சி பேசனாரு.”

“ஓ. பஞ்சாயத்தா?”

“கிட்டத்தட்ட அந்த மாதிரிதான். நாயக்கருக்கு நாலு வீடு இருந்தது. கணிசமா பிரிச்சி கொடுக்கற அளவுக்கு நிலமும் இருந்தது. யாருக்கும் கூடுதலாவும் இல்லாம, குறையாவும் இல்லாம சமமா நாலா பிரிச்சி நாலு பேப்பர்ல எழுதி சுருட்டி குலுக்கி போட்டாரு. சின்னவன்லேர்ந்து ஆரம்பிச்சி நாலு பேரும் நாலு சீட்டு எடுத்தாங்க. நாலு பேருக்கும் திருப்தி. பாகப்பிரிவினை அத்தோடு சுமுகமா முடிஞ்சிட்டுது. எல்லாரும் கலையப் போற நேரத்துல நாயக்கரு அறைக்குள்ள போயி தூக்கமுடியாம ஒரு குடத்தை தூக்கி வந்தாரு. மத்தியஸ்தம் பார்க்க வந்தவரு ஏன் இந்த நாயக்கரு இப்படி வேண்டாத வினையை இழுத்து உட்டுக்கறாருன்னு குழப்பத்தோடு நிக்கறாரு. அந்த குடத்துக்குள்ள ரெண்டாயிரம் வெள்ளிக்காசு இருக்குது. அதையும் பிரிச்சி எடுத்துக்குங்கன்னு பெருந்தன்மையா பிள்ளைகள்கிட்ட கொடுத்துட்டாரு நாயக்கரு. ஒவ்வொரு மாசமும் ஒவ்வொரு பிள்ளை வீட்டுல பெத்தவங்கள கவனிச்சிக்கணும்னு பேசி முடிவு பண்ணிகிட்டாங்க.”

“பிரச்சினையே இப்பதான் ஆரம்பமா?”

“கேளுங்க. மாசம் ஒரு வீடுங்கற திட்டம் சரியா வரலை. ஒரு வருஷத்துக்குள்ளயே எல்லாரும் சலிச்சிக்க ஆரம்பிச்சிட்டாங்க. ஒருநாள் நாயக்கரு மனசு வெறுத்து பேரக்காகிட்ட எங்கனா தூரதேசம் போகலாமான்னு கேட்டாரு. அந்த அம்மாவும் சரின்னு சொல்லிடுச்சி. அடுத்த நாளே விடிகாலையில எழுந்து கோவில்பட்டியிலேர்ந்து வண்டியேறி மதுரைக்கு போயிட்டாங்க. அப்புறம் அங்கேர்ந்து ராமேஸ்வரம் போய் சேர்ந்துட்டாங்க. கோவில் வாசல்ல பிச்சை எடுத்து வாழ ஆரம்பிச்சிட்டாங்க.”

"ஐயோ, பிச்சையா?"

"ஆமாம். அவுங்களுக்கு வேற வழி தெரியலை. ஊருக்குள்ள இருந்த பிள்ளைங்க பெத்தவங்கள காணோம்ன்னு தெரிஞ்சதும் ரெண்டு மூனு நாள் அங்க இங்கன்னு தேடித்தேடி பார்த்துட்டு விட்டுட்டானுங்க. நாலைஞ்சி வருஷத்துக்குப் பிறகு ஒருநாள் பாகப்பி ரிவினைக்கு மத்தியஸ்தம் பார்த்த ஆள் நேர்த்திக்கடன செலுத்த ராமேஸ்வரத்துக்கு போனாரு. தற்செயலா பிச்சைக்காரங்க வரிசை யில நாயக்கரயும் பேரக்காளயும் பார்த்து திகைச்சி நின்னுட்டாரு. இவுங்களுக்கு இந்த நிலைமையான்னு தலையில தலையில அடிச் சிகிட்டு அழுதாரு. நிம்மாண்டு நாயக்கர் ஒன்னும் பேசலை. அடையாளம் தெரியாதமாதிரி பார்த்தாரு. பேரக்காதான் வாயைத் திறந்து பேசினாங்க. ஏதாச்சும் மனசு உடைஞ்சி பேசினா எப்படி சமாதானப்படுத்தறதுன்னு அவரு யோசிச்சிகிட்டிருந்த சமயத்துல அந்த அம்மா எம்புள்ளைங்க எல்லாரும் நல்லா இருக்காங்களான்னு ஒரே ஒரு வார்த்தை கேட்டுட்டு நிறுத்திகிட்டாங்க. அதான் சார் கதை."

விட்டல்ராவ் ஒருசில கணங்கள் எதுவும் பேசவில்லை. அமைதியாக அருகிலிருந்த ஜன்னல் கம்பியில் பார்வையைப் பதித்தபடி அமர்ந்திருந்தார். ஒரு பெருமூச்சு மட்டும் அவரிடமிருந்து வெளிப்பட்டது.

"பிள்ளைங்க மனசு பெத்தவங்களால புரிஞ்சிக்க முடியலை. பெத்தவங்க மனச புள்ளைங்க புரிஞ்சிக்கறதே இல்லை. ரெண்டும் ரெண்டு வேறு வேறு தளங்கள்ல இயங்கக்கூடியதா இருக்குது. இந்தப் புள்ளியை இவ்வளவு அழகா, நேர்த்தியா தொட்டுக் காட்டிய வகையில இது ரொம்ப முக்கியமான கதைங்கறது என்னுடைய எண்ணம்."

"நீங்க சொல்றது நூற்றுக்கு நூறு உண்மை பாவண்ணன். முக்கியமான கதைதான் அது. ஒரு முழு வாழ்க்கையே இந்தக் கதைக்குள்ள இருக்குது. அதுக்கு மேல இன்னொரு முக்கியமான விஷயத்தையும் நாம பாக்கணும். ஒருத்தருடைய வாழ்க்கையில பால்யகாலம், படிப்புக்காலம், உத்தியோக காலம், கல்யாணகாலம், பிள்ளைகுட்டிகளோடு வாழற காலம், முதுமைக்காலம்னு பல கட்டங்கள் உண்டு. மனுஷன் மத்த காலங்கள்ல நிம்மதியா இருக்கானோ இல்லையோ, கடைசிக்காலத்துல நிம்மதியா இருப்பது ரொம்ப முக்கியம். மனசு நொந்து நொந்து சாகறமாதிரியான வேதனை இருக்குதே, அந்த மாதிரியான சங்கடம் யாருக்கும் வரக்கூடாது. கடைசிக்காலத்துல நிம்மதியை தொலைக்கறதுங்கறது ஒருவகையில வாழ்க்கையையே தொலைக்கறமாதிரிதான்."

நான் அவருடைய முகத்தையே பார்த்துக்கொண்டிருந்தேன்.

"நீங்க இந்தக் கதையைச் சொல்லச்சொல்ல எனக்கு என் நெருக்கமான ஒரு நண்பருடைய ஞாபகம் வந்திடுச்சி. கிட்டத்தட்ட இதேபோன்ற வாழ்க்கைதான் அவருக்கும். ஒரே ஒரு வித்தியாசம். பென்ஷன் கிடைச்சதால அவர் பிச்சை எடுக்கலை."

"யார் சார் அது?"

"என் கூட எக்சேஞ்ச்ல வேலை செஞ்சவரு. நாங்க ரெண்டு பேரும் ஒன்னா வேலையில சேர்ந்தோம். ஒரே வருஷத்துல அடுத்தடுத்து ரிட்டயர்ட் ஆனோம். இப்பதான் ஒரு மாசத்துக்கு முன்னால அவரு செத்துட்டாரு."

"ஐயோ. பாவம். பேர் என்ன சார்?"

"தினகரப்பாண்டியன்னு பேரு. சொந்த ஊரு அருப்புக்கோட்டை பக்கத்துல. ரெண்டு பேரும் ஒரே எக்சேஞ்ச்லதான் வேலை செஞ்சோம். நான் ஆதம்பாக்கத்துல மனை வாங்கினேன். அவரு இன்னும் கொஞ்சம் தள்ளி போரூர் பக்கத்துல வாங்கினாரு. ரெண்டு பேரும் லோன் போட்டுதான் வீடு கட்டினோம். அவருக்கு ரெண்டு பிள்ளைகள். ஒரு பொண்ணு. ஒரு பையன். சர்வீஸ்ல இருக்கும்போதே ரெண்டு பேருக்கும் கல்யாணம் செஞ்சி வச்சிட்டாரு. அந்தப் பையன் சரியா படிக்கலை. சரியான வேலை இல்லை. பத்து நாள் எங்கனா வேலைக்கு போவான். பத்து நாள் போவமாட்டான். ரொம்ப இன்சின்சியர் ஃபெல்லோ. அவனை நெனச்சித்தான் ரொம்ப கவலைப்பட்டுட்டே இருந்தாரு பாண்டியன்."

"சரி?"

"எல்லாம் நல்லாதான் போயிட்டிருந்தது. ஆனா பாண்டியன் ரிட்டயரானதும் டெர்மினல் பெனஃபிட்ஸ் கைக்கு வந்ததும் பிரச்சினை ஆரம்பிச்சிது. அந்த பணத்துல பங்கு கொடு, நான் தனியா போய் வீடு கட்டி வாழப் போறேன்னு சொல்லி அவர சித்திரவதை பண்ணிட்டே இருந்தான் அந்தப் பையன். ஒவ்வொரு நாளும் வீட்டுல அவனால சண்டை. ஒரு கட்டத்துல மனம் வெறுத்து வந்த பணத்த ரெண்டா பிரிச்சி பொண்ணுக்கு பாதி, பிள்ளைக்கு பாதின்னு பிரிச்சி கொடுத்துட்டாரு."

"அதுக்குப் பிறகாவது நிம்மதியா இருந்தாரா?"

"நிம்மதியா இருக்க அவன் விட்டாதான? கொஞ்ச வருஷம் கழிச்சி வந்து வீடு கட்டற வேலையை முடிக்க இன்னும் கொஞ்சம் பணம் தேவைப்படுது. உங்க ரெண்டு பேருக்கும் வயசாய்டுச்சி.

உங்களுக்கு தனியா இம்மாம்பெரிய வீடு எதுக்கு? இத வித்து எனக்கு சேர வேண்டிய பணத்தை கொடுன்னு நச்சரிச்சிட்டே இருந்தான். பாண்டியனும் பொறுத்து பொறுத்து பார்த்தாரு. அவரு கஷ்டப்பட்டு கட்டின வீடு. அத விக்கறதுக்கு அவருக்கு மனமே இல்லை. கிட்டத்தட்ட நான் வீட்ட வித்த அதே சமயத்துலதான் அவரும் வீட்டை வித்துட்டாரு. வந்த பணத்த பொண்ணுக்கு பாதி, பிள்ளைக்கு பாதின்னு பிரிச்சிக் கொடுத்துட்டு ஒரு வாடகை வீட்டுக்கு போயிட்டாரு."

"வாடகை வீட்டுக்கா? அந்த பையன் கூடவே இருந்திருக்கலாமே."

"அவன் கூப்ட்டாதான போகமுடியும்? அவனுக்கு பாண்டியன் கையில இருந்த பணம்தான் தேவைப்பட்டது. அவரு தேவைன்னு தோணலையே."

என்ன சொல்வது என்றே புரியவில்லை. "ம், சரி. சொல்லுங்க" என்று பெருமூச்சுடன் அவருடைய முகத்தைப் பார்த்தேன்.

"ஒரு ஆத்தரம் அவசரத்துக்கு உதவும்னு அவரு பொண்ணு இருந்த வீட்டுப் பக்கமாவே ஒரு வீட்ட வாடகைக்கு பார்த்துட்டு வந்துட்டாரு."

"அப்புறம்?"

"அப்படியே நாலஞ்சி வருஷம் போச்சி. திடீர்னு பாண்டியனுடைய மனைவி செத்துட்டாங்க."

"ஐயையோ, அந்த சமயத்துலயாவது வந்து அழச்சிட்டு போனானா?"

"அவனா? மனம் காய்ஞ்சவன் அவன். அப்பவும் அவருடைய சேவிங்ஸ் மேலதான் அவன் கண்ணு. அடிக்கடி வந்து பத்தாயிரம் கொடு இருபதாயிரம் கொடுன்னு வந்து நின்னு கத்துவான். பென்ஷன் பணத்தையெல்லாம் என்ன செய்றே, எனக்கு எடுத்து கொடுன்னு சண்டை புடிப்பானாம்."

"பாவம்தான் சார்"

"அவரு ஒத்த ஆளு. தனியா சமைச்சிக்குவாரு. குழம்பு மட்டும் பொண்ணு ஊட்டுலேர்ந்து வந்து சேர்ந்துடும். எப்படியோ காலத்த ஓட்டிட்டிருந்தாரு. அடிக்கடி ஃபோன்ல பேசுவாரு. அவரும் ஒத்த ஆளு. நானும் ஒத்த ஆளு. அவரு கஷ்டத்தை என்கிட்ட சொல்வாரு. உங்ககிட்ட பேசினா ஆறுதலா இருக்குது விட்டல்னு சொல்வாரு. அதனால நானே வாரத்துக்கு ஒரு தரம் ஃபோன் போட்டு பேசுவேன்."

“இவ்வளவு தொலைவான இடத்துல இருந்துகிட்டு நம்மால வேற என்ன செய்யமுடியும் சார்? ஆறுதலா நாலு வார்த்தை பேசறத தவிர வேற நமக்கு என்ன தெரியும்?”

“சரியா சொன்னீங்க பாவண்ணன். நானும் அதைத்தான் செஞ்சிட்டிருந்தேன். திடீர்னு ரெண்டு நாள் முன்னால அவருடைய நெம்பர்லேர்ந்து ஒரு கால் வந்திச்சி. என்னடா இது, அவரே கூப்பிடறாரேன்னு எடுத்துப் பேசினேன். அவரு பேசலை. அவருடைய பொண்ணுதான் பேசிச்சி. என்னம்மான்னு கேட்டேன். அப்பா போயிட்டாரு அங்கிள். உங்களப் பத்தி அப்பா நெறயா சொல்லியிருக்காரு அங்கிள்னு சொல்லிச்சி. எனக்கு மனசு தாங்கவே இல்லை. ரொம்ப கஷ்டமா இருந்தது. முப்பது வருஷத்துக்கு மேல என்கூட வேலை செஞ்சவரு. தினமும் என்கிட்ட பேசிட்டே இருந்தவரு. திடீர்னு எல்லாரயும் விட்டுட்டுப் போயிட்டாரு. அந்தப் பையன் தொந்தரவு இல்லாம இருந்திருந்தா, இன்னும் கொஞ்ச வருஷங்கள் நிச்சயமா இருந்திருப்பாரு. அந்த பிள்ளை ஏன் அதையெல்லாம் நினைச்சி பாக்கலைன்னு புரியவே இல்லை.”

மேசையில் இருந்த கைபேசியை எடுத்து அழைப்புகளின் வருகைப்பதிவுகளைக் காட்டினார். தினகரப்பாண்டியன் என்ற பெயரில் பதியப்பட்டிருந்த எண்ணிலிருந்து வந்த அழைப்பைப் பார்த்தேன். அதுதான் அந்த எண்ணிலிருந்து வந்த கடைசி அழைப்பு என்ற எண்ணமே நடுக்கம் தருவதாக இருந்தது.

விட்டல்ராவ் சோர்வுடன் சாய்வு நாற்காலியில் சரிந்து உட்கார்ந்தார். அந்த நிலையில் அவரை அப்படிப் பார்க்க மனம் ஒப்பவில்லை. சட்டென என் குரலை உறுதிப்படுத்திக்கொண்டு “சரி, எழுந்திருங்க சார். வெளியே போய் வரலாம். போய் சூடா ஒரு காப்பி குடிச்சிட்டு வரலாம் வாங்க” என்றேன்.

“சரி” என்று தலையசைத்தபடி, சொன்னதைக் கேட்கும் சிறுவனென சாய்வு நாற்காலியிலிருந்து எழுந்து நின்றார். “நீங்க சொல்ற மாதிரி பெத்தவங்க வேதனை பிள்ளைகளுக்கு புரியறதே இல்லை. பிள்ளங்க மனசும் பெரியவங்களுக்குப் புரியறதே இல்லை. எல்லாமே மர்மமாதான் இருக்குது” என்று சொல்லிக்கொண்டே வீட்டைப் பூட்டினார். மேற்கொண்டு பேச்சை வளர்த்தாமல் அவரோடு அமைதியாக நடந்தேன் நான்.

✿

பயாஸ்கோப்காரன்

புக்டே என்னும் இணைய தளத்தில் 'பயாஸ்கோப்காரன்' என்னும் தலைப்பில் விட்டல்ராவ் ஒரு தொடரை எழுதி வருகிறார். அத்தொடரில் பயாஸ்கோப்காரன் என்று தன்னையே அடையாளப்படுத்திக்கொள்கிறார் விட்டல்ராவ்.

விட்டல்ராவுக்கு சிறுவயதிலிருந்தே திரைப்படம் பார்க்கும் ஆர்வம் வந்துவிட்டது. அவருடைய அப்பாதான் அதற்கு முழுமுதற்காரணம். தொடக்க அத்தியாயங்களில் சின்ன வயதில் தான் பார்த்து மகிழ்ந்த தமிழ்த்திரைப்படங்களைப்பற்றியும் தனக்குக் கிடைத்த நட்புக்குழுவைப்பற்றியும் ஒவ்வொரு அத்தியாயமாக எழுதிவந்தார். அது ஒரு கட்டம். சேலம் மாவட்டத்துக் கிராமத்திலிருந்து தாவி சென்னைக்கு வந்து வேலையில் சேர்ந்த பிறகு பார்க்க நேர்ந்த இந்திய பிறமொழித்திரைப்படங்கள் அளித்த அனுபவங்களைக் குறித்து அடுத்த கட்டத்தில் எழுதினார். திரைப்படச்சங்கங்கள் வழியாகவும் அயல்நாட்டுத் தூதரகங்கள் வழியாகவும் ஏராளமாக வெளிநாட்டுப்படங்களைப் பார்த்த அனுபவங்களை மூன்றாவது கட்டமாக எழுதி வருகிறார். இப்படி அமெரிக்கா, பிரிட்டன், ரஷ்யா என பல நாடுகளைக் கடந்து போய்க்கொண்டே இருக்கிறான் பயாஸ்கோப்காரன்.

சுவாரசியமான தொடர். இதுவரை முப்பதுக்கும் மேற்பட்ட அத்தியாயங்கள் வெளிவந்துவிட்டன. ஒவ்வொன்றிலும் ஏராளமான புதிய செய்திகள். காட்சிச்சித்தரிப்புகள். ஒருநாள் விட்டல்ராவைச் சந்திக்கச் சென்றிருந்தபோது, அந்த மாதத்துக்குரிய அத்தியாயத்தை எழுதிமுடித்துவிட்டு சரிபார்த்துக்கொண்டிருந்தார். "இன்னும்

ஒரு பக்கம்தான். இதோ முடிச்சிடறேன். அதுவரைக்கும் அந்தப் பத்திரிகையைப் பாத்திட்டிருங்க" என்றார்.

மின்சார விசிறியின் காற்று விழும் பரப்புக்குள் நாற்காலியை இழுத்துப் போட்டுக்கொண்டு உட்கார்ந்தேன் நான். புத்தக மேசையில் அம்ருதா மாத இதழ் இருந்தது. அதை எடுத்துப் புரட்டிக்கொண்டிருந்தேன். அதிலும் அவருடைய தொடரொன்று இடம்பெற்றிருந்தது.

சிறிது நேரத்திலேயே திருத்தம் பார்க்கும் வேலையை முடித்துவிட்டு திருப்தியுடன் தலைநிமிர்ந்து என்னைப் பார்த்து புன்னகைத்தார் விட்டல்ராவ். அன்று எழுதிய அத்தியாயம் மிகச்சிறப்பாக அமைந்துவிட்டது என்பதை அவருடைய புன்னகையைப் பார்த்ததுமே புரிந்துகொண்டேன். "இந்த வாரம் எந்த நாட்டுப்படங்கள் சார்?" என்று கேட்டேன். "இந்தாங்க, பாருங்க" என்றபடி என்னிடம் கையெழுத்துப் பிரதிகளைக் கொடுத்தார்.

"நாளைக்கு காலையில ஒரு ஜெராக்ஸ் காப்பி எடுத்துகிட்டு ஸ்பீட் போஸ்ட்ல அனுப்பிடுவேன்" என்று சொன்னார்.

கட்டுரையின் முதல் வரியிலேயே அது ஸ்காண்டிநேவியன் பகுதியைச் சேர்ந்த நார்வே, ஸ்வீடன், டென்மார்க் பகுதிகளைச் சேர்ந்த திரைப்படங்களைப்பற்றிய கட்டுரை என்று புரிந்துகொண்டேன். தொடக்க வரிகள் கொடுத்த உற்சாகத்தில் பத்து நிமிடத்தில் முழு கட்டுரையையும் படித்துவிட்டேன். அக்கட்டுரையில் பல திரைப்பட இயக்குநர்களைப்பற்றியும் முக்கியமான திரைப்படங்களைப்பற்றியும் வாசகர்கள் புரிந்துகொள்ள ஏதுவாக ஒரு குறுக்குவெட்டுச் சித்திரத்தை அளித்திருந்தார் விட்டல்ராவ். படித்துமுடித்த பிறகு "வழக்கம்போல மிகச்சிறப்பாக உள்ளது சார்" என்றபடி கையெழுத்துப் பிரதியை அவரிடம் திருப்பிக் கொடுத்தேன்.

"இதுல குறிப்பிட்டிருக்கிற படங்கள்ல ஏதாவது நீங்க பார்த்திருக்கீங்களா பாவண்ணன்?"

"இல்ல சார். எல்லாமே எனக்கு புதுசாதான் இருக்குது."

"ஒவ்வொன்னும் அருமையான படம். வாய்ப்பு கிடைச்சா தவறவிடாதீங்க. பாபெட்ஸ் ஃபீஸ்ட் படத்தை நீங்க கண்டிப்பா பார்க்கணும். உங்க சுபாவத்துக்கு அந்தப் படம் உங்களுக்கு ரொம்ப புடிக்கும்."

“நீங்க கட்டுரையில கொடுத்திருக்கிற கதைச்சுருக்கமே படத்தை தேடிப் பார்க்க வைக்கிற மாதிரிதான் இருக்குது. நானும் தேட ஆரம்பிக்கிறேன் சார். என்னைக்காவது அது என் கண்ணுல கிடைச்சிடும்.”

விட்டல்ராவ் எண்பது வயதைக் கடந்துவிட்டார். ஆயினும் தன் இளமைக்காலத்தில் பார்த்த பல திரைப்படங்களைப்பற்றி ஏராளமான தகவல்களை தம் நினைவிலிருந்தே சொல்லும் ஆற்றல் அவரிடம் இருந்தது. அதுமட்டுமல்ல, குறிப்பிட்ட படத்தில் நடித்த நடிகநடிகையரின் பெயர்கள், இயக்குநரின் பெயர், அதே இயக்குநர் இயக்கிய பிற படங்களின் பெயர்கள் என ஏராளமான தகவல்களையும் அடுக்கிக்கொண்டே செல்வார். அவர் ஒரு தகவல் சுரங்கம் என்பதில் இரண்டாவது கருத்துக்கே இடமில்லை.

“சிறுகதைகள், நாவல்கள் எழுத ஆரம்பிச்சத பத்தியெல்லாம் சொல்லியிருக்கீங்க. இந்த சினிமா பத்திய கட்டுரைகளை எப்படி எழுத ஆரம்பிச்சீங்க, அதைப்பத்தி நீங்க எங்கயும் எழுதி பதிவு செஞ்சதா நான் பார்த்ததில்லை. எனக்கும் கேக்கறதுக்கு சரியான சந்தர்ப்பம் அமையவே இல்லை. இப்பதான் திடீர்னு கேக்கணும்ன்னு தோணுது. சொல்லுங்க சார், எப்படி ஆரம்பிச்சிங்க?”

விட்டல்ராவ் ஒருகணம் என் முகத்தைப் பார்த்துவிட்டு கண்ணாடியைக் கழற்றி மேசையின் மீது வைத்தார். பிறகு புன்னகை மாறாத முகத்துடன் “பாவண்ணன், இன்னைக்கும் எனக்கு சிறுகதை, நாவல்தான் ஃபர்ஸ்ட் சாய்ஸ். அத எழுதறதுதான் எனக்கும் ரொம்ப புடிக்கும். நான் சினிமாக்கட்டுரைகள் பக்கம் வந்ததே ஒரு தற்செயல். ஒரு விபத்துன்னு கூட சொல்லலாம்” என்றார்.

“அப்படின்னா விட்டுடலாமே, உங்க கவனத்தை சிறுகதை, நாவல்கள் பக்கம் மட்டுமே திசைதிருப்பலாமே சார்.”

“செய்யலாம்தான் பாவண்ணன். நீங்க சொல்றது நூத்துக்கு நூறு உண்மை. ஆனா இப்ப என் நிலைமை புலிவாலைப் புடிச்ச மாதிரி ஆயிட்டுது. இப்ப அதுதான் என்னை இழுத்துட்டு ஓடுது” என்று சொல்லிக்கொண்டே தன் விரல்களை உயர்த்தி கன்னத்தைத் தேய்த்துக்கொண்டார். தொடர்ந்து “முதல் கட்டுரையை எழுதி முப்பது முப்பத்திரெண்டு வருஷம் ஆவுது. அந்த ஒன்னே போதும் நிறுத்திக்கலாம்னுதான் நான் முடிவு செஞ்சி வச்சிருந்தேன். ஆனா நடந்ததெல்லாம் நான் நினைச்சதுக்கு மாறாதான் நடந்தது. இன்னைய தேதி வரைக்கும் அது அப்படியே தொடர்ந்துட்டு இருக்குது.”

தொடர்ச்சியாக பேசும் மனநிலைக்கு அவர் தயாராகிவிட்டார் என்பதை என்னால் புரிந்துகொள்ள முடிந்தது. நான் அமைதியாக அவரையே பார்த்துக்கொண்டிருந்தேன்.

“தொண்ணூறு தொண்ணத்தியொன்னு வரைக்கும் எல்லாரையும் போல நான் சிறுகதை, நாவல்கள்னு என் போக்குல எழுதிட்டிருந்தேன். ஆரம்பத்துல தினமணி கதிர் எழுத்தாளர்னு கிண்டல் செஞ்சாங்க. அதுக்கப்புறம் எளிமையா எழுதறவர்னு சொன்னாங்க. இன்னும் என்னென்னமோ சொன்னதுண்டு. உன் எழுத்து நல்லா இருக்குதுப்பான்னு சொன்னவங்க ரொம்ப குறைச்சல். அதுவே எனக்கு பெரிய திருப்தி. எனக்கு எப்பவும் பெரிய எதிர்பார்ப்பெல்லாம் இல்லை. எதையும் நினைச்சி குழப்பிகிட்டதும் இல்லை. என் வேலை எழுதறதுன்னு எனக்குள்ள ஒரு தீர்மானம் வச்சிகிட்டு எழுதிகிட்டிருந்தேன்.”

“சரி”

“உங்களுக்கு இலக்கியச்சிந்தனை அமைப்பைப்பற்றி தெரியுமில்லையா? சென்னையில பாரதி, லெட்சுமணன் சகோதரர்கள் சேர்ந்து அந்த அமைப்பை நடத்திட்டிருந்தாங்க. மாதாமாதம் இலக்கியக்கூட்டம் நடத்துவாங்க. அதுல ஒரு தலைப்பை ஒட்டி யாராவது ஒருத்தரு பேசுவாங்க. அதுக்கப்புறம் அந்த மாதத்துக்குரிய சிறந்த கதையை வேற ஒருத்தர் தேர்ந்தெடுத்து, அதைப்பத்தி கொஞ்ச நேரம் பேசுவாரு. இதுதான் அவர்கள் நிகழ்ச்சி நடத்தும் வழிமுறை. ரெண்டு ரெண்டரை மணி நேரம், நல்லா அழகா போகும்.”

“தெரியும். தெரியும் சார். நான் ஒரே ஒரு மாதாந்திர கூட்டத்துல கலந்துகிட்டதுண்டு. சென்னைக்கு போயிருந்த சமயத்துல தற்செயலா அதே நாள்ல கூட்டம் நடக்குதுன்னு கேள்விப்பட்டு போயிருந்தேன்.”

“ஒருமுறை ஒரு கூட்டத்துக்கு வையவன்னு ஒரு எழுத்தாளர் சிறப்புப் பேச்சாளரா பேசறதுக்கு ஏற்பாடு செஞ்சிருந்தாரு நம்ம பாரதி. திடீர்னு கூட்டம் நடக்கறதா இருந்த அன்னைக்கு நண்பர் வையவனுக்கு ஏதோ அவசர வேலை. அதனால பாரதிக்கு போன் பண்ணி நிகழ்ச்சிக்கு வரமுடியாதுன்னு சொல்லிட்டார். சாயங்காலம் நடக்க இருந்த கூட்டத்துக்கு வர இருந்த ஒரு பேச்சாளர் வரமுடியாம போயிட்டுதுன்னா, திடீர்னு எப்படி மாற்று ஏற்பாடு செய்யமுடியும்? பாரதிக்கு ஒரே குழப்பம். தவியா தவிச்சிட்டாரு.”

“அடடா, அப்புறம் என்னாச்சி?”

“பாரதி எனக்கு நல்ல நெருக்கமான நண்பர். அவருக்கு என்ன தோணிச்சோ தெரியலை. திடீர்னு எனக்கு ஆபீஸ் நெம்பருக்கு ஃபோன் செஞ்சி இந்த எல்லாத் தகவல்களையும் சொன்னார். கடைசியா நீங்கதான் விட்டல் எப்படியாவது இந்தப் பிரச்சினையைக் கடந்துவர உதவணும்னு கேட்டுகிட்டாரு.”

“சரி”

“என்ன பண்ணனும் பாரதின்னு கேட்டேன். அவருக்கு பதிலா நீங்க பேசுங்கன்னு சொன்னாரு. எனக்கு ஒரே அதிர்ச்சி. இருக்கறது கொஞ்ச நேரம்தான். இந்த நிலைமையில நான் எப்படி அந்த தலைப்புல பேச்ச தயார் செஞ்சிட்டு வந்து பேசமுடியும், ரொம்ப கஷ்டமாச்சே பாரதின்னு சொன்னேன்.”

“அப்புறம்?”

“அந்தத் தலைப்பைப்பத்தி நீங்க கவலையே படவேணாம் விட்டல், அதை மறந்துடுங்க. உங்க மனசுக்கு என்ன தலைப்பு தோணுதோ, அந்தத் தலைப்புல நீங்க பேசுங்க. அது போதும்னு சொன்னாரு பாரதி. நீங்க எந்த தலைப்பை வேணும்னாலும் தேர்ந்தெடுத்துக்கலாம். அது உங்க சுதந்திரம்னு சொன்னார். கொஞ்ச நேரம் யோசிச்சி பார்த்தேன். மனசுக்குள்ள ஒன்னும் ஓடலை. அந்த நேரத்துல திரைப்படங்களா எடுக்கப்படுகிற நாவல்கள் வெற்றிகரமா அமையறதில்லை, நாவல் ஒரு மாதிரி இருக்குது சினிமா வேற மாதிரி இருக்குதுன்னு எல்லாரும் ஆளாளுக்கு பேசிட்டிருந்த நேரம். அதைப்பத்தி ஒரு தெளிவான கருத்தை எல்லோருக்கும் புரியறமாதிரி சொல்லணும்னு எனக்குள்ள ஒரு ஆசை இருந்தது. அதனால ‘இலக்கியமும் திரைப்படமும்’னு ஒரு தலைப்பை எனக்கு நானே தீர்மானிச்சிகிட்டு பாரதிகிட்ட சொன்னேன். ஆகா, ரொம்ப நல்ல தலைப்பா இருக்குதே. பார்வையாளர்கள் ஆர்வத்தோடு கேக்கறதுக்கும் பொருத்தமான தலைப்பாகவும் இருக்குது. அது போதும் விட்டல். நீங்க வந்து பேசுங்க. இப்பதான் எனக்கு நிம்மதியா இருக்குதுன்னு சொல்லிட்டு போன வச்சிட்டாரு.”

“ஓ, இதுதான் தொடக்கமா? அப்ப நீங்க ஏற்கனவே சொன்னதுபோல இது ஒரு விபத்துதான்.”

“நான் சின்ன வயசிலேர்ந்து சினிமாக்களை தொடர்ச்சியா பார்த்திட்டிருக்கிற ஆள்தான். பல நாட்டு படங்களை பார்த்திருக்கேன். பல இயக்குநர்களுடைய படங்களையும் பார்த்திருக்கேன். நண்பர்கள் சந்திப்புல அதைப் பத்தியெல்லாம் பேசியிருக்கேன். ஆனாலும்,

ஒருநாளும் ஒரு பொது மேடையில அத பத்தி பேசனதில்லை. ஒரு கட்டுரையாகவும் எழுதி வெளியிட்டதில்லை. அன்னைக்கு இலக்கியச்சிந்தனை கூட்டத்துல பேசிய பேச்சுதான் முதல் பேச்சு. அது ஒரு தொடக்கப்புள்ளி."

"பொதுவா எதை மையப்படுத்தி பேசினீங்க?"

"எழுத்து வடிவம்ங்றது வேறு, காட்சி வடிவம்ங்கறது வேறு. அதைத்தான் அடிக்கோடு போட்டு காட்டுறமாதிரி விரிவா சொன்னேன். நாடகம், சிறுகதை, நாவல்கள், சினிமா எல்லாத்துலயும் காட்சிகள் இருக்கலாம். ஆனா ஒவ்வொரு வடிவத்துலயும் காட்சிகளை அமைக்கிற முறை வேறு வேறு. அந்த வித்தியாசத்தை முதல்ல புரிஞ்சிக்கணும்னு சொன்னேன். போரும் அமைதியும், அன்னா கரினினா, கிரைம் அன்ட் பனிஷ்மென்ட்னு பல படங்களை உதாரணமா எடுத்துக் காட்டி விளக்கமா சொன்னேன். நாவலுடைய சில காட்சிகள் திரைப்படத்துக்கு ஒத்துவராது. அப்ப அதை நீக்கவேண்டியதா இருக்கும். திரைப்படத்துக்குப் பொருந்திப் போகிறமாதிரி சில காட்சிகள் தேவையா இருக்கும். ஆனா அது நாவல்ல இருக்காது. அப்ப சேர்க்கவேண்டியதா இருக்கும். அப்ப, நாவல் மாதிரி திரைப்படம் இல்லைன்னு ஒருநாளும் புலம்பக்கூடாது. புலம்பறதுக்குக் காரணம், நமக்கு அந்தந்த ஊடகத்தை சரியா புரிஞ்சிக்கத் தெரியலைங்கறதுதான்னு சொன்னேன். நிறைய படங்கள்லேர்ந்து எடுத்துக்காட்டுகள் சொன்னதால, உரை ஒரு மணி நேரத்தயும் தாண்டி போயிட்டுது."

"உங்க பேச்சுக்கு வரவேற்பு எப்படி இருந்தது?"

"ரொம்ப நல்ல வரவேற்பு இருந்தது. அந்தக் கூட்டத்துக்கு கோமல் சுவாமிநாதன், திருப்பூர் கிருஷ்ணன், அம்ஷன்குமார் எல்லாரும் வந்திருந்தாங்க. எல்லோருக்குமே அன்னைய பேச்சு புடிச்சிருந்தது. வாழ்த்து சொன்னாங்க. இவ்ளோ அழகா பேசறீங்களே, நீங்க ஏன் திரைப்படங்கள பத்திய கட்டுரைகளை எழுதக்கூடாதுன்னு கேட்டாரு கோமல். அம்ஷன்குமாரும் அதையே சொன்னாரு. ஒரு வரலாற்றைச் சொல்றமாதிரி உங்களுக்கு அழகா சொல்ல வருது, தயவுசெஞ்சி நீங்க திரைப்படங்களைப் பத்தி தொடர்ந்து எழுதுங்க சார்னு சொன்னாரு திருப்பூர் கிருஷ்ணன். இப்ப பேசிய பேச்சையே ஒரு கட்டுரையா முதல்ல எழுதி கொடுங்க சார், தினமணிகதிர்ல வெளியிடலாம். எவ்வளவு நீளமா இருந்தாலும் பரவாயில்லை சார், பிரிச்சி நாலைஞ்சி வாரங்கள் தொடரா போட்டுடலாம்னு சொன்னாரு. அப்ப அவரு தினமணிகதிர்லதான் வேலை

செஞ்சிட்டிருந்தாரு. இது என்னடா புது வம்புல மாட்டிகிட்டோம்னு மனசுக்குள்ள ஒரு ஓரத்துல தோணினாலும், எழுதுங்க எழுதுங்கன்னு எல்லாரும் சொன்னது ஒரு மாதிரி உற்சாகமா இருந்தது."

"யாருக்கோ நேர்ந்த எதிர்பாராத ஒரு நெருக்கடி, உங்களை இன்னொரு புதிய திசையில பயணம் செய்ய வச்சது பெரிய தற்செயல். உங்க ஆற்றலை வெளிப்படுத்த அதுவும் ஒரு வழியா அமைஞ்சிட்டுது, இல்லையா சார்?"

"ஆமாம் பாவண்ணன். திருப்பூர் கிருஷ்ணன் கேட்டுகிட்ட மாதிரி அன்றைய பேச்சை ஒரு பெரிய கட்டுரையா எழுதி அவருகிட்டயே கொடுத்துட்டேன். அவரு அதை ஒரு தொடர்கட்டுரையா நாலஞ்சி வாரங்கள் தொடர்ச்சியா வெளியிட்டாரு. அந்தக் கட்டுரைக்கும் நல்ல வரவேற்பு கிடைச்சிது. திரைத்துறையில இருக்கிற பல பேர் படிச்சிட்டு பாராட்டினாங்க"

"அடுத்த கட்டுரையை எப்படி எழுதினீங்க?"

"அந்த நேரத்துலதான் கோமல் சுவாமிநாதன் சுபமங்களா பத்திரிகையை ஆரம்பிச்சிருந்தாரு. இலக்கியச்சிந்தனை கூட்டத்துல சந்திச்சி திரும்பிய பிறகு என்னைப் பார்க்கிற நேரத்துல எல்லாம் திரைப்படங்களை பத்தி சுபமங்களாவுக்கு எழுதுங்க எழுதுங்கன்னு கேட்டுகிட்டே இருந்தாரு. அமெரிக்காவுல அப்ப ஸ்டான்லி கிராமர்னு ஒரு இயக்குநர் நல்ல நல்ல படங்களை எடுத்துட்டிருந்தாரு. எல்லாமே அடக்குமுறைக்கு எதிரான படங்கள். அவர் படத்துல வரும் காட்சிகள் எல்லாமே அற்புதமா இருக்கும். அவர் எடுத்த படங்களை முன்வைத்து 'பாசிஸ எதிர்ப்பு சினிமா'ன்னு ஒரு அறிமுகக்கட்டுரையை எழுதிக் கொடுத்தேன். கோமலுக்கு அந்தக் கட்டுரை ரொம்ப புடிச்சிருந்தது. உடனே வெளியிட்டுட்டாரு. அதே இதழ்லதான் நம்ம மா.அரங்கநாதன் ஞானக்கூத்துன்னு ஒரு நல்ல சிறுகதையை எழுதியிருந்தார். அவர் அந்தக் கட்டுரையைப் படிச்சிட்டு ரொம்ப நல்லா எழுதியிருக்கிங்க விட்டல்னு சொன்னாரு.."

"அது ஒன்னுதான் எழுதனீங்களா? இல்ல, தொடர்ந்து எழுதனீங்களா?"

"இத்தோடு திரைப்படக் கட்டுரை பக்கமே போகக்கூடாது, இனிமே நிறுத்திடணும்னுதான் ஒவ்வொரு முறையும் நினைச்சிக்குவேன். ஆனா அப்படி செய்யமுடிஞ்சதே இல்லை. இன்னைய நாள் வரைக்கும் அந்தக் கதை தொடருது."

"ஸ்டான்லி கிராமருக்குப் பிறகு யாரைப்பத்தி எழுதினீங்க?"

"எலியா கஸான்னு இன்னொரு அமெரிக்க டைரக்டர பத்தி எழுதினேன். அவர்தான் முதமுதலா மார்லன் பிராண்டோவ அறிமுகப்படுத்தியவர். இப்படியே அடுத்தடுத்து தொடர்ந்து எழுதற மாதிரியான சூழல்ல சிக்கிட்டேன்."

"சுபமங்களாவுக்குப் பிறகு யாருக்காக எழுதினீங்க?"

"நிறைய பேருக்கு எழுதினேன். உண்மையான அக்கறையோடு வந்து கேக்கறவங்களுக்கு முடியலைப்பா, நேரமில்லைப்பான்னு சொல்ல மனசு வரலை. எழுதி கொடுத்துகிட்டே இருந்தேன். அந்தக் கட்டுரைகளையெல்லாம் தொகுத்துத்தான் உலகத்திரைப்படங்களும் கலைஞர்களும்னு ஒரு கட்டுரைத்தொகுப்பு வந்தது."

"எந்தப் பதிப்பகம் சார் போட்டாங்க?"

"நர்மதா பதிப்பகம்"

"அதுக்குப் பிறகு என்ன நடந்தது?"

"ஒருநாள் எழுத்தாளர் கோபிகிருஷ்ணன் நம்ம திருநாவுக்கரசுவை வீட்டுக்கு அழைச்சிகிட்டு வந்தாரு. ரெண்டு பேருமே நர்மதா பதிப்பகம் போட்ட புத்தகத்தை பத்தி பேசினாங்க. நானும் கேட்டுகிட்டே இருந்தேன். கடைசியா நிழல்ங்கற பேருல திரைப்படங்களுக்காக ஒரு பத்திரிகையை தொடங்கப் போறதா ரெண்டு பேரும் சொன்னாங்க. நீங்க அதுல தொடர்ச்சியா திரைப்படங்கள பத்தி கட்டுரைகள் எழுதணும்னு கேட்டுகிட்டாங்க. நண்பர்கள் கோரிக்கையை நிராகரிக்கிற சக்தி எனக்கு எப்பவுமே இருந்ததில்லை. கட்டுரைதானே கேக்கறாங்க, சரி எழுதிக் கொடுக்கலாம்னு நினைச்சி எழுதித் தரேன் அரசுன்னு சொல்லி அனுப்பி வச்சிட்டேன். சுபமங்களாவோடு நிறுத்திக்கலாம்னு நினைக்கிற நேரத்துல இப்படி ஒரு வேலையை நானே இழுத்து போட்டுகிட்டேன்."

"அவுங்களுக்கு என்ன எழுதி கொடுத்தீங்க?"

"நந்தனார் படம் பார்த்திருக்கீங்களா?"

"பார்த்திருக்கேன் சார்"

"அதுல நந்தனாரை சிதம்பரம் போகவிடாம வேலை வாங்கற ஆளா ஒருத்தர் நடிச்சிருப்பார். அருமையான நடிகர் அவர். அவர் பெயர் செருகளத்தூர் சாமா. நிறைய புராண படங்கள்ல கிருஷ்ணரா நடிச்சிருக்காரு. அருமையான குரல் அவருக்கு. நல்லா

பாடவும் செய்வார். சிந்தாமணியில அவரு பாடிய பாடல்கள் எல்லாமே அருமையா இருக்கும். அவரைப் பத்தி ஒரு கட்டுரை எழுதணும்னு எனக்கு ரொம்ப காலமா ஒரு ஆசை இருந்தது. நிழல் இதழுக்கு ஒரு கட்டுரையா எழுதி அத தீர்த்துகிட்டேன்."

"அதுக்கு எப்படி வரவேற்பு இருந்தது?"

"அதுக்கும் நல்ல வரவேற்பு. அந்தக் கட்டுரையை படிச்சிட்டு அந்தப் பத்திரிகை முகவரிக்கு தியடோர் பாஸ்கரன் ஒரு பெரிய கடிதம் எழுதியிருந்தாரு. ரொம்ப உற்சாகமா இருந்தது."

"சரி"

"அரசுக்கும் ஒரே உற்சாகம். இந்த வரிசையிலயே போகலாம் சார். நல்ல வரவேற்பு இருக்குது. தொடர்ந்து எழுதுங்கன்னு சொன்னாரு. அடுத்து என்.எஸ்.கிருஷ்ணன பத்தி எழுதினேன். திரைக்கலைஞர்கள், நடிகர்கள், நடிகைகள், ஒளிப்பதிவாளர்கள், இயக்குநர்கள்னு பல பேரைப்பத்தி தொடர்ந்து எழுதி கொடுத்துகிட்டே இருந்தேன். மௌனப்படமா தொடங்கிய திரைப்படங்கள் கொஞ்சம் கொஞ்சமா பேசும் படங்களாகவும் புராணப்படங்களாகவும் சரித்திரப்படங்களாகவும் சமூகப்படங்களாகவும் ஒவ்வொரு கட்டத்துலயும் மாறிமாறி வந்திருக்கும் வரலாற்றையெல்லாம் எழுதினேன். ஒவ்வொரு இதழ்லயும் என் கட்டுரையை அரசு வெளியிட்டுட்டே இருந்தாரு. நாலஞ்சி வருஷங்களுக்குப் பிறகு அந்தக் கட்டுரைகளையெல்லாம் தொகுத்து 'தமிழ் சினிமாவின் பரிமாணங்கள்'ங்கற தலைப்புல ஒரு புத்தகமா தயார் செஞ்சேன்."

"அது எந்தப் பதிப்பகம் வழியா வந்தது?"

"அந்த நேரத்துல நிழல் சார்பா, திருநாவுக்கரசே ஒரு பதிப்பகத்தை ஆரம்பிச்சிட்டாரு. அதனால அவரே அந்தப் புத்தகத்தை வெளியிட்டாரு."

"அதுக்குப் பிறகாவது நிழல் திருநாவுக்கரசு உங்களை விட்டாரா?"

"ஒரு ஆறுமாசம் அமைதியா இருந்தாரு. அதுக்குப் பிறகு மறுபடியும் ஏதாவது ஒரு தொடர் எழுதுங்கன்னு வந்து நின்னாரு. என்னப்பா எழுதறதுன்னு கேட்டேன். உங்க விருப்பம்னு சொல்லிட்டாரு. அந்தக் காலத்துலேர்ந்து எனக்கு கன்னட சினிமாவைப்பத்தி ஒரு நல்ல எண்ணம் உண்டு. எங்க அக்கா கர்நாடகத்துல இருந்ததாலயும் கன்னடத்தை நல்லா பேசமுடியும்கறதாலயும் நிறைய கன்னடப் படங்களை பார்த்திருக்கேன். கலைப்பட முயற்சிகள்

தென்னிந்தியாவுல எந்தெந்த மாநிலங்கள்ல வெற்றி பெற்றதுன்னு கேட்டா, கர்நாடகத்துலயும் கேரளத்துலயும்னு தாராளமா பதில் சொல்லலாம். அந்த அளவுக்கு நல்ல முயற்சிகள் கர்நாடகத்துல நடந்திருக்குது. அதனால, அதைப்பத்தி எழுதலாம்னு முடிவு செஞ்சி மறுபடியும் ஒரு தொடர் எழுதினேன். அந்தக் கட்டுரைகள்தான் 'நவீன கன்னட சினிமா'ங்கற தலைப்புல புத்தகமா வெளிவந்தது."

"நான் அந்தப் புத்தகத்தை படிச்சிருக்கேன் சார். எனக்கு ரொம்ப புடிச்சிருந்தது. அந்தப் புத்தகம் முக்கியமான ஒரு ஆவணம். கன்னட மொழியிலயே இப்படி ஒரு புத்தகம் வந்ததில்லை."

"அரசு அதுக்கப்புறமும் என்னை விடமாட்டேன்னு சொல்லிட்டாரு. கன்னட சினிமாவை அணுகிய மாதிரி இந்தியாவுல பிற மொழிகள்ல இருக்கிற சினிமாக்களையும் அணுகிப் பார்த்தா எப்படி இருக்கும்னு யோசிச்சி பார்த்து எழுதுங்க சார்னு சொல்லிட்டாரு. 'நவீன இந்திய சினிமா'ங்கற தலைப்புல புதுசா ஒரு தொடரை எழுத ஆரம்பிச்சேன். இதோ, அஞ்சி வருஷமாயிட்டுது. இன்னும் அந்தத் தொடர் போயிட்டே இருக்குது. அதுக்கு நடுவுலதான் தோழர் நாகராஜன் தொடர்பு கிடைச்சிது. இப்ப நிறைய பேரு இணையத்துல படிக்கிறாங்க சார். அவுங்களுக்காக புதுசா திரைப்படங்களை பத்தி எழுதுங்க சார்னு கேட்டுகிட்டாரு. அவருக்காகத்தான் 'பயாஸ்கோப்காரன்'னு இந்தத் தொடர எழுதிட்டிருக்கேன். திரைப்படக் கட்டுரைகள் பக்கமே போகக்கூடாதுன்னு நினைச்சாலும் வா வான்னு அது என்னை இழுத்துகிட்டே போவுது."

நாமாக முடிவெடுத்து எதுவும் நிகழப்போவதில்லை என்று சொலவதுபோல உதட்டைப் பிதுக்கி புன்னகைத்தார் விட்டல்ராவ். அவருக்குள் ஒளிந்திருக்கும் பயாஸ்கோப்காரன் காந்த முள்ளைப்போல அவரை அத்திசையில் செலுத்திக்கொண்டிருக்கும் மாயத்தைப் புரிந்துகொண்டவன் என்பதால் அமைதியாக அவரையே சில கணங்கள் பார்த்துக்கொண்டிருந்தேன். பிறகு, மேசையின் மீது வைக்கப்பட்டிருந்த ஸ்காண்டிநேவியன் சினிமா பற்றிய கட்டுரைப்பிரதியை எடுத்து நிதானமாகப் புரட்டத் தொடங்கினேன்.

கேள்வி நேரம்

வாரத்துக்கு ஒன்று அல்லது மாதத்துக்கு ஒன்று என இலக்கிய நிகழ்ச்சிகளை நடத்திக்கொண்டிருந்த அமைப்பாளர்களையும் இலக்கியச்செய்திகளை அறிந்துகொள்வதில் ஆர்வம் கொண்டிருந்த வாசகர்களையும் கொரானா தொற்று திகைத்து நிற்கவைத்துவிட்டது. அக்காலத்தில் அனைவரையும் அச்சம் ஆட்டிப் படைத்தது. ஆயினும் அவர்களால் வெகுகாலம் வீட்டுக்குள் அடைபட்டுக் கிடக்க முடியவில்லை.

இணைய தொழில்நுட்பம் அவர்களுக்காக ஒரு தீர்வைக் கொண்டுவந்தது. அதுதான் ஜூம் என்றொரு செயலி வழியாக ஒரு குறிப்பிட்ட நேரத்தில் ஒரு குறிப்பிட்ட கடவுச்சொல் வழியாக அனைவரையும் ஒன்றிணைக்கும் புதிய தொழில்நுட்பம். இருந்த இடத்திலிருந்தபடி கைப்பேசி அல்லது மடிக்கணினி வழியாக ஒன்றிணைந்து இலக்கிய நிகழ்ச்சியை நடத்துவதற்கு அது பேருதவியாக இருந்தது. அதுவரை உயர்தொழில்நுட்பத் துறையினர் மட்டுமே தம்மிடையே செய்திகளைப் பகிர்ந்துகொள்ள உதவியாக இருந்த அத்தொழில்நுட்பம் முதன்முதலாக இலக்கிய ஆர்வலர்களுக்கும் உதவியாக இருக்கத் தொடங்கியது.

தொடக்கத்தில் அத்தகு ஜூம் இலக்கிய நிகழ்ச்சிகளைப் பார்ப்பதில் எனக்கும் ஆர்வமாக இருந்தது. நேரில் பார்க்காத பல இலக்கிய ஆளுமைகளின் முகங்களை நான் அந்த நிகழ்ச்சிகளில் பார்த்தேன். ஒரு மணி நேரம் அல்லது ஒன்றரை மணி நேரத்துக்குள் நிகழ்ச்சியே நடந்து முடிவது நிறைவாகவும் இருந்தது...

இந்த மகிழ்ச்சியெல்லாம் கொஞ்ச காலம்தான் நீடித்தது. யாரோ ஒருவர் தம் நிகழ்ச்சியில் கேள்வி நேரம் என்றொரு பகுதியை நிகழ்ச்சி உரைகள் எல்லாம் முடிந்த பிறகு இணைத்துக்கொண்டார். அது நிகழ்ச்சிக்கு வலிமை சேர்ப்பதாக பலரும் கருத்து தெரிவித்தனர். அதன் விளைவாக சூம் நிகழ்ச்சிகளின் இறுதிப்பகுதியாக கேள்வி நேரத்தை வைத்துக்கொள்ளும் பழக்கம் வேரூன்றிவிட்டது.

எல்லாமே சிறிது காலம்தான். நிகழ்ச்சியில் அரைமணி நேரமோ, ஒருமணி நேரமோ ஆற்றப்பட்ட உரையை ஒட்டி, மேலும் சில விளக்கங்களைத் தெரிந்துகொள்வதற்காக உருவான கேள்வி நேரத்தை சில கேள்வி நாயகர்கள் ஆக்கிரமிக்கத் தொடங்கினர். ஆற்றப்பட்ட உரையிலிருந்து விலகி தொடர்பே இல்லாத ஒரு புள்ளியிலிருந்து சிலர் கேள்வி கேட்டு கவனத்தைத் திசைதிருப்பினர். கேட்கப்பட்ட கேள்விக்கு பேச்சாளர் சொல்லும் பதில்களில் நிறைவடையாமல் மீண்டும் மீண்டும் துணைக்கேள்விகளை இணைத்து அந்தக் குறிப்பிட்ட நேரத்தை விவாதநேரமாக மாற்ற முயற்சி செய்தனர்.

அரங்குகளில் இலக்கிய நிகழ்ச்சிகள் நடைபெற்றுக்கொண்டிருந்த காலகட்டத்திலும் நிகழ்ச்சியின் ஓட்டத்தையே திசைதிருப்பும் கேள்வி நாயகர்களை நான் பலமுறை நேரிடையாகவே பார்த்திருக்கிறேன். அத்தகையோரே சூம் நிகழ்ச்சிகளிலும் இடம்பெறத் தொடங்கினர்.

ஓர் உரையின் மையத்தைத் திசைமாற்றி, நிகழ்ச்சியில் பங்கேற்றிருப்பவர்கள் அனைவரையும் தம்மைக் கவனிக்க வைக்கும் கேள்வியாளர்களை எப்படி வகுத்துக்கொள்வது என்பது புரியாத புதிராகவே இருக்கிறது.

ஒருநாள் விட்டல்ராவுடன் உரையாடிக்கொண்டிருந்தபோது, அவருக்கு ஓர் அழைப்பு வந்தது. உடனே உரையாடலை நிறுத்திவிட்டு அந்த அழைப்பை ஏற்றுப் பேசினார். மறுமுனையில் சொல்லப்படும் தகவல்களையெல்லாம் ம் ம் என்று காதுகொடுத்து கேட்டுக்கொண்டே இருந்தார். பதில் பேசுவதற்கான வாய்ப்பு வந்ததும் “இங்க பாருங்க தம்பி, அந்தத் தொழில்நுட்பத்தையெல்லாம் நான் கத்துக்கலை, புதுசா கத்துகிட்டு பேசற வயசையெல்லாம் நான் தாண்டிட்டேன். எல்லாத்துக்கும் மேல நான் இப்பதான் கண் ஆப்பரேஷன் செஞ்சிட்டிருக்கேன். இருநூறு முன்னூறு பக்க புத்தகத்தை புதுசா படிச்சி தெரிஞ்சிகிட்டு, அதைப்பத்தி பேசறதெல்லாம் என்னால முடியாத காரியம். தயவுசெஞ்சி தப்பா நினைச்சிக்கவேணாம். என்னை விட்டுடுங்க” என்று சொல்லிவிட்டு உரையாடலை முடித்துக்கொண்டார்.

அவரையே பார்த்தபடி எதிரில் அமர்ந்திருந்த என் பக்கமாகத் திரும்பி "ஏதோ சூம்ல பேசணுமாம். அதெல்லாம் எனக்குத் தெரியாதுப்பான்னு சொல்லிட்டேன். அது என்ன சூம்?" என்றார்.

சூம் நிகழ்ச்சிகள் பற்றி சிறிது நேரம் பொதுவாக அவருக்கு விளக்கினேன். ஒருசில நிகழ்ச்சிகள் செறிவாகவே திட்டமிட்டபடி தொடங்கி, திட்டமிட்டபடி முடிவடைவதைப் பார்த்திருக்கிறேன். அதற்கு நேர்மாறாக பல நிகழ்ச்சிகள் தாறுமாறாகப் போய்விடுவதையும் பார்த்திருக்கிறேன். சரியான நெறியாளர்கள் இல்லாத நிகழ்ச்சிகளில் கேள்வியாளர்கள் தனி உரையாளர்களாக மாறிவிடுவதையும் பார்த்திருக்கிறேன்.

அந்த அனுபவங்களையெல்லாம் அன்று விட்டல்ராவிடம் பகிர்ந்துகொண்டேன்.

"பல கூட்டங்கள்ல நானும் அப்படிப்பட்ட கேள்வியாளர்களைப் பார்த்திருக்கேன் பாவண்ணன். கேள்வின்னா ஒன்னு ரெண்டு வாக்கியத்துக்குள்ள இருக்கணும், இல்லை மூனு வாக்கியமாவும் இருக்கலாம். அஞ்சி நிமிஷம், பத்து நிமிஷம்ங்கற கணக்குல பேசிட்டு, கடைசியா ஒரு கேள்வி கேக்கற ஆளுங்களையும் பார்த்திருக்கேன். அவுங்க மனநிலையை ஒருபோதும் நம்மால புரிஞ்சிக்கவே முடியாது"

"சிந்தனையில ஒரு தெளிவு இல்லைன்னா பேச்சு வரவே வராது சார். ஏதோ நாமும் கேக்கணும்னு நெனச்சிகிட்டு எந்தக் கூட்டத்துலயும் கேள்வி கேக்கக்கூடாது."

"மேடையில யாரோ ஒருத்தர் பேசறாருன்னு வைங்க. அவருடைய பேச்சுக்குள்ள, அவர் சொன்ன தகவல்களுக்குள்ள நமக்கு ஏதாவது ஒரு பகுதி உண்மையிலயே புரியலைன்னா, அதைக் குறிப்பிட்டு சொல்லி, அதை இன்னும் கொஞ்சம் விரிவா சொல்லுங்கன்னு கேக்கலாம். ஒரு கேள்வின்னா அப்படி அமையறதுதான் முறை. கேள்வி கேக்கறதுக்குக் கூட பயிற்சி தேவை. ஆனா, நம்ம மேடையில அந்த நாகரிகத்தையே நாம எதிர்பார்க்கமுடியாது."

எனக்கு அவருடைய மேடையுரை அனுபவங்களைப்பற்றி கேட்கவேண்டும்போல இருந்தது. அதனால் சூம் தொடர்பான உரையாடல்களை நிறுத்திவிட்டு, "நீங்க மேடையில பேசும்போது யாராவது இப்படி சம்பந்தாசம்பந்தமில்லாம கேள்வி கேட்டதுண்டா சார்?" என்று கேட்டேன்.

விட்டல்ராவ் புன்னகைத்தபடியே இல்லை என்பதுபோல தலையசைத்தார் "நான் ரொம்ப குறைவான நிகழ்ச்சிகள்லதான்

மேடையேறி பேசியிருக்கேன். அந்த சந்தர்பத்துல கேள்வி கேட்டு என்னை யாரும் திசைதிருப்பியதில்லை" என்றார். தொடர்ந்து "மத்தவங்க பேச்ச கேக்கறதுகாக போய் பங்கெடுத்துகிட்ட கூட்டங்கள்தான் அதிகம். அதுல ஒரு சில இடங்கள்ல இப்படி சில பேரு ஆவேசமா கேள்வி கேட்டு நிக்கறதயும் பேச்சாளர்கள் அதயெல்லாம் ஒரு மாதிரி சமாளிச்சிக்கறதயும் பார்த்திருக்கேன்" என்றார்.

"யாருகிட்ட அதிகமா கேள்வி கேப்பாங்க?"

"ஜெயகாந்தன்தான் அன்னைக்கு பெரிய மேடைப்பேச்சாளர்" என்று தொடங்கினார் விட்டல்ராவ். "அவர் பேசற மேடையிலதான் இப்படி ஆளுக்கு ஆள் எழுந்து கேள்வி கேப்பாங்க. பதில் சொல்றதுல அவரு பெரிய ஜெகதலப்பிரதாபன். தேவைக்கு மேல, ரெண்டு மூனு மடங்கு கூடுதலாவே பதில் சொல்லுவாரு அவர். அவருடைய பேச்சு அரைமணி நேரம் இருந்தா, கேள்வி பதில் முக்காமணி நேரம், ஒருமணி நேரம்னு ஓடும்."

"அப்புறம்?"

"சா.கந்தசாமிக்கும் டக்குடக்குனு பதில் சொல்ற திறமை உண்டு. சுருக்கமா சொல்லிட்டு அடுத்த விஷயத்துக்குப் போயிடுவாரு. எதையும் வளர்த்திப் பேசமாட்டாரு."

"சரி"

"அசோகமித்திரன் பதில் சொல்றதுக்கு மேடையிலயே கொஞ்ச நேரம் யோசிப்பாரு. அதுக்குப் பிறகு சுருக்கமா ரெண்டுமூனு வாக்கியத்துக்குள்ள பதில் சொல்லி முடிச்சிடுவாரு. ஒருவேளை, பதில் சொல்ல விருப்பமில்லைன்னா, அப்படியே அதை விட்டுட்டு அடுத்த விஷயத்துக்குப் போயிடுவாரு."

அந்தக் காலத்தில் நடைபெற்ற பல இலக்கியக்கூட்டங்களை நினைவுகூர்ந்து ஒவ்வொன்றாக சொல்லிக்கொண்டே சென்றார் விட்டல்ராவ். சிந்தனையாளரான ஜே.கிருஷ்ணமூர்த்தி சென்னையில் ஆற்றிய உரைகளைக் கேட்ட அனுபவங்களையும் அப்போது நிகழ்ந்த கேள்வி பதில் உரையாடல்களையும் நினைவுபடுத்திப் பேசினார்.

ஜே.கிருஷ்ணமூர்த்தி என்ற பெயரைக் கேட்டதும் மின்னலடித்தமாதிரி இருந்தது. ஒருசில உரைகளை நூல்வடிவத்தில் நானும் படித்திருக்கிறேன். 'அறிந்ததினின்றும் விடுதலை' என்னும் புத்தகம் உடனடியாக நினைவுக்கு வந்தது. ஒருசில உரைகளை ஒலிவடிவத்தில் கேட்டுமிருக்கிறேன். அவருடைய குரல் ஒருவித காந்தக்குரல். வசீகரம் மிகுந்தது. எழுத்திலும் அது பிரதிபலிப்பதைப் பார்க்கலாம்.

“அந்த மாதிரியான நிகழ்ச்சிகள்ல கேள்வி பதில் நேரம் எப்படி இருக்கும் சார்?”

“ரொம்ப கச்சிதமா இருக்கும் பாவண்ணன். உண்மையிலேயே அது ஒரு பெரிய க்ளாஸ்ரூம் மாதிரிதான் இருக்கும். எங்கயும் யாரும் ஒரு வார்த்தை அதிகமாவும் பேசமாட்டாங்க. குறைவாகவும் பேசமாட்டாங்க. அவ்வளவு கச்சிதமா ஒழுங்கா இருக்கும். ஒரு மணி நேரம் உட்கார்ந்து கேட்டாலும் சோர்வே இருக்காது.”

“இலக்கியக் கூட்டங்கள்ல மட்டும் அந்தக் கச்சிதமும் ஒழுங்கும் ஏன் அமையமாட்டுது? முதல்ல ஒரு கேள்வி, அப்புறம் அதுக்குச் சொன்ன பதில்லேர்ந்து இன்னொரு கேள்வி, அதுக்கப்புறம் அந்த பதில்லேர்ந்து மற்றொரு கேள்வின்னு அடுக்கிகிட்டே போறாங்களே? அது ஏன் சார்.”

“குறிப்பிட்ட நேரத்துக்குள்ள கூட்டத்தை தொடங்கி, குறிப்பிட்ட நேரத்துக்குள்ள முடிக்கணும்னு நினைச்சிட்டிருக்கவங்களுக்கு உண்மை யிலயே அது ஒரு பெரிய பிரச்சினைதான். பார்வையாளர்கிட்டயும் கண்டிப்பா இருக்க முடியாம, பேச்சாளர்களுக்கு ஆதரவா பேசவும் முடியாம தவியா தவிச்சிடுவாங்க. நான் நேரிடையாவே பல இடங்கள்ல பார்த்திருக்கேன்.”

“அதுல ஒரு சைக்கிலாஜிக்கல் கணக்கு இருக்குதுன்னு தோணுது சார். அம்பது பேரோ, நூறு பேரோ ஒரு பேச்சாளருடைய பேச்சைக் கேக்கறதுக்கு வந்து உக்காந்திருக்காங்க. கேள்விங்கற பேருல ஒருத்தரு தனக்குத் தெரிஞ்சதயெல்லாம் அந்த இடத்துல பேசத் தொடங்கறாருன்னா, வந்திருக்கிற அம்பது நூறு பேர தன்னுடைய நோக்கத்துக்காக பயன்படுத்திக்க நினைக்கிறாருங்கறதுதான் அர்த்தம்.”

அந்தப் பேச்சிலிருந்து ஒருகணம் விலகி, விட்டல்ராவ் ஒரு விரலை மட்டும் உயர்த்தி “நீங்க இப்படி சுட்டிக் காட்டியத கேக்கும்போது, சட்டுனு ஒரு பழைய விஷயம் ஞாபகத்துக்கு வருது பாவண்ணன்” என்றார். “சொல்லுங்க சார்” என்று அவர் முகத்தைப் பார்த்தேன்.

“அந்தக் காலத்துல இலக்கியச்சிந்தனையுடைய ஆண்டுக்கூட்டம் ஒவ்வொரு வருஷமும் ராஜேஸ்வரி கல்யாண மண்டபத்துல ரொம்ப கோலாகலமா நடக்கும். ஏராளமான எழுத்தாளர்கள், வாசகர்கள் கலந்துக்குவாங்க. இந்தியாவின் பிற மொழிகள்லேருந்து பல முக்கியமான எழுத்தாளர்களை சிறப்பு அழைப்பாளரா அழைச்சி பேச வைப்பாங்க. அந்தக் காலத்துல மகாஸ்வேதாதேவி, எம்.டி.வாசுதேவன் நாயர், தகழி, யு.ஆர்.அனந்தமூர்த்தி எல்லாரும் வந்து கலந்துட்டிருக்காங்க.”

“படிச்சிருக்கேன் சார். எனக்கு சில நிகழ்ச்சிகளுடைய அழைப்பிதழ் வந்திருக்குது. அந்த அழைப்பிதழோடு சில பழைய எழுத்தாளர்களுடைய கவிதைகளையோ கதையையோ ஒரு சின்ன புக்லெட் மாதிரி போட்டு அனுப்புவாங்க. அந்த புக்லெட்ஸயெல்லாம் நான் ரொம்ப காலத்துக்கு சேத்து வச்சிருந்தேன். அப்புறம் எப்படியோ காணாம போயிடுச்சி.”

“நானும் அப்படி சேத்து வச்சிருந்தேன். ஒரு கட்டத்துல எல்லாமே தொலைஞ்சி போச்சி. ஒருமுறை ஒரு வருஷாந்திரக் கூட்டத்துக்கு கர்நாடகத்திலிருந்து சிவராம காரந்த் வந்திருந்தார். இலக்கியச்சிந்தனை பாரதி ஒரு மாசத்துக்கு முன்னாலயே அந்தச் செய்தியை எங்கிட்ட சொல்லிட்டாரு. நான் கன்னடம் பேசக்கூடிய ஆள்ங்கறதால, சிவராம காரந்த் கூடவே நான் இருக்கணும்னு அவர் எதிர்பார்த்தார். எனக்கும் அவரைப் பார்த்து நெருக்கமா பேசிட்டிருக்கணும்னு ரொம்ப விருப்பமா இருந்தது. ஒரு ஞானபீட விருது வாங்கிய எழுத்தாளரோடு ஒரு நாள் முழுக்க இருக்கிற வாய்ப்பு எல்லோருக்கும் கிடைச்சிடுமா என்ன? நான் சிவராம காரந்த் பார்த்துக்கறேன், நீங்க கவலையே படாதீங்க பாரதின்னு சொல்லிட்டேன்.”

“நீங்கதான் அவரை ரிசீவ் பண்ணிங்களா?”

“எல்லோரும்தான் ஸ்டேஷனுக்கு போய் அவரை ரிசீவ் பண்ணினோம். அறையில அவருக்கு துணையா நான் மட்டும் இருந்தேன். நான் கன்னட மொழியில பேசனத பார்த்து அவருக்கு ரொம்ப மகிழ்ச்சி. என் குடும்பப்பின்னணித் தகவலையெல்லாம் கேட்டுகிட்டாரு. சாகித்திய அகாதெமி அவருடைய ‘மண்ணும் மனிதரும்’ நாவலை வெளியிட்டுருந்தாங்க. ‘பாட்டியின் கனவுகள்’னு ஒரு நாவலும் வெளிவந்திருந்தது. அந்த நேரத்துல இந்த ரெண்டு புத்தகங்களையுமே நான் படிச்சிருந்தேன். அதைப்பத்தி பேசத் தொடங்கி, எங்க எங்கயோ வளர்ந்து போச்சி எங்க பேச்சு... அவரும் ரொம்ப சந்தோஷமா பேசிட்டிருந்தாரு. அவர் அந்தக் காலத்துல தன்னுடைய ஊருல ஒரு ஸ்கூல் நடத்தியிருக்காரு. அந்த அனுபவத்தையெல்லாம் சொன்னாரு.”

“சுதந்திரப்போராட்டத்துலயும் அவர் ஈடுபட்டிருக்காருன்னு படிச்சிருக்கேன்.”

“ஆமாம். பெரிய சீர்திருத்தவாதிதான். சந்தேகமே இல்லை. மத்தவங்கள மாதிரி ஊருக்கு உபதேசம் செய்யற ஆளில்லை அவர். பிறப்பால பிராமண வகுப்பைச் சேர்ந்த அவர் தாழ்த்தப்பட்ட வகுப்பைச் சேர்ந்த ஒரு பெண்ணை காதலிச்சி திருமணம் செஞ்சிகிட்டாரு. அவர் எழுதிய சோமன துடின்னு ஒரு நாவல அந்த காலத்துல

சினிமாவா எடுத்திருக்காங்க. அவார்டெல்லாம் வாங்கியிருக்குது. இன்னைக்கும் நவீன சினிமாவுல அது ஒரு முன்னோடிப் படைப்பு. அதை நான் ஏற்கனவே பார்த்திருந்தேன். அதனால அதைப்பத்தி கூட அவரோடு பேசினேன். தமிழ்நாட்டைச் சேர்ந்த ஒரு ஆள் தன்னைப்பத்தி இவ்வளவு தெரிஞ்சி வச்சிருக்கானேன்னு அவருக்கு ரொம்ப சந்தோஷம். நீங்க அழகா கன்னடம் பேசறீங்க, எழுதறதுக்கும் படிக்கறதுக்கும் கூட நீங்க சீக்கிரமா கத்துக்குங்க. அப்ப நீங்க கன்னடத்துலயும் எழுதலாம்னு சொன்னாரு. முயற்சி செய்றேன் சார்னு சொல்லிட்டு வந்துட்டேன்."

"கத்துகிட்டீங்களா?"

"ஆசைப்பட்டா மட்டும் போதுமா? அதுக்கெல்லாம் நேரம் இருக்கணும் இல்லயா? நம்ம வாழ்க்கையில அதுக்கெல்லாம் எங்க நேரம் இருக்குது சொல்லுங்க."

"சரி, கூட்டம் எப்படி நடந்தது?" என்று உரையாடலை மீண்டும் கார்ந்த் திசையில் செலுத்தினேன். "ஐயோ, சொல்ல நினைச்சத சொல்லாம, வேற எதைஎதையோ சொல்லிட்டிருக்கேன்" என்று நாக்கைக் கடித்துக்கொண்டார்.

"அன்னைக்கு சாயங்காலம் இலக்கியச்சிந்தனைக்கூட்டம். மண்டபம் நிரம்பி வழியுது. மண்டபத்துக்கு வெளியில புல்வெளியில கூட ஜனங்க நின்னுட்டிருந்தாங்க. கார்ந்த் சிறப்புப் பேச்சாளர்ங்கறதால, வழக்கமான பரிசு நிகழ்ச்சிகள் எல்லாம் முடிஞ்ச பிறகு கடைசியா அவரு பேச வந்தாரு. நல்ல அருமையான பேச்சு. புதிய சமுதாயத்தை கட்டி எழுப்ப நினைக்கிறவர்களுடைய கனவுகளையும் தியாகங்களையும் பத்தி அழகா பேசினாரு. இளைய சமுதாயதினரிடையே நடக்கக்கூடிய கலப்புத்திருமணம் சாதி பற்றிய சிந்தனைகளிலிருந்து ஓரளவாவது விடுதலையைக் கொடுக்கும்னு சொன்னாரு. ஒரு மனிதனுடைய வாழ்க்கையில தியாகம் எப்படிப்பட்ட மாற்றங்களுக்கும் நன்மைகளுக்கும் விதையா இருக்குதுன்னு பல தலைவர்களுடைய வாழ்க்கையிலிருந்து பல நிகழ்ச்சிகளை உதாரணமா காட்டி அழகா பேசினாரு. அன்னைய பேச்சு ரொம்ப நல்லாவே இருந்தது."

"யாராவது அவருடைய பேச்சை மொழிபெயர்த்தாங்களா?"

"இல்லை இல்லை. அதுக்கு அவசியமே ஏற்படலை. எல்லாருக்கும் புரியறமாதிரி ரொம்ப எளிமையான ஆங்கிலத்துலதான் பேசினாரு. நல்ல பேச்சு. பாரதி அந்தப் பேச்சோடு நிகழ்ச்சியை முடிச்சிருக்கலாம். ரொம்ப திருப்தியா இருந்திருக்கும். ஆனா, ஒரு ஆர்வக்கோளாறுல

யாராவது கேள்வி கேக்கணும்ன்னா காரந்த்கிட்ட கேக்கலாம்ன்னு அறிவிச்சாரு."

"ஆகா, அந்தக் காலத்துலயே அந்த மாதிரி பிரச்சினை இருந்ததா?"

அந்த உரையாடல் எங்கே போய் முடியப்போகிறது என்பதை என்னால் ஓரளவு ஊகிக்கமுடிந்தது. "என்னாச்சி சார்?" என்றேன்.

"யாரோ ஒருத்தர் எழுந்து நின்னு எனக்கொரு சந்தேகம்னு கையை தூக்கினாரு. முக்காமணி நேரமா கார்ந்த் பேசிய தியாகம், புதிய சமுதாயச்சிந்தனை, கனவு எல்லாத்தையும் அவரு ஒதுக்கிட்டாரு. கலப்புத்திருமணம் ஒன்ன மட்டும் புடிச்சிட்டாரு. கலப்புத்திருமணத்தால் சாதிச்சிந்தனையை எப்படி ஒழிக்க முடியும்னு ஒரு கேள்வி கேட்டாரு. அப்படி ஒரு கேள்வியை அவரால நேரடியாகக் கூட கேக்கமுடியலை. அவர் பேச்சை நான்தான் இப்ப ஒரு கேள்வியா மாத்தி உங்ககிட்ட சொல்லிட்டிருக்கேன். அவர் பார்த்த கலப்புத்திருமணங்கள். அதனால குடும்பத்துல உருவான குழப்பங்கள், விரோதங்கள், சாதிச்சண்டைகள்னு சொந்த புராணத்தை பேச ஆரம்பிச்சிட்டாரு. தன்னைத்தானே முக்கியப் பேச்சாளர்னு நெனைச்சிகிட்டு நிறுத்தாம பேசிட்டே போனாரு. கடைசியா ஒரு ஊகத்துல அவருடைய சந்தேகத்தை புரிஞ்சிகிட்ட காரந்த் அவருக்கு விளங்குகிற மாதிரி சில விஷயங்களைச் சொன்னாரு. ஆனாலும் அந்த மனிதர் திருப்தியடையலை. அவருக்குத் தேவை பதில் கிடையாது. அவருடைய மன ஆற்றாமையைக் கொட்ட ஒரு இடம் வேணும். காது கொடுத்துக் கேட்க ஒரு கூட்டம் வேணும். அதுதான் அவர் தேவை. காரந்த் எவ்வளவோ சொல்லிப் பார்த்தாரு. பாரதியும் சொல்லிப் பார்த்தாரு. அக்கம்பக்கத்துல உக்காந்திருந்தவங்க சில பேரும் சொல்லிப் பார்த்தாங்க. ஆனாலும் அவர் ரொம்ப நேரத்துக்கு நிறுத்தாம பேசிட்டே இருந்தாரு. கடைசியா ஒருவழியா எல்லாரும் சேர்ந்து அவரை உக்கார வச்சாங்க."

"காரந்த் ஒன்னும் சொல்லலையா?"

"வருத்தம் இருந்திருக்கும். ஆனா வாயைத் திறந்து எதையும் சொல்லலை. முகவாட்டத்தை வச்சி நானா புரிஞ்சிகிடேன். நானும் அந்த விஷயத்தைப்பத்தி அவரு கிளம்பிப் போகிறவரைக்கும் அவருகிட்ட வாயே திறக்கலை."

பல அரங்குகளில் பல நிகழ்ச்சிகளில் இத்தகு காட்சிகளைக் கண்ட அனுபவம் இருந்ததால், விட்டல்ராவ் விவரித்த இலக்கியச்சிந்தனைக் கூட்டத்தில் காரந்த் எதிர்கொண்ட சூழல் எப்படி இருந்திருக்கும் என்பதை என்னால் ஊகிக்கமுடிந்தது.

"ஒரு நிகழ்ச்சியில் பார்வையாளர்கள் கேள்வி நேரங்களை ஐயங்களிலிருந்து தெளிவு பெறும் வாய்ப்பாக நினைக்காமல் பேச்சாளரைத் திணறவைக்கும்படி எதிர்ப்பேச்சு பேசுவதற்கான ஒரு வாய்ப்பாக நினைப்பதுதான் மிகப்பெரிய துரதிருஷ்டம் சார்."

"உண்மைதான்" என்று தலையசைத்துக்கொண்டார் விட்டல்ராவ். ஒருமுறை த்ச் என்று தன்னிச்சையாக நாக்கு சப்புக்கொட்டினார். "உலகத்துல எப்படிப்பட்ட சந்தேகமா இருந்தாலும் நிச்சயமா அதுக்கு ஒரு பதில் இருக்கும். அதை, தன் கல்வி வழியா, அனுபவம் வழியா தானா தெரிஞ்சிக்கறதுக்கு அறிவு வேணும். இல்லைன்னா, அடுத்தவங்க சொல்றத காது கொடுத்துக் கேக்கறதுக்கு பொறுமையாவது வேணும். ரெண்டும் இல்லாதவங்க என்ன செய்வாங்க? இப்படித்தான் காலம் முழுக்க காள்காள்னு கத்திகிட்டே இருப்பாங்க."

அந்த உரையாடல் தானாகவே ஒரு புள்ளியில் தேங்கி நின்றுவிட்டது. சில நிமிடங்கள் அமைதியாகவே கழிந்தன. அலுப்பில் விட்டல்ராவுக்கு கொட்டாவி வந்தது. "சூடா ஒரு காப்பி சாப்பிடலாமா?" என்றபடி நாற்காலியிலிருந்து எழுந்து பால் பாக்கெட்டை எடுப்பதற்காக குளிர்சாதனப்பெட்டியைத் திறந்தார்.

முட்டை

விட்டல்ராவின் வீட்டுக்கு அருகில் கோஷிஸ் என்னும் பெயரில் ஒரு தனியார் மருத்துவ மனை உள்ளது. அதற்கு எதிர்ப்புறத்தில் புதிதாக ஒரு உணவு விடுதியைத் திறந்திருக்கிறார்கள். மருத்துவ மனைக்குச் செல்கிறவர்கள் அல்லது மருத்துவ மனையிலிருந்து வெளியே வருபவர்கள் எல்லோருக்குமே உட்கார்ந்து பேச, அது ஓர் அருமையான இடம். அதனால் அந்தக் கடையில் எப்போதும் கூட்டம் நிறைந்திருக்கும்.

ஒருநாள் மாலையில் நானும் விட்டல்ராவும் அந்த உணவு விடுதிக்குச் சென்றிருந்தோம். ஆளுக்கொரு காப்பி வாங்கிக்கொண்டு காற்றோட்டமான ஒரு மேசையைத் தேடி அமர்ந்து அருந்தினோம்.

எங்களுக்குப் பக்கத்து மேசையில் அம்மா, பெண் போலத் தோற்றமளிக்கக்கூடிய இருவர் அமர்ந்திருந்தனர். அவர்கள் முன்னால் காப்பிக்கோப்பைகளும் தண்ணீர்த்தம்ளர்களும் இருந்தன. வயதில் இளையவராக இருந்த பெண் தண்ணீரை விரலால் தொட்டு மேசையில் புள்ளிகளை வைப்பதும் இணைப்பதுமாக இருந்தாள். அந்த அம்மா அவளிடம் பேசிக்கொண்டிருந்தார். அவர்கள் எதைப்பற்றிப் பேசிக்கொண்டிருந்தார்கள் என்று எனக்குத் தெரியவில்லை. முட்டை, முட்டை என ஒரே சொல் மீண்டும்மீண்டும் காதில் விழவே, அவர்கள் உரையாடலைக் கவனிக்கத் தொடங்கினேன்.

"உன் உடம்புல புரோட்டினே இல்லைன்னு டாக்டர் சொன்னதை ஞாபகம் வச்சிக்கோ. முட்டையிலதான் நமக்குத் தேவையான புரோட்டின் இருக்குது. தினம் காலையில ஒரு அவிச்ச முட்டை சாப்படணும். அப்பதான் பிரசவம் சுலபமா இருக்கும். புரியுதா?"

அந்த வார்த்தையைக் கேட்டதுமே அந்தப் பெண் முகத்தைச் சுளித்தாள். தன்னிச்சையாக அவள் தலை அசைந்து மறுப்பைத் தெரிவித்தது.

“முட்டைதான்டி இயற்கையான புரோட்டின். மாத்திரைங்களை விழுங்கறதுக்குப் பதிலா முட்டைய சாப்பிடறது நல்லது. சொல்றத புரிஞ்சிக்கோ.”

என்ன நடந்திருக்கும் என்பதை அந்த ஒரு நிமிட உரையாடலிலிருந்தே என்னால் ஊகிக்க முடிந்தது. இந்தக் காலத்தில் ஒருவரை தன் பிடிவாதத்தைத் துறக்கவைப்பதுபோன்ற செயல் வேறெதுவும் இல்லை என்பது, பலவித சொந்த அனுபவங்கள் வழியாக நான் கற்ற பாடம்.

கடையிலிருந்து வெளியே வந்தோம். காற்று இதமாக வீசியது. கல்கரெ தேவாலயம் செல்லும் வழியில் நடக்கத் தொடங்கினோம்.

“நீங்க முட்டை சாப்பிடுவீங்களா பாவண்ணன்?” என்று கேட்டார் விட்டல்ராவ்.

“இப்ப சாப்பிடறேன் சார். ஆனா இதுக்கு முன்னால சாப்பிட்டதில்லை” என்றேன்.

“என்ன சொல்றீங்க? புரியலையே”

“கல்யாணம் பண்ற வரைக்கும் முட்டையை தொட்டதே இல்லை சார். ஆனா அதுக்குப் பிறகு சாப்பிட்டே ஆகணும்ங்கற மாதிரியான சூழல் உருவாயிடுச்சி.”

“அப்படி என்ன நெருக்கடி?”

“ஓட்டல்ல அந்த அம்மாவும் பொண்ணும் பேசிகிட்டாங்களே, அதே நெருக்கடிதான்.”

விட்டல்ராவ் பேசாமல் என் முகத்தைப் பார்த்தார்.

“மனைவி கர்ப்பமா இருக்கிற சமயத்துல அவரை பரிசோதிச்ச டாக்டர் உடம்புல புரோட்டின் சுத்தமா இல்லைம்மா, தெனமும் பாலும் முட்டையும் சாப்புடணும்னு சொல்லிட்டாங்க. ஓட்டல்ல அந்த பொண்ணு முகத்தை சுளிச்சிதே, அதேபோலத்தான் அன்னைக்கு என் மனைவியும் முகத்தை சுளிச்சாங்க. அதுவரைக்கும் அவுங்க பாலும் குடிச்சதில்லை. முட்டையும் சாப்பிட்டதில்லை.”

“ஏன், உங்களை மாதிரி அவுங்களும் சைவமா?”

“அதெல்லாம் கிடையாது. நல்லா அசைவம் சாப்பிடக் கூடிய ஆளுதான். என்னமோ பால் ருசியும் முட்டை ருசியும் அவுங்களுக்கு புடிக்கலை. அதனால அந்த ரெண்டையும் ஒதுக்கி வச்சிருந்தாங்க.”

“அப்புறம் என்ன செஞ்சீங்க?”

“எவ்வளவோ கெஞ்சி பார்த்தாலும் பிடிவாதமா சாப்பிடவே மாட்டேன்னு சொல்லிட்டாங்க. இதுல என்ன பிரச்சினைன்னா, இந்த ரெண்டையும் அந்தக் காலத்துல நானும் சாப்பிடமாட்டேன். அதனால ஒரு எல்லைக்கு மேல என்னால வற்புறுத்த முடியலை.”

“அப்புறம்?”

“ரெண்டாவது சிட்டிங்ல டாக்டரம்மாகிட்ட பிரச்சினையை சொன்னேன். இங்க பாருங்க, உங்களுக்கு புடிக்கும் புடிக்காதுங்கறதுலாம் ஒரு மேட்டரே இல்லை. இப்ப, குழந்தை நல்லபடியா பொறக்கணுமா வேணாமாங்கறதுதான் முக்கியம். குழந்தை ஆரோக்கியமா பிறக்கணும்ன்னா, நீங்க முட்டையும் பாலும் சாப்ட்டே ஆகணும்னு அந்த அம்மா ரொம்ப உறுதியா சொல்லிட்டாங்க. அப்பதான் அந்த டாக்டரம்மா இந்த பிரச்சினைக்கு சுலபமா ஒரு தீர்வு சொன்னாங்க. பெண்களுக்கு மட்டும்தான் புரோட்டின் வேணும்ன்னு கிடையாது. ஆண்களுக்கும் புரோட்டின் தேவையான ஒன்னுதான். நாளையிலிருந்து ரெண்டு பேருமே பாலையும் முட்டையையும் எடுத்துக்கணும். குடும்பத்துல ஒரு ஆள் சாப்பிட்டா, அதைப் பார்த்து அடுத்த ஆளுக்கு சாப்பிடணும்னு தானாவே ஒரு ஆசை வரும். புரியுதான்னு கேட்டாங்க. அதுக்கப்புறம் அவுங்க சொன்ன திட்டத்துக்கு நானும் சரின்னு தலையாட்டிட்டேன். அவுங்களும் சரின்னு சொல்லிட்டாங்க. அதுக்கப்புறம் ரெண்டு பேருமா முட்டை சாப்பிட ஆரம்பிச்சோம்.”

“அப்பப்பா, ஒரு முட்டைக்கு பின்னால இவ்வளவு பெரிய கதையா?” என்று புருவத்தை உயர்த்திப் புன்னகைத்தார் விட்டல்ராவ். சில கணங்களுக்குப் பிறகு “நானும் சின்ன வயசுல முட்டை சாப்ட்டதில்லை. வேலைக்கு வந்த பிறகுதான் சாப்பிட ஆரம்பிச்சேன்” என்றார்.

பேசிக்கொண்டே நடந்து வந்ததில் தேவாலயம் நெருங்கிவிட்டதையே உணரவில்லை. பொழுது கவிய இன்னும் நேரமிருந்த போதும் தேவாலயத்தின் விளக்குகள் சுடர்விட்டபடி இருந்தன. உச்சி விளக்கு செவ்வொளியில் ஒரு திலகம் போல இருந்தது.

அந்தச் சாலையின் திருப்பத்தில் ஒரு பூக்கடை இருந்தது. விட்டல்ராவ் அந்தக் கடைக்குச் சென்று ஐம்பது ரூபாய்க்கு ரோஜாப்பூக்கள் வாங்கிக்கொண்டு வந்தார்.

மீண்டும் வீட்டை நோக்கி நடந்தோம்.

"கோழி முட்டையை தவிர நீங்க வேற என்னென்ன முட்டைகள் பார்த்திருக்கீங்க?" என்று ஒரு கேள்வியைக் கேட்டார் விட்டல்ராவ்.

"வேறு முட்டைகளா?" என்றபடி யோசனையில் மூழ்கினேன். "நிறைய பார்த்திருக்கேன் சார். அதெல்லாம் ஸ்கூல்ல படிச்சிட்டிருந்த சமயத்துல" என்றேன்.

"இருக்கட்டும். என்னென்ன பார்த்திருக்கீங்க, சொல்லுங்க?"

"காக்கா முட்டை பார்த்திருக்கேன். அப்புறம் காடை முட்டை, வாத்துமுட்டை கூட பார்த்திருக்கேன். எங்க தெருவுல ஒரு தாத்தா ஒரு கூண்டுக்குள்ள வச்சி விக்கறதுக்கு எடுத்துகினு வருவாரு."

"ம். சாப்டடதில்லை. ஆனா பார்த்திருக்கீங்க."

"ஆமாம்"

"புறா முட்டை பார்த்திருக்கீங்களா?"

"புறாவா? எங்க ஊரு பக்கம் புறாவையெல்லாம் பார்க்கவே முடியாது சார். மசூதி பக்கம் போனாதான் புறாவை பார்க்கலாம். கொஞ்சம் அபூர்வமான பறவை. இங்க பெங்களூருக்கு வந்த பிறகுதான் புறாக்களை கூட்டம்கூட்டமா பார்க்க முடிஞ்சது. ஒரு விஷயம் சொல்லணும். அது கவலைப்பட வேண்டிய விஷயமா, இல்லை சாதாரணமானதுன்னு தள்ளிட்டு போகிற விஷயமான்னு எனக்கு சொல்ல தெரியலை. இன்னைய தேதிக்கு எங்க வட்டாரத்துல காக்கைகளே கிடையாது. ஆனா நூத்துக்கணக்கா புறாக்கள் இருக்குது. எங்க பார்த்தாலும் புறாக்கூட்டம்தான். எப்படி இந்த மாற்றம் வந்ததுன்னே தெரியலை."

"சின்ன வயசுல சேலத்துல, நாமக்கல்லுல, தர்மபுரியில எல்லா இடத்துலயும் நான் புறாவை பார்த்திருக்கேன். அங்கேயும் அபூர்வமாதான் கண்ணுல படும். ஆனா எங்கயாவது ஒரு தோப்புல இருக்கும். ஆனா புறாமுட்டையை நான் முதல்முதலா பார்த்தது கேத்துரெட்டிபட்டியில."

"ஓ. நீங்க அன்டிரெய்ன்ட் டீச்சரா ஒரு ஸ்கூல்ல வேலை செஞ் சீங்கன்னு சொல்வீங்களே, அந்த ஊருலயா?"

"ஆமா, அதே ஊருதான். அங்கதான் புறா முட்டையை பார்த்தேன். அங்கதான் சாப்பிடவும் செஞ்சேன்."

புறா முட்டையை சாப்பிடுவதா? எனக்கு ஆச்சரியமாக இருந்தது. அவர் தொடங்கிய விதமே, புறா முட்டைக்குப் பின்னால் ஏதோ

ஒரு கதை இருப்பதை உணர்த்தியதால் நான் ஆர்வத்துடன் அவர் முகத்தைப் பார்த்தேன்.

"அது ஓராசிரியர் பள்ளிக்கூடம். ஸ்கூலுக்குப் பக்கத்துலயே ஒரு சின்ன ஓட்டு வீடு இருந்தது. அந்த ஊர் பஞ்சாயத்து போர்டு தலைவர் என்னை அந்த வீட்டுல தங்கிக்கலாம்ன்னு சொல்லிட்டாரு. சமையல்ல பெரிசா எனக்கு எதுவும் தெரியாது. வீட்டுல அம்மா சமைக்கிற சமயத்துல அப்பப்ப பார்த்து ஒன்னு ரெண்டு செய்யத் தெரியும். அவ்வளவுதான். சோறு மட்டும் நல்லா வடிப்பேன். அம்மா எனக்கு ஒரு மண்ணெண்ணெய் ஸ்டவ் வாங்கி கொடுத்தாங்க. அதுல ஒரு பாத்திரத்துல அரிசியைப் போட்டு பொங்க வச்சி வடிச்சிடுவேன். வாரத்துக்கு ஒரு நாள் வீட்டுலேர்ந்து ஏதாவது ஊறுகாய், பொடின்னு கொண்டு வருவேன். அதை வச்சி எப்படியோ ஒப்பேத்தி சாப்ட்டுடுவேன்."

"தெனமுமா?"

"ஆமாம். தெனமும்தான்"

"குழம்பு?"

"ஐயோ, எனக்கு குழம்பு வைக்கவே தெரியாது. எப்படியோ சமாளிச்சிகிட்டிருந்தேன்."

"புறா முட்டையை எங்க புடிச்சீங்க?"

"சொல்றேன். சொல்றேன். அந்தக் கதைக்குத்தான் வரேன்." என்று சிறிது நேரம் இடைவெளி விட்டார். "சிங்கள் டீச்சர் ஸ்கூல்ங்கறதால ஒன்னாவது, ரெண்டாவது, மூனாவது, நாலாவது, அஞ்சாவது படிக்கிற பிள்ளைங்க எல்லாருமே ஒரே அறையிலதான் உக்காந்து படிக்கணும். ஒவ்வொரு வகுப்புக்கும் கொஞ்ச கொஞ்ச நேரம் பாடம் எடுப்பேன். ஒருநாள் ஒரு சின்ன பையன் ரொம்ப வால்தனம் செஞ்சிட்டிருந்தான். பெரிய குறும்புக்காரன் அவன். பாடம் எடுக்கவே விடலை. பக்கத்துல இருக்கிறவன அடிக்கிறது. எதுத்தாப்புல இருக்கிறவன கிள்ளறதுன்னு ஒரே குறும்பு. மத்த நேரமா இருந்தா, நான் அதையெல்லாம் பெரிசா எடுத்துக்க மாட்டேன். பாடம் சொல்லிக் குடுக்கிற நேரத்துல சேட்டை பண்ணிட்டே இருந்ததால சட்டுனு கோபம் வந்து ரெண்டு அடி அடிச்சிட்டேன்."

"ஐயையோ"

"என் டீச்சர் அனுபவத்துல ஒருநாளும் நான் பிள்ளைகளை அடிச்சதில்லை. அன்னைக்குத்தான் முதல்முதலா அவனை அடிச்சிட்டேன். ஒரு வேகத்துல அடிச்சிட்டேனே தவிர,

அடுத்த நிமிஷமே அதை நினைச்சி நினைச்சி சங்கடமா இருந்தது. என்னை நினைக்கும் போது எனக்கே அருவருப்பா இருந்தது. இப்படி நடந்துட்டுதே, இப்படி நடந்துட்டுதேனு கொஞ்சம் குற்ற உணர்ச்சியாவும் இருந்திச்சி. அடிச்ச பிறகு அந்தப் பையன் கொஞ்ச நேரம் அழுதான். அப்புறம் அழுது அழுது அமைதியா யிட்டான். நானும் பாடம் நடத்திமுடிச்சேன். ஒரு வழியா ஸ்கூல் முடிஞ்சதும் எல்லாரும் கலைஞ்சி போயிட்டாங்க."

"அப்புறம்?"

"எனக்குத்தான் மனசே சரியில்லை. அந்த அப்பாவிப் பையனை அடிச்சிட்டமேன்னு வருத்தமா இருந்தது. அப்படியே பள்ளிக்கூடத்துலேர்ந்து கிளம்பி மெயின் ரோடு வரைக்கும் நடந்து போயிட்டு வந்தேன். அப்புறம் குளிச்சேன். கொஞ்ச நேரம் படிச்சேன். ஓரளவு மனசு ஆறுதலா இருந்தது. இனிமே அப்படிச் செய்யாதே செய்யாதேன்னு எனக்கு நானே சொல்லிகிட்டேன்."

"அது சரி"

"ஏழு மணிக்கு மேல ஆயிடுச்சி. சரி, சமைக்கலாம்ன்னு ஸ்டவ்வ ஏத்தி உலை வச்சேன். தண்ணி நல்லா கொதிச்சதும் அரிசிய கழுவி அதுல போட்டுட்டு உக்காந்தேன். திடீர்னு யாரு வீட்டுலன்னு வாசலுக்கு வெளியில யாரோ கூப்பிடறமாதிரி இருந்தது. யாருன்னு பார்க்கலாம்ன்னு எழுந்து போனேன். அந்தப் பையன் நின்னுட்டிருந்தான். பக்கத்துல ஒரு அம்மா ரொம்ப கோவத்தோடு நின்னுட்டிருந்தாங்க. அவுங்க நின்னுட்டிருந்த இடத்துல வெளிச்சம் சரியா இல்லை. அதனால முகத்தை பார்க்கமுடியலை. ஆனா அந்தச் சூழலை பார்த்ததுமே அவுங்க சண்டை போடறதுக்கு வந்திருக்காங்கன்னு புரிஞ்சிட்டுது. கொஞ்சம் எச்சரிக்கையா பேசணும்ன்னு மனசுக்குள்ள நினைச்சிகிட்டு என்னம்மான்னு கேட்டேன். சின்ன புள்ளைன்னா தப்பு செய்யறது சகஜம்தான். அதுக்காக புள்ளைய போட்டு அடிக்கலாமான்னு அவுங்க உடனே தடபுடன்னு பேச ஆரம்பிச்சிட்டாங்க. நான் அதுக்கு பதிலே சொல்லலை. அதுக்கு பதிலா எதுக்கும்மா வாசல்லயே நின்னு பேசறீங்க, வீட்டுக்குள்ள வந்து பேசுங்கன்னு சொன்னேன். அவுங்களும் ரெண்டு அடி முன்னால எடுத்து வச்சி கதவுகிட்ட வந்துட்டாங்க. அப்பதான் வெளிச்சம் அவுங்க மேல பட்டுது. நான் வேணும்ன்னு அடிக்கலைம்மா, அவன் என்ன செஞ்சான் தெரியுங்களான்னு நடந்த விஷயத்தை அவுங்களுக்கு விளக்கமா சொல்லலாம்ன்னு ஆரம்பிச்சேன். திடீர்னு அந்த அம்மா பேச்ச நிறுத்திட்டு என்ன உத்துப் பார்த்து நீ விட்டல்தானன்னு கேட்டாங்க."

அந்த நிகழ்ச்சியின் திருப்பப்புள்ளியைக் கேட்க ஆச்சரியமாக இருந்தது. அவசரமாக "ஏற்கனவே தெரிஞ்சவங்களா சார்?" என்று கேட்டேன்.

"பேரைச் சொல்லி அந்த அம்மா கூப்ட்டதுமே நானும் ஒரு நிமிஷம் திகைச்சிப்போய் நின்னுட்டேன். அப்புறம் கொஞ்சம் கொஞ் சமா அந்த முகமும் பேரும் ஞாபகத்துக்கு வந்துட்டுது. சட்டுனு நானும் அவுங்கள பாலாமணின்னு பேர் சொல்லி கூப்டுட்டேன்."

"தெரிஞ்சவங்களா?"

"ஸ்கூல்ல என்னோடு ஒன்னா படிச்சவங்க. அந்தக் காலத்துல பெரிய மனுஷியானதுமே யாரையாவது மாப்பிள்ளையைக் கண்டுபுடிச்சி கல்யாணம் செஞ்சி அனுப்பிடுவாங்க. அப்படி ஒரு பழக்கம். பாலாமணியும் அப்படித்தான் கல்யாணம் பண்ணிகிட்டு கேத்துரெட்டிபட்டிக்கு வந்து சேர்ந்துட்டாங்க."

"சண்டை போட வந்தவங்க சமாதானமாயிட்டாங்க. ஒன்னும் சொல்லலையா"

"சொன்னாங்க. சொன்னாங்க. இவன்தான் என் பையன். இனிமேல அடிக்காம பாடம் சொல்லிக் குடுன்னு சொன்னாங்க. சொல்லச்சொல்ல கேக்காம வால்தனம் பண்ணிட்டே இருந்தான், அதனாலதான் ரெண்டு தட்டு தட்டனேன்னு நானும் சொன்னேன்."

"பையன்?"

"அவனுக்கு ஒன்னுமே புரியலை. என்னடா நமக்காக சண்டை போட வந்த அம்மா வாத்தியாருகிட்ட சிரிச்சி பேசறாங்களேன்னு ஆச்சரியமா பார்த்துட்டே இருந்தான். அந்த அம்மா அவன்கிட்ட உங்க வாத்தியாரும் நானும் அந்தக் காலத்துல ஒரே ஸ்கூல்ல ஒன்னா படிச்சோம்ன்னு ரொம்ப பெருமையா சொல்லிகிட்டாங்க. அன்னையிலேர்ந்து அந்தப் பையன் எனக்கு ரொம்ப நெருக்கமா யிட்டான்."

"சரி"

"திடீர்னு ஸ்டவ்ல சோறு கொதிக்கறத பார்த்துட்டு பாலாமணி என்ன சமையல்லாம் நீயே செஞ்சிக்குவியான்னு கேட்டாங்க. சோறு மட்டும்தான் பொங்கத் தெரியும். ஊறுகாய் இருக்குது. அத வச்சிகிட்டு சமாளிச்சி சாப்ட்டுடுவேன்னு சொன்னேன். பாலாமணி சிரிச்சிகிட்டே இந்த ஊருக்கு வந்துட்டு இப்படி ஒரு கொடுமையை நீ அனுபவிக்கணுமான்னு கேட்டாங்க. அப்புறமா

நாளையிலேர்ந்து நானே பையன்கிட்ட தெனமும் ஒரு கிண்ணத்துல குழம்பு கொடுத்துவிடறேன்னு சொல்லிட்டு போயிட்டாங்க."

"அப்புறம்?"

"அடுத்த நாள்ளேர்ந்து ஸ்கூலுக்கு வரும்போதே பையன் குழம்ப எடுத்துகிட்டு வந்து வச்சிட்டு போயிடுவான். சில சமயங்கள்ல அவுங்க அப்பா வருவாரு. அவரு பேரு சண்முகம். ரொம்ப நல்ல மனுஷன். எப்பவாவது லீவ் நாள்ல ஊருக்கு போகாம நான் இங்கயே தங்கிட்டா, அன்னைக்கு அவரே வந்து என்னை அவுங்க வீட்டுக்கு அழச்சிகிட்டு போவாரு. அன்னைக்கு மதிய சாப்பாடு அவுங்க வீட்டுலதான். சாப்ட்டுட்டு கொஞ்ச நேரம் அங்கயே பேசிட்டிருப்பேன். அதுக்கப்புறம் அறைக்கு திரும்பிவருவேன்."

நான் திரும்பி விட்டல்ராவின் முகத்தைப் பார்த்தேன். சற்றுமுன் சாப்பிட்டு எழுந்து வந்ததுபோன்ற நிறைவு அவர் முகத்தில் படிந்திருப்பதைப் பார்த்தேன். அந்த விருந்துக்கணத்தை நினைத்துக்கொண்டதே அவருக்கு இனிய அனுபவமாக அமைந்திருக்கும் என்று தோன்றியது.

சில கணங்கள் கழித்து, "அந்த சண்முகம் ஒருநாள் சாயங்காலமா வயல்வெளியிலிருந்து வீட்டுக்கு போகிற வழியில அறைக்கு வந்து அஞ் சாறு முட்டைகளைக் கொடுத்தாரு. அளவு சின்னதா இருந்ததால எனக்கு ஒன்னுமே புரியலை. என்ன முட்டை இதுன்னு கேட்டேன். புறாமுட்டை சார்னு அவரு சொன்னாரு. அப்பதான் புறாமுட்டையை நான் முதல்முதலா பார்த்தேன். உடம்புக்கு ரொம்ப நல்லது, சாப்புடுங்க சார்னு சொன்னாரு சண்முகம். எப்படி செஞ்சி சாப்புடறதுன்னு எனக்குத் தெரியாதேன்னு நான் தயக்கத்தோடு சொன்னேன். சோறு கொதிக்கும்போது, அதுலயே அந்த முட்டையை போட்டு அவிக்கலாம். இல்லைன்னா தனியா ஒரு பாத்திரத்துல தண்ணிய கொதிக்க வச்சி அதுல முட்டைகளை போட்டும் அவிக்கலாம். நமக்கு எது வசதியோ, அந்த மாதிரி செய்யலாம்னு சிரிச்சிகிட்டே சொல்லிட்டு போயிட்டார்."

"நீங்க எப்படி செஞ்சீங்க?"

"தனியா கொதிக்கவச்சி அவிக்கறதவிட, சோத்துக் குண்டான்லயே போட்டு அவிக்கறதுதான் சுலபம்னுன் நெனைச்சேன். முதல்நாள் ஒரு முட்டையை மட்டும் போட்டு அவிச்சேன். சாப்புடறதுக்கு கோழிமுட்டை மாதிரிதான் ருசியா இருந்தது."

"நல்ல புரோட்டின் சாப்பாடு"

"ஆமா. இலவச புரோட்டின். நான் அந்த ஊருல இருந்த வரைக்கும் வாரத்துல ரெண்டு மூனு நாள்ல சண்முகம் எனக்காக புறா முட்டைகளை கொண்டுவந்து கொடுத்தாரு. நானும் பொரியல் கவலை இல்லாம சாப்ட்டேன்."

பேசிக்கொண்டே நடந்து வந்ததில் வீடு வந்ததே தெரியவில்லை. வாசலில் அவரை விட்டுவிட்டு "அடுத்த வாரம் பார்க்கலாம் சார்" என்று விடைபெற்றுக்கொண்டு புறப்பட்டேன் நான்.

✺

கனடாவிலிருந்து வந்த கடிதங்கள்

கனடாவில் நடைபெற்ற இயல் விருது விழாவில் கலந்துகொண்ட அனுபவத்தையும் அங்கே பார்க்க வாய்த்த சில இடங்களைப்பற்றியும் விட்டல்ராவுடன் பேசிக்கொண்டிருந்தேன். என் கைப்பேசியிலேயே சேமித்துவைத்திருந்த கனடா படங்களை ஒவ்வொன்றாகக் காட்டி அவற்றைப்பற்றிய செய்திகளையும் இணைத்துச் சொன்னேன். நயாகரா அருவியில் நான் எடுத்திருந்த படங்களை அவர் மிகவும் விரும்பிப் பார்த்தார். அடுத்து ஓர் ஓவியக்கூடத்தில் எடுத்த படங்களும் அவருக்கு மிகவும் பிடித்திருந்தன. அந்த ஓவியக்கூடம் பெரிய மாளிகையைப்போல இருந்தது. விட்டல்ராவ் அந்த ஓவியக்கூடப் படத்தையே வெகுநேரம் ரசித்துப் பார்த்தார்.

"இந்த ஓவியக்கூடத்தின் படத்தை ஏற்கனவே பார்த்திருக்கேன் பாவண்ணன். இங்க வச்சிருக்கிற சில ஓவியங்களின் படங்களைக்கூட நான் பார்த்திருக்கேன்" என்று பழைய நினைவில் தோய்ந்தவராகச் சொன்னார் விட்டல்ராவ்.

"எங்க சார் பார்த்தீங்க? ஏதாவது புத்தகத்திலா?" என்று கேட்டேன்.

"இல்லை இல்லை. என்னுடைய இளமைக்காலத்து நண்பரொருவர் கனடாவில இருந்தார். வேலை அடிப்படையில அவர் ஒரு ஜியாலஜிக்கல் எஞ்சனீயர். ஆனா ஓவியத்துல ரொம்ப ஆர்வம் உள்ளவர். நல்ல ஓவியரும் கூட. சென்னையில எங்க கூடத்தான் இருந்தார். திடீர்னு கனடாவுல ஒரு நல்ல வாய்ப்பு கிடைச்சது. சட்டுனு முடிவெடுத்து செஞ்சிட்டிருந்த அரசாங்க வேலையை விட்டுட்டு கனடாவுக்கு போயிட்டாரு. அங்க போன பிறகும் எஞ்சனீயர் வேலையை பார்த்துகிட்டே ஓவியங்களையும் போட்டிட்டிருந்தாரு. அடிக்கடி

நிறைய ஓவியக் கண்காட்சிகளுக்கு போகற பழக்கம் உள்ளவர். அப்ப பல ஓவியக்கூடங்களையும் ஓவியங்களையும் படம் புடிச்சிருக்காரு. அதையெல்லாம் ஒரு பெரிய ஆல்பமா தொகுத்து சென்னைக்கு வரும் சமயத்துல எங்களுக்குக் காட்டியிருக்காரு. அதுலதான் இந்தக் கூடத்தை நான் பார்த்தேன்."

"யார் சார் அவர்? இதுவரை அவரைப்பற்றி சொன்னதில்லையே"

"ஆமாம். அவரை நினைச்சிக்கிற மாதிரி நம்ம பேச்சு எதுவும் அமையலை. இப்ப கனடா ஓவியக்கூடம்னு சொன்னதுமே அவருடைய ஞாபகம் வந்துட்டுது. ரொம்ப நல்ல மனிதர். பெயர் பாலகிருஷ்ணன். நாங்க பாலன் பாலன்னு சொல்வோம்."

"அவரு எஞ்சனீயர்ங்கறீங்க. நீங்க இருந்தது டெலிபோன் டிப்பார்ட்மெண்ட். அவருடைய தொடர்பு எப்படி கிடைச்சது?"

"எல்லாமே ஓவியத்தால கிடைச்ச நட்புதான் பாவண்ணன்" சிரித்துக்கொண்டே சொன்னார் விட்டல்ராவ். "நான் ஆர்ட் ஸ்கூல்ல படிச்சி முடிச்சி வெளியே வந்த சமயத்துல பணிக்கர்தான் எங்க ப்ரின்சிப்பாலா இருந்தாரு. எங்களுக்கு சர்டிபிகேட் கொடுத்து அனுப்பற சமயத்துல முக்கியமான ஒரு ஆலோசனையை சொல்லி அனுப்பினாரு. கையில ஒரு உத்தியோகம் இருக்குதுங்கற எண்ணத்துல ஓவியம் தீட்டிப் பழகறத நீங்க யாருமே விட்டுடக்கூடாது. தொடர்ந்து போட்டு போட்டு பழகிட்டே இருக்கணும். ஓவியங்கது எப்பவும் கைப்பழக்கம். மெட்ராஸ் ஆர்ட் க்ளப்ல நீங்க எல்லாருமே சேர்ந்து தினமும் பயிற்சி செஞ்சிகிட்டே இருங்க. அங்க பெரிய பெரிய ஆர்ட்டிஸ்ட் எல்லாம் வருவாங்க. அவங்களோடு கலந்து பேசி நல்ல விஷயங்களை கத்துக்குங்க. நீங்க அங்க இருந்து பெயின்ட்டிங் செஞ்சா உங்களுக்கு எக்சிபிஷன் வைக்கிற வாய்ப்புகள் ரொம்ப சுலபமா கிடைக்கும்னு சொன்னாரு. எங்க செட்ல பல பேரு அந்த க்ளப்ல சேர்ந்து பெயின்ட்டிங் செஞ்சோம். அந்த இடத்துலதான் பாலகிருஷ்ணன சந்திச்சேன். அவரும் அங்க படம் போட வந்தவர்தான். ரஞ்சன், அச்சுதன் கூடலூர்னு ரொம்ப பேரு அந்த க்ளப்ல உறுப்பினராகி பெயின்ட்டிங் செஞ்சிட்டிருந்தாங்க. தனுஷ்கோடிதான் அந்த க்ளப்புக்கு அப்ப செக்ரட்டரி. வெங்கட்ராமன்னு இன்னொரு நண்பர் ட்ரெஷரரா இருந்தார். பெரிய பெரிய ஓவியர்கள் ராணி நஞ்சப்பா, அந்தோணிதாஸ், சந்தானராஜ், எல்.முனுசாமி, கிருஷ்ணாராவ், சுரேந்திரநாத் எல்லாருமே அங்க வருவாங்க. நாங்க போடக்கூடிய பெயின்ட்டிங்க்ஸ பார்த்துட்டு கரெக்ஷன்ஸ் சொல்வாங்க. அந்த

காலத்துல நான், பாலகிருஷ்ணன், வெங்கட்ராமன் எல்லாரும் எப்பவும் ஒரே செட்டா இருப்போம்."

பாலகிருஷ்ணனைப்பற்றிய அறிமுகத்தகவல் மிகவும் சுவாரசியமாக இருந்தது. அவரைப்பற்றி இன்னும் கொஞ்சம் கேட்டுத் தெரிந்துகொள்ள வேண்டும் என்று ஆவலெழுந்தது.

"ஓவியத்தின் மேல் இந்த அளவுக்கு ஈடுபாடு இருந்தவர் ஏன் சார் சென்னையை விட்டு வெளிநாடு போனார்?" என்று கேட்டேன்.

ஒருகணம் விட்டல்ராவ் அமைதியாக மேசை விரிப்பின் விளிம்பில் படிந்திருந்த சுருக்கங்களை நீவிச் சரிசெய்வதில் ஈடுபட்டிருந்தார். பிறகு என்னைப் பார்த்து "எல்லாருடைய வாழ்க்கையிலும் ஒரு திருப்புமுனையான தருணம் இருக்கும்னு சொல்வாங்க இல்லையா? அந்த மாதிரியான ஒரு திருப்புமுனைத்தருணம் பாலகிருஷ்ணன் வாழ்க்கையில ஏற்பட்டது. அதுதான் அவர் சென்னையை விட்டு வெளியேறுவதற்கான காரணம்" என்றார்.

"என்ன திருப்புமுனை சார்? நல்ல வேலை. கைநிறைய சம்பளம். மனசுக்கு பிடிச்ச ஓவியம். நமக்குப் பிடிச்ச சூழல். இதுக்கு மேல ஒருத்தருக்கு என்ன சார் வேணும். எது அவரை இங்கேயிருந்து அந்த நாட்டுக்குப் போகத் தூண்டியது?"

"நீங்க சொல்ற எல்லாமே அவருக்கு நல்ல வாய்ப்புகளாதான் இருந்தது. ஆனா அவர் ரொம்ப ஆசைப்பட்ட காதல் மட்டும் கைகூடி வரலை. அந்தத் துயரம்தான் அவருடைய வாழ்க்கையில திருப்புமுனை. காதல் கைகூடி வராத இடத்துல அவர் வாழ விரும்பலை. சென்னையை விட்டே போயிடணும்னு புறப்பட்டு போயிட்டாரு."

அப்படி ஒரு கோணம் பாலகிருஷ்ணனின் வாழ்வில் இருக்கும் என நான் யோசித்திருக்கவில்லை. எப்படி பேச்சைத் தொடர்வது என்று தெரியாமல் அவரையே பார்த்துக்கொண்டிருந்தேன். சில கணங்களுக்குப் பிறகு விட்டல்ராவே உரையாடலைத் தொடங்கினார்.

"சென்னையிலதான் அவருடைய காதலி இருந்தாங்க. அவங்க கர்நாடகத்துல குடகு பக்கத்தை சேர்ந்தவங்க. குடும்பத்துல நல்லா செல்லமா வளர்ந்தவங்க அவுங்க. நல்ல முற்போக்கான பெற்றோர்கள்தான். பொண்ணுக்கு பிடிச்ச படிப்பை படிக்க வச்சி வெளியூருக்கு வேலைக்கு அனுப்பி வைச்சிட்டாங்க. அந்தப் பொண்ணுக்கு பாலகிருஷ்ணன பார்த்ததுமே ரொம்ப புடிச்சிப்

போச்சி. காதலிக்க ஆரம்பிச்சிட்டாங்க. காதல் அடுத்த கட்டத்துக்கு நகர்ந்து கல்யாணம் செஞ்சிக்கலாம்ங்கற கட்டத்துக்கு வந்துட்டுது. வா, எங்க அப்பாவுக்கு உன்ன அறிமுகப்படுத்தறேன். என் விருப்பத்துக்கு எங்க குடும்பத்துல ஒரு தடையும் சொல்லமாட்டாங்க. நீயே வந்து பேசு. எல்லாருமே என் மேல ரொம்ப பாசமுள்ளவங்கன்னு சொல்லி நம்பிக்கை ஊட்டி ஊருக்கு அழச்சிட்டு போனாங்க."

"குடகுக்கா?"

"ஆமாம்"

"அவ்வளவு நம்பிக்கையா?"

"ஆமாம். வீட்டுக்கு போனதும் அவுங்க அப்பாவுக்கு பாலகிருஷ்ணன அறிமுகப்படுத்தினாங்க அந்தப் பொண்ணு. பொண்ணு கூட வேலை செய்றவர்னு நெனச்சி அவுங்களும் மரியாதையோடு நடந்துகிட்டாங்க. விருந்து, அது இதுன்னு எல்லாம் நல்லபடியா உபசரிச்சாங்க. பாலகிருஷ்ணனுக்கும் ரொம்ப சந்தோஷம். அந்தச் சூழல், அவங்க பழகிய விதம் எல்லாமே அவருக்கு ரொம்ப ரொம்ப புடிச்சிப் போச்சி. அப்பதான் அவருக்கு உள்ளூர ஒரு நம்பிக்கை பிறந்திருக்குது. தன்னுடைய காதலைப்பத்தி சொல்ல அதுதான் சரியான நேரம்னு அவருடைய மனசுக்கு தோணியிருக்குது. எதையும் மறைக்காம வெளிப்படையாவே ரெண்டு பேரும் காதலிக்கிற விஷயத்தை அந்த பொண்ணுடைய அப்பாகிட்ட சொல்லிட்டாரு. ஒரு நிமிஷம் எதுவும் பேசாம அவரையே பார்த்தாரு அவுங்க அப்பா. சட்டுனு திரும்பி மேசையில ட்ராயர திறந்து கைத்துப்பாக்கிய எடுத்து பாலகிருஷ்ணன பார்த்து கோபத்தோடு நீட்டினாரு. இந்த நிமிஷமே வீட்டைவிட்டு வெளியே போ, இல்லைன்னா சுட்டு பொணமாக்கிடுவேன்னு மீசையை தடவிகிட்டே சொன்னாரு. அப்பான்னு குறுக்குல பேச ஆரம்பிச்ச பொண்ண ம்னு சத்தம் போட்டு அடக்கி அந்த பக்கமா இழுத்து போட்டுட்டாரு. பாலகிருஷ்ணன் தைரியமான மனிதர். துப்பாக்கிய பார்த்ததால எந்த பயமும் அவருக்கு இல்லை. பொண்ணு பக்கமா திரும்பி என் கூடவே நீயும் வா, ரெண்டு பேரும் கல்யாணம் செஞ்சிகிட்டு வாழலாம்னு அழைச்சிருக்காரு. ஆனா அந்தப் பொண்ணு அசையவே இல்லை. எந்த எதிர்வினையும் இல்லாம தன்னுடைய அப்பா பக்கத்துலயே தலையை குனிஞ்சிகிட்டு நின்னுட்டாங்க. அந்த அமைதி அவரை ரொம்ப டிஸ்டர்ப் செஞ்சிட்டுது. சட்டுனு அந்த வீட்ட விட்டு வெளியே வந்து கிடைச்ச பஸ்ஸ பிடிச்சி எப்படி எப்படியோ சுத்தி அலைஞ்சி சென்னைக்கு வந்து சேர்ந்துட்டாரு."

"அதுக்கப்புறம் அந்த பொண்ணு அவரைச் சந்திக்கலையா?"

“சந்திக்காம எப்படி இருக்கமுடியும்? அவுங்களும் சென்னையில வேலை செய்யறவங்கதான? ஒருதரம் உடைஞ்சது உடைஞ்சதுதான். அதுக்கப்புறம் ஒட்டவே இல்லை. பாலகிருஷ்ணனால அந்தத் தோல்வியை தாங்கவே முடியலை. அவருடைய நம்பிக்கை எல்லாமே நிலைகுலைஞ்ச மாதிரி ஆயிட்டுது. சென்னையிலயே இருந்தா மீட்சியே இல்லைன்னு அவருக்கு தோணிட்டுது. அந்த நேரத்துல சந்தர்ப்பவசமா கனடா நாட்டுல எஞ்சனீயர் வேலைக்கு ஆள் எடுக்கறாங்கன்னு ஒரு விளம்பரத்தைப் பார்த்து அப்ளிகேஷன் எழுதி அனுப்பினாரு. அதிர்ஷ்டவசமா அவருக்கு அந்த வேலை கிடைச்சிடுச்சி. அப்பாய்ன்ட்மென்ட் ஆர்டர் வந்ததுமே செஞ்சிட்டிருந்த வேலையை ஒரு லெட்டர் எழுதி குடுத்து ரிசைன் பண்ணிட்டு கனடாவுக்கு போயிட்டாரு. நானும் வெங்கட்ராமனும் சேர்ந்து அவருக்கு ஒரு பார்ட்டி கொடுத்து வழியனுப்பி வச்சோம்.”

பாலகிருஷ்ணனின் காதல் தோல்வியைப்பற்றிக் கேட்டபோது சங்கடமாக இருந்தது. ஒரு கதையைப்போல காதுகொடுத்துக் கேட்ட எனக்கே துயரம் தொண்டையை அடைக்கும்போது, காதலித்துத் தோற்ற மனிதருடைய துயரம் எவ்வளவு எடைகொண்டதாக இருக்கும் என நினைத்துக்கொண்டேன்.

பெருமூச்சுடன் “த்ச். என்ன சொல்றதுன்னே தெரியலை சார். வாழ்க்கை இப்படித்தான் ஒவ்வொரு ஆளையும் ஒரு திசையில விரட்டி அடிச்சிகிட்டே இருக்குது” என்றேன்.

“அந்த நேரத்துல பாலகிருஷ்ணன் எடுத்த முடிவு சரியா தப்பான்னு சொல்லத் தெரியலை. நாங்க அமைதியா இருந்தோம். ஆனால் காலம் போகப்போக அவரு எடுத்த முடிவுதான் சரியான முடிவுன்னு தோண ஆரம்பிச்சிட்டுது.”

“எப்படி சார்?” நான் குழப்பத்துடன் அவரைப் பார்த்தேன்.

“ஆமாம். அந்தப் பொண்ணையே நினைச்சி அவர் ஊமையா உருகி நிக்கலை. அடுத்த கட்டத்தை நோக்கி சட்டுனு நகர்ந்து போயிட்டாரு. கனடாவுல எஞ்சனீயரா வேலை செஞ்சிகிட்டே, அங்க இருக்கிற நல்ல நல்லா ஆர்ட் கேலரிங்களுக்குப் போய் பார்க்கிறது, தனியா ஓவியம் வரைஞ்சி பயிற்சி செய்யறதுன்னு தனக்கு புடிச்ச வேலைகள்ல ஈடுபட ஆரம்பிச்சிட்டாரு. ஓவியக்கூடங்களையும் கண்காட்சிகளையும் பார்க்கணும்ங்கறதுக்காகவே வருஷத்துக்கு ஒரு தரம் கனடாவுலேர்ந்து பாரீஸ்க்குப் போக ஆரம்பிச்சாரு. ஓவிய ஆர்வத்தை வளர்த்துகிட்டாரு. எங்கயும் தேங்கி நிக்கவே இல்லை அவர்.”

விட்டல்ராவின் சித்தரிப்புகளைக் கேட்கக்கேட்க பாலகிருஷ்ணன் என்பவர் யாரோ ஓர் அபூர்வ மனிதராக எனக்குத் தோன்ற ஆரம்பித்துவிட்டார்.

"பாரீஸ்ல கண்காட்சிகள பார்க்கிற சமயத்துல அவருக்கு ஒரு போர்த்துகீசியப் பொண்ணப் பார்த்து பேசற வாய்ப்பு எப்படியோ கிடைச்சிருக்குது. பேசிப் பேசி கொஞ்ச நாள்லயே அது நட்பா வளர்ந்து அப்புறம் காதலாவும் மாறிடுச்சி. ரெண்டு பேரும் அங்கயே கல்யாணமும் செஞ்சிகிட்டாங்க."

அதைக் கேட்டு உண்மையிலேயே நான் ஆச்சரியத்தில் மூழ்கிவிட்டேன். "கதைகள்லதான் இப்படியெல்லாம் நடக்கும்னு நெனச்சிட்டிருந்தேன். சில பேருடைய வாழ்க்கையிலயும் இந்த மாதிரியான அனுபவங்கள் இருக்கறத கேக்கும்போது சுவாரசியமாதான் இருக்குது" என்றேன்.

"ரெண்டு பேருமே இலட்சியத்தம்பதிகள்னுதான் சொல்லணும்."

"அது சரி, கனடாவுக்கு போனவரு சென்னைக்குத் திரும்பவே இல்லையா? அங்கயே தங்கிட்டாரா?"

"வருவாரு. வருவாரு. ரெண்டு மூனு வருஷங்களுக்கு ஒரு தரம் வந்து எல்லாரையும் பார்த்துட்டு போவாரு. அவுங்களுடைய அப்பா அம்மா எல்லாரும் இங்கதான் இருந்தாங்க. நம்ம ஊரு பொண்ண கட்டிக்காம யாரோ சீமையில இருக்கிற பொண்ண கட்டிகிட்டானேன்னு அவுங்களுக்கு ஒரு வருத்தம். அதனால அந்த உறவு அவ்வளவு இசைவா இல்லை. ஆனாலும் இந்தியாவுக்கு வரும்போது அவங்களோடு கொஞ்ச நாள் இருந்துட்டு சென்னைக்கு வந்து தங்கிடுவாரு. எங்களுக்கு செய்தி வந்துடும். நானும் வெங்கட்ராமனும் போய் பார்த்து பேசிட்டிருப்போம். பாலகிருஷ்ணன் ரொம்ப ரசனையா பேசக்கூடிய ஆள். வரும்போதுலாம் ஒரு போட்டா ஆல்பத்தக் கொண்டு வந்து காட்டுவாரு. எல்லாமே ஓவியக்கூடங்கள், ஓவியங்கள் பத்திய ஆல்பங்கள். கனடாவுல ஒவ்வொரு ஓவியக்கூடமும் எப்படி இருக்குது தெரியுமா? உள்ள போய் கேலரியில இருக்கிற ஓவியங்கள மட்டுமே ஒரு பார்வை பார்த்துட்டு வரணும்னா கூட குறைஞ்சபட்சமா அஞ்சி ஆறு மணி நேரம் வேணும்னு சொல்வாரு."

"ஆமா சார். அவர் சொல்றது உண்மைதான். எங்களுக்கும் அவ்வளவு நேரம் தேவைப்பட்டது. உண்மையை சொல்லணும்னா, அந்த ஓவியக்கூடத்துக்குப் போன அன்னைக்கு நாங்க மதிய உணவ சாப்பிடவே இல்லை. ஓவியங்கள பார்த்ததுல பசியே எடுக்கலை."

“பாலகிருஷ்ணனுக்கு ஓவியங்கள் மீது மட்டும் ரசனை கொண்டவரில்லை. அவருக்கு இந்த உலகத்துல நடக்கற ஒவ்வொரு நிகழ்ச்சியையும் ரொம்ப ரசனையோடும் உள்ளார்ந்த ஈடுபாட்டோடும் பார்க்கக்கூடிய மனிதர். என்னுடைய நண்பர் வெங்கட்ராமனுக்கு பாலகிருஷ்ணன் அடிக்கடி கடிதம் எழுதுவாரு. நாங்க நல்லா இருக்கோம், நீங்க எல்லாரும் நல்லா இருக்கீங்களாங்கற தாண்டி தனிப்பட்ட வகையில அந்தக் கடிதத்துல எதுவுமே இருக்காது. டைரி எழுதற மாதிரி, அந்த ஊருல பார்த்த சம்பவங்கள், அவர் பங்கெடுத்துகிட்ட நிகழ்ச்சிகள், கண்காட்சிகள், கண்டு ரசிச்ச ஓவியங்கள், சந்திச்ச அபூர்வ மனிதர்கள்னு வெவ்வேறு விஷயங்களை பத்தித்தான் பக்கம் பக்கமா எழுதுவாரு. ஒவ்வொரு கடிதமும் அஞ்சி பக்கம் ஆறு பக்கம் இருக்கும். அவருடைய கையெழுத்து பார்க்கறதுக்கு கண்ணுல ஒத்திக்கலாம் போல இருக்கும். வெங்கட்ராமனுக்கு வரக்கூடிய கடிதங்களயெல்லாம் எனக்கும் படிக்க குடுப்பாரு. பாலகிருஷ்ணன் இன்னும் கொஞ்சம் முயற்சி செஞ்சிருந்தா எழுத்தாளரா கூட ஆகியிருக்கமுடியும். அந்த அளவுக்கு அவருடைய எழுத்துல ஒரு வலிமை இருந்தது.”

“எத்தனை கடிதங்கள் எழுதியிருப்பாரு?”

ஒரு கணம் யோசித்துவிட்டு “எப்படியும் நூறு கடிதங்கள் இருக்கும்” என்றார் விட்டல்ராவ்.

“ஒரு புத்தகமாவே போட்டிருக்கலாமே சார்.”

“போடலாம்தான். ஆனா அந்தக் காலத்துல அப்படியெல்லாம் ஒரு வாய்ப்பு சாதாரணமா எல்லாருக்கும் அமைஞ்சிடாது. ஒரு நாவல் எழுதி கையில வச்சிகிட்டு அத புத்தகமா போட முடியாம லோலோன்னு அலைஞ்ச நிறைய பேர நான் பார்த்திருக்கேன். அந்த காலத்துல பதிப்பகங்கள் ரொம்ப ரொம்ப குறைவு. ஒவ்வொருத்தங்களுக்கும் ஒரு குறிப்பிட்ட எழுத்தாளர்களே தொடர்ந்து எழுதி குடுத்திட்டிருந்தாங்க. புதுசா ஒரு புத்தகத்தை போட்டு உள்ள நுழையறது அவ்வளவு சுலபமில்லை.”

அவர் சொன்ன கூற்றில் உண்மை இல்லாமல் இல்லை. “அது என்னமோ உண்மைதான்” என்று நாக்கு சப்புக்கொட்டியபடி சொன்னேன்.

“அந்தக் கடிதங்களை முழுசா ஒரு புத்தகமாக்க முடியலைங்கறது உண்மைதான். ஆனா கிட்டத்தட்ட ஒரு புத்தகம்னு சொல்ற அளவுக்கு என்னால ஒரு பிரசுரத்தை கொண்டுவர முடிஞ்சது.”

விட்டல்ராவ் சொன்னதை என்னால் சரியாக உள்வாங்கிக்கொள்ள இயலவில்லை. குழப்பத்துடன் அவர் முகத்தைப் பார்த்தேன். "புரியறமாதிரி சொல்றேன், கேளுங்க" என்று தொடங்கினார் அவர்.

"நான் அந்த சமயத்துல தினமணி கதிர்ல அடிக்கடி எழுதிட்டிருந்தேன். சாவிதான் அப்ப தினமணி கதிருக்கு பொறுப்பாசிரியரா இருந்தாரு. அவருக்கு என் மேல ஒரு மதிப்பு இருந்தது. கதிர்ல அவர் புதுசு புதுசா ஏதாவது ஒரு முயற்சி செஞ்சிட்டே இருப்பாரு. வாசகர்களுக்கு புதுசுபுதுசா எதையாவது கொண்டு வந்து சேர்க்கணும்னு யோசிச்சிட்டே இருப்பாரு. தினமணி கதிர் பத்திரிகையோடு ஒரு இலவச இணைப்பா ஒரு எட்டு பக்கங்களுக்கு ஒரு புது மேட்டர சேத்து கொடுக்கணும்னு அவர் ஒருமுறை திட்டம் போட்டாரு. திட்டம் உதிச்சதுமே மடமடன்னு வேலையில எறங்கிட்டாரு."

ஓ. இலவச இணைப்புங்கற கருத்தாக்கத்துக்கு இப்படி ஒரு தொடக்கம் இருக்குதா? புதுசா இருக்குதே? ஆரம்பத்துல அதுக்கு எப்படி இருந்தது வரவேற்பு?"

"வரவேற்பா, கொடிகட்டி பறந்ததுன்னுதான் சொல்லணும். சாவி மாதிரியே ஒவ்வொரு பத்திரிகையும் வெவ்வேறு பேருல இப்படி இலவச இணைப்பைத் தொடங்கி கொடுக்கவேண்டிய கட்டாயத்துக்கு ஆளாயிடுச்சி."

"அது இருக்கட்டும். சாவி என்ன செஞ்சாரு?"

"ஆனந்தரங்கம் பிள்ளை எழுதிய டைரிக்குறிப்புகள் பத்தி கேள்விப்பட்டிருப்பீங்க, இல்லையா? இருபத்தஞ்சி வருஷத்து டைரி. பத்து பாகங்களா வந்திருக்குது. சாவி அந்தத் தொகுதிகளைத் தூக்கி ஸ்ரீவேணுகோபாலன்கிட்ட கொடுத்து சுவாரசியமான டைரிக்குறிப்புகளா தேர்ந்தெடுத்து அச்சுல ஒரு பத்து பக்கத்துக்குள்ள அமையுற மாதிரி சுருக்கி தயார் செய்ய சொல்லிட்டு போயிட்டாரு. ஸ்ரீவேணுகோபாலன் உயிர கொடுத்து அந்தத் தொகுதிகளைப் படிச்சி, ரொம்ப சுவாரசியமான பகுதிகளைத் தேர்ந்தெடுத்து எழுதி கொடுத்துத்தாரு. அந்த இணைப்புக்கு எல்லா இடங்கள்லயும் நல்ல வரவேற்பு கிடைச்சது."

"நல்ல அறிமுகம்தான் சார். இன்னும் கூடுதலா தெரிஞ்சிக்கணும்னு நெனைக்கறவங்க, தொகுதிகளை தேடிப் போய் எடுத்து படிச்சிக்குவாங்க, இல்லையா?"

"ஆமாம். அதுதான் சாவியுடைய திட்டம். அதுக்கு கைமேல நல்ல பலன் கிடைச்சது. ஆனந்தரங்கம் பிள்ளை டைரியைத்

தொடர்ந்து வேற வேற பல நல்ல புத்தகங்களின் சுருக்கத்தை எழுதி வாங்கி போட்டாரு. வாசகர் வரவேற்பு பெருகிகிட்டே போச்சி. ஒருநாள் திடீர்னு சாவி என்னை அழைச்சி நீங்க ஒரு இணைப்புக்கான பொறுப்பை எடுத்துகிட்டு மெட்டீரியல் தேடி புடிங்கன்னு சொல்லிட்டாரு."

"சரி"

"அவர் சொல்லிட்டு போனதும் ஆகா, நல்ல சிக்கல்ல வந்து மாட்டிகிட்டோமேன்னு யோசிச்சேன். என்ன செய்யலாம்னு பலவிதமான சிந்தனை மனசுக்குள்ள ஓடிட்டே இருந்தது. அப்பதான் சட்டுனு எனக்குள்ள பாலகிருஷ்ணன் ஞாபகமும் அவர் எழுதிய கடிதங்கள் பத்திய ஞாபகமும் வந்து போச்சி. உடனே சாவியைச் சந்திச்சி விஷயத்தைச் சொன்னேன். ஒவ்வொரு கடிதமும் எப்படி வித்தியாசம் வித்தியாசமா இருக்கும்னு விரிவா சொன்னேன். அந்தக் கருத்தாக்கம் ரொம்ப புதுசா இருந்ததால சாவிக்கு அப்பவே அந்தத் திட்டம் புடிச்சிடுச்சி. திட்டம் ரொம்ப அருமையா இருக்குது. சீக்கிரமா வேலையில இறங்கி முடிக்கிற வேலையை பாருங்கன்னு சொல்லிட்டாரு."

"ஆரம்பமே வெற்றியா?"

"ஆமாம். நான் உடனே வெங்கட்ராமன பாக்க போனேன். விஷயத்தை சுருக்கமா சொல்லி புரியவைச்சேன். அன்னைக்கு சாயங்காலம் அவர்கூடவே வீட்டுக்கு போயிருந்தேன். பல இடங்கள்ல பாதுகாப்பா வச்சிருந்த எல்லாக் கடிதங்களையும் எடுத்து மேசையில வச்சாரு. ஏறத்தாழ நூறு கடிதங்கள் இருந்தது. அதுலேருந்து நான் ஒரு எழுபது கடிதங்கள மட்டும் எடுத்துகிட்டான். படிச்சி பார்த்துட்டு தேவையானதை எடுத்துக்கறேன். எல்லாக் கடிதங்களயும் பாதுகாப்பா திருப்பி கொண்டுவந்து கொடுக்கவேண்டியது என் பொறுப்புன்னு சொன்னேன். வெங்கட்ராமன் ரொம்ப சந்தோஷமா எடுத்தும் போன்னு சொல்லி கடிதங்கள கொடுத்து அனுப்பிட்டான். ராத்திரி முழுக்க தூக்கமில்லாமல் உக்காந்து அந்த மூட்டையிலிருந்து ஐம்பது கடிதங்கள தேர்ந்தெடுத்து தனியா வச்சிட்டேன்."

"அப்புறம்?"

"அப்புறமென்ன? அடுத்தநாள் காலையில நேரா சாவிகிட்ட போய் அந்த ஐம்பது கடிதங்களையும் கொடுத்தேன். மறுநாள் காலையில வந்து பார்க்கச் சொன்னாரு. மனசுக்குள்ள ஒரு உதறல். என்ன நடக்குமோ என்ன நடக்குமோன்னு ஒரே கவலையா இருந்தது.

ஆனா அடுத்தநாள் சாவி முகத்துல சிரிப்பைப் பார்த்ததுமே எனக்கு ஒரு நம்பிக்கை பிறந்துட்டுது. எல்லாமே அருமையான கடிதங்கள். ஒவ்வொன்னும் ஒரு ரகம். அருமையா இருக்குது. ஒவ்வொரு கடிதத்திலயும் இருக்கிற ஹைலைட்டான பகுதிகளை மட்டும் தனியா எடுத்து தொகுத்து எழுதி எடுத்து வந்து குடுத்துட்டு போங்கன்னு சொன்னாரு."

"பரவாயில்லையே. உங்க முயற்சிக்கு வெற்றி தேடி வந்து சேர்ந்துட்டுது"

"ஆமா. தேடி வந்த வெற்றிதான். நாம நெனச்சமாதிரி நடக்குதேன்னு ஒரு பக்கம் சந்தோஷம், நம்ம பாலகிருஷ்ணன் பேர உலகத்துக்கே தெரியறமாதிரி செய்ய முடிஞ்சதேன்னு ஒரு திருப்தி. அதே சமயத்துல எல்லாத்தயும் சுருக்கி எப்படி எழுதப் போறோம்ன்னு ஒரு சங்கடம். கடைசியா ஒரு வழியா ஒரு நாள் ராத்திரியும் பகலுமா உட்கார்ந்து முக்கியமான பகுதிகளைத் தேர்ந்தெடுத்துத் தொகுத்து எழுதிட்டேன். அடுத்த நாளே கதிர் ஆபீஸ்ல கொடுத்துட்டு வந்துட்டேன்."

"பிரசுரத்துக்குத் தேர்ந்தெடுத்துட்டாங்களா?"

"சாவி எல்லாத்தயும் ஒரே ராத்திரியில படிச்சி ஓகே சொல்லிட்டாரு. கனடாவிலிருந்து வந்த கடிதங்கள்னு அவரே அந்த இணைப்புக்கு ஒரு தலைப்பு கொடுத்துட்டாரு. அடுத்த வாரமே அது வெளிவந்து நல்ல வரவேற்பு கிடைச்சிது. அந்த இணைப்புக்கு ஏறத்தாழ நூறு வாசகர் கடிதங்களாவது வந்ததுன்னு சாவி சொன்னாரு. அதுலேருந்து முக்கியமான இருபது கடிதங்கள எடுத்து எனக்கு அனுப்பிவச்சாரு. நான் அந்தக் கடிதங்களை எடுத்தும் போய் வெங்கட்ராமன்கிட்ட கொடுத்துட்டேன். அவர் எல்லாத்தயும் ஒருமுறை படிச்சி பார்த்துட்டு நண்பர் பாலகிருஷ்ணனுக்கே அனுப்பிவைச்சிட்டாரு. அந்த இலவச இணைப்பு பிரதிகளையும் வாங்கி அந்தக் கடிதங்களோடு சேத்து அனுப்பிவச்சாரு. பாலகிருஷ்ணனும் எல்லாக் கடிதங்களையும் படிச்சி பார்த்துட்டு ரொம்ப சந்தோஷமா எனக்கும் வெங்கட்ராமனுக்கும் ஒரு கடிதம் போட்டிருந்தாரு."

விட்டல்ராவ் "ஒரு நிமிஷம், இதோ வந்துடறேன்" என்றபடி நாற்காலியிலிருந்து எழுந்து எதிர்ப்பக்கமிருந்த அவருடைய அறைக்குச் சென்றார். சில நிமிடங்களுக்குப் பிறகு புன்னகையோடு திரும்பி வந்தார். "கிடைக்குமோ கிடைக்காதோன்னு ஒரு சின்ன தடுமாற்றம் இருந்தது. நல்ல வேளை, கிடைச்சது" என்று சொன்னபடி என் முன்னால் பைண்ட் செய்யப்பட்ட ரெண்டு பெரிய புத்தகங்களை வைத்தார்.

“என்ன சார்?” என்றபடி நான் அவசரமாக புத்தகங்களை எடுத்துப் பார்த்தேன். விட்டல்ராவ் தினமணி கதிர் இதழில் எழுதி வெளியான சிறுகதைகளை மட்டும் கிழித்தெடுத்து இரு பெருந்தொகுதிகளை உருவாக்கியிருந்தார். எல்லாமே அரைநூற்றாண்டுக்கு முன்னால் எழுதி வெளிவந்தவை. பக்கங்களின் எல்லா மூலைகளிலும் பழுப்பு படர்ந்து ஒவ்வொரு பக்கத்தையும் புரட்டும்போது ஒருவித வாடை எழுந்தது.

ஒரு தொகுதியின் ஆரம்பத்திலேயே ‘கனடாவிலிருந்து வந்த கடிதங்கள்’ இணைப்புப்புத்தகமும் இணைக்கப்பட்டிருந்தது. ஒரு பெரிய புதையலைப் பார்த்ததுபோலவே இருந்தது. ஒருகணம் உண்மையிலேயே என் உடல் சிலிர்த்தது. ஒரு கடிதத்தை மட்டும் வேகமாகப் படித்தேன். ஒரே ஒரு சின்ன நிகழ்ச்சி. நடைச்சித்திரம் மாதிரி அதை அழகாகச் சித்தரித்திருந்தார் பாலகிருஷ்ணன்.

“ரொம்ப சுவாரசியமா இருக்குது சார்.”

“சாவிகிட்ட நான் கொடுத்த ஒரு கடிதத்துல ஒரு முக்கியமான தகவல் இருந்தது. ஆனா அதை சாவி பயன்படுத்தலை. ரொம்ப சோகமான விஷயம் வேணாம்னு தனியா எடுத்து வச்சிட்டாரு”

“அப்படி என்ன சோகமான விஷயம்?”

“ஒருமுறை பாலகிருஷ்ணன் நியூயார்க்குக்கு போயிருக்காரு. திடீர்னு உடல்நிலை சரியில்லாம போயிடுச்சி. ஏதேதோ சோதனை செய்யணும்னு டாக்டர் சொன்னதால ஆஸ்பத்திரியில அட்மிட் ஆயிட்டாரு. அப்ப அவருடைய அறைக்கு நர்ஸா இருந்தவங்க ஒரு கேரளப்பெண். பாலகிருஷ்ணன் கூட பத்து நிமிஷம் பேசினா போதும், அது யாராக இருந்தாலும் உடனே ஒரு நம்பிக்கையோடு நட்புள்ளவங்களா மாறிடுவாங்க. அந்த நர்சும் அப்படித்தான். சொந்த வாழ்க்கையைப் பத்தி சொல்லிப் பகிர்ந்துக்குற அளவுக்கு நட்பா யிட்டாங்க. ஒருமுறை பாலகிருஷ்ணனுக்கு ஏதோ மருந்து கொடுக்க வந்த சமயத்துல நீங்க தமிழ்நாட்டு ஆள்தான, உங்க தமிழ்நாட்டு முதலமைச்சரை இந்த ஆஸ்பத்திரியிலதான் பக்கத்து அறையில அட்மிட் பண்ணியிருக்காங்க, தெரியுமான்னு சொல்லியிருக்காங்க. அப்படியா, அண்ணாதுரையையான்னு ஒரு தரத்துக்கு ரெண்டு தரமா அந்த நர்ஸ்கிட்ட கேட்டு உறுதி செஞ்சிகிட்டாரு பாலகிருஷ்ணன். ஆமாம், அவரேதான், வேணும்னா நீங்களே ஒரு தரம் வந்து பாருங்கன்னு அந்த அறைக்கு அழைச்சிட்டு போயிருக்காங்க அந்த நர்ஸ். அவங்ககூடவே பாலகிருஷ்ணனும் போய்ப் பார்த்தாரு. அண்ணாதுரைதான். ஆயிரம்

ரெண்டாயிரம் பேருக்கு நடுவுல மேடையில முழக்கமிடுகிற அதே அண்ணாதுரைதான். அமைதியா மயக்கத்துல படுத்திட்டிருந்தார். பாலகிருஷ்ணனால அந்தக் காட்சியை ரொம்ப நேரம் நேருக்கு நேர் நின்னு பாக்கமுடியலை. ரொம்ப சங்கடத்தோடு வெளியே வந்துட்டாரு. அந்த அனுபவத்தைத்தான் பாலகிருஷ்ணன் ரொம்ப உணர்ச்சிகரமான வார்த்தைகளோடு ஒரு கடிதத்துல எழுதியிருந்தாரு. அதைத் தேர்ந்தெடுப்பாருன்னு நெனச்சித்தான் சாவிகிட்ட கொடுத்தேன். ஆனா, படிக்கிறவர்களுக்கு ரொம்ப மனக்கஷ்டத்த கொடுக்கும் வேணாம்னு சாவி விட்டுட்டாரு."

"இப்ப அந்தக் கடிதங்கள் எல்லாம் யார்கிட்ட இருக்கு சார்?"

"வெங்கட்ராமன்கிட்ட நான் அப்பவே திருப்பிக் கொடுத்துட்டேன் பாவண்ணன்."

"பாலகிருஷ்ணன் கடிதங்கள் எல்லாமே வாழ்வனுபவக்கட்டுரைகள் மாதிரி இருக்குது சார். இன்னைய தேதிக்கு இந்த மாதிரியான கடிதங்களுக்குத்தான் இலக்கிய மதிப்பு அதிகம். அந்த நூறு கடிதங்களும் கிடைச்சா, எல்லாத்தயும் தொகுத்து அழகான புத்தகமாக்கிடலாம். வெங்கட்ராமன் வச்சிருப்பாரா?" என்று கேட்டபடி நான் விட்டல்ராவின் முகத்தை ஆவலோடு பார்த்தேன்.

உடனே த்ச் என்று நாக்கு சப்புக்கொட்டினார் விட்டல்ராவ். பிறகு உதட்டைப் பிதுக்கி தலையசைத்துவிட்டு "வெங்கட்ராமன் எப்பவோ போயிட்டாரே" என்று அடங்கிய குரலில் சொன்னார்.

எனக்கு பாலகிருஷ்ணனின் முகத்தைப் பார்க்கவேண்டும் போல இருந்தது. "சார், பாலகிருஷ்ணன் படம் எதாவது இருக்கிறதா? அவர் எப்படி இருப்பார், பார்க்கணும் போல இருக்குது" என்றேன்.

விட்டல்ராவ் மிகவும் சோகத்துடன் உதட்டைப் பிதுக்கி "இல்லையே பாவண்ணன்" என்றார். "எல்லாமே நினைவுகளாதான் எனக்குள்ள இருக்குது" அதைக் கேட்டபோது ஏமாற்றமாகவே இருந்தது. சில நொடிகளுக்குப் பிறகு "இன்னும் கனடாவுலதான் அவர் இருக்கறாரா? இந்தியாவுக்கு வந்துட்டாரா?" என்று கேட்டேன். விட்டல்ராவ் ஒரு பெருமூச்சுடன் என்னை ஒரு கணம் பார்த்தார். "கனடாவுலயும் இல்லை. இந்தியாவுலயும் இல்லை. கடைசியா எல்லாரும் போய் சேர்ற ஊருக்கு போய் சேர்ந்துட்டார்" என்றார்.